നാടക ടിക്കറ്റ്

Nadaka Ticket
Drama Study

Prasanth Narayanan

CHINTHA PUBLISHERS
Thiruvananthapuram

First Edition
March 2021

Published & Typesetting
Chintha Publishers
Thiruvananthapuram

Cover Design
Vinod Mangoes

ISBN : 978-93-90301-52-2

CO - 2996 / 5432

Email: chinthapublishers@gmail.com
Website: www.chinthapublishers.com

Distribution
DESHABHIMANI BOOKHOUSE
H O Thiruvananthapuram 695035

Branch
Head Office Kunnukuzhi • Statue Thiruvananthapuram •
KSRTC Bus Station Thiruvananthapuram
KSRTC Bus Station Alappuzha • KSRTC Bus Station Ernakulam •
Machingal Lane Thrissur • IG Road Kozhikode •
Mavoor Road Kozhikode • NGO Union Building Kannur •
Central Bus Terminal Complex Thavakkara Kannur

നാടക ടിക്കറ്റ്

പ്രശാന്ത് നാരായണൻ

ചിന്ത പബ്ലിഷേഴ്സ്
തിരുവനന്തപുരം-695 035

പ്രശാന്ത് നാരായണൻ

തിരുവനന്തപുരം ജില്ലയിൽ വെള്ളായണിയിൽ 1972 ജൂലൈ 16 ന് ജനനം. അച്ഛൻ: കഥകളി സാഹിത്യകാരൻ വെള്ളായണി നാരായണൻനായർ. അമ്മ: കെ ശാന്തകുമാരി അമ്മ. തിരുവനന്തപുരം സെന്റ് ജോസഫ് ഹൈസ്കൂൾ, ഇരിങ്ങോൾ ഗവൺമെന്റ് വൊക്കേഷണൽ ഹയർസെക്കന്ററി സ്കൂൾ, തിരുവനന്തപുരം യൂണിവേഴ്സിറ്റി കോളേജ്, തൃശ്ശൂർ സ്കൂൾ ഓഫ് ഡ്രാമ എന്നിവിടങ്ങളിൽ വിദ്യാഭ്യാസം.
കോളമിസ്റ്റ്, അദ്ധ്യാപകൻ, പത്രപ്രവർത്തകൻ, നടൻ, നാടകരചയിതാവ്, സംവിധായകൻ, ആട്ടക്കഥാകൃത്ത് എന്നീ നിലകളിൽ പ്രശസ്തനാണ്. പതിനേഴാം വയസ്സിൽ *ഭാരതാന്തം ആട്ടക്കഥ*യെഴുതി ചിട്ടപ്പെടുത്തി. *തൊപ്പിക്കാരൻ, അരചചരിതം, ബലൂണുകൾ, ജനാലയ്ക്കപ്പുറം, വജ്രമുഖൻ, മണികർണ്ണിക, ഛായാമുഖി, മകരദ്ധ്വജൻ, ചിത്രലേഖ,* കറതുടങ്ങി മുപ്പതോളം നാടകങ്ങൾ എഴുതിയിട്ടുണ്ട്. *ടാഗോറിന്റെ തപാലാഫീസ്, ഷേക്സ്പിയറിന്റെ ഹാംലെറ്റ്, ഭാസമഹാകവിയുടെ ഊരുഭംഗം, ദൂതഘടോത്കചം, സ്വപ്നവാസവദത്തം* (കർണ്ണാടക സർക്കാരിന്റെ ക്ഷണപ്രകാരം ധാർവാഡ്രംഗായണയ്ക്കുവേണ്ടി), എം ടി വാസുദേവൻ നായരുടെ ജീവിതവും കൃതികളും കോർത്തിണക്കി *ദേശാഭിമാനി* പത്രത്തിനുവേണ്ടി *മഹാസാഗരം* തുടങ്ങിയവ പ്രധാന സംവിധാന സംരംഭങ്ങൾ.
2004 ൽ സംഗീതനാടക അക്കാദമിയുടെ മികച്ച നാടകരചനയ്ക്കുള്ള പുരസ്കാരം, 2011 ൽ ദുർഗ്ഗാദത്തപുരസ്കാരം, 2015 ൽ എ പി കളയ്ക്കാട് പുരസ്കാരം, 2016 ൽ അബുദാബി ശക്തി അവാർഡ് തുടങ്ങിയവ ലഭിച്ചിട്ടുണ്ട്. പ്രസിദ്ധീകരിച്ച കൃതികൾ *ഛായാമുഖി, ഭാരതാന്തം ആട്ടക്കഥ.*
Email : theatre.pn@gmail.com

ഉള്ളടക്കം

പ്രസാധകക്കുറിപ്പ്

മനുഷ്യൻ സാമൂഹ്യജീവിയായ ഘട്ടം മുതല്ക്കാണ് നാടകത്തിന്റെ പ്രാങ്‌രൂപങ്ങൾ രൂപപ്പെട്ടു വന്നതെന്നും അന്നത്തിനും രതിക്കുമായി അവൻ കണ്ടെത്തിയ പ്രച്ഛന്നരൂപാർജ്ജനമാണ് തിയേറ്ററിലേക്കുള്ള വഴിതെളിച്ചതെന്നും നിരീക്ഷിക്കപ്പെട്ടിട്ടുണ്ട്. ഗ്രീക്കിന്റെ മണ്ണിലാണ് നാടകം പിറന്നതെന്നാണ് ചരിത്രം. ക്രിസ്തുവിനു മുമ്പ് 534 ൽ ഏഥൻസിന്റെ മണ്ണിൽ ദുരന്ത നാടക മത്സരങ്ങൾ അരങ്ങേറിയിരുന്നു! ഭാരതത്തിനുമുണ്ട് നാടകങ്ങളുടേതായ പുരാതന ചരിത്രം. നാടകത്തെ സംബന്ധിക്കുന്ന ഗഹനമായൊരു പഠനഗ്രന്ഥമാണ് പ്രശാന്ത് നാരായണന്റെ *നാടക ടിക്കറ്റ്*. നാടകത്തിന്റെ ശരീരവും ആത്മാവും എന്താണെന്നുള്ള പരിശോധനയിൽ നാടകരംഗത്തെ ആചാര്യന്മാരുടെ സംഭാവനകളും നാടകം എന്ന കലാരൂപത്തിന്റെ വളർച്ചാഘട്ടങ്ങളും അരങ്ങ് എന്ന ലോകത്തിന്റെ വൈചിത്ര്യങ്ങളും സഹനങ്ങളും സമരങ്ങളും ആത്മസമർപ്പണവും കടന്നുവരുന്നു. നാടകത്തെ അന്വേഷിക്കുന്ന ഏതൊരാൾക്കും സന്ദേഹമെന്യേ വായിക്കാവുന്ന പഠന പുസ്തകമാണിത്.

ചിന്ത പബ്ലിഷേഴ്സ്

സമർപ്പണം

പ്രൊഫ. എസ് രാമാനുജത്തിനും
നാടകസ്നേഹികൾക്കും

മുഖവുര

അരങ്ങറിവിന്റെ നോട്ടങ്ങൾ

അപ്രതീക്ഷിതമായ ഒരു ദൗത്യമായിരുന്നു *മാതൃഭൂമി ആഴ്ചപ്പതി* പ്പിലൂടെ എനിക്ക് സുഭാഷ് ചന്ദ്രൻ ഏല്പിച്ചു തന്നത്. നാടകം എഴുതുകയും സംവിധാനം ചെയ്യുകയും എന്നത് എന്നെ സംബന്ധിച്ച് നൈസർഗ്ഗികമായ കർമ്മങ്ങളാണ്. അതങ്ങനെ ഇന്ന സമയമെന്നൊന്നുമില്ല. അതങ്ങനെ സംഭവിക്കാറുണ്ട്. കുട്ടിക്കാലം മുതൽ തന്നെ!

കുഞ്ഞായിരുന്നപ്പോൾ എനിക്കൊരു തടിക്കസേരയും ഒരു തോർത്തും കുറച്ചു ബിനാക്കാകളിപ്പാട്ടങ്ങളും മാത്രം മതിയായിരുന്നു പെട്ടെന്നൊരു നാടകം സംഭവിക്കാൻ. കാഴ്ചക്കാരുണ്ടായാൽ സന്തോഷം. ഇല്ലെങ്കിലും നാടകം നടക്കും. പഴയ തടിക്കസേയുടെ കാലുകൾ വേദിയുടെ നാലു തൂണുകളായി സങ്കല്പിച്ച് ഇരിപ്പിടത്തിലായി തോർത്ത് ഞൊറിഞ്ഞ് കർട്ടൻ പോലെ കസേരയുടെ മുൻഭാഗത്ത് വിരിച്ചു വയ്ക്കും. കസേരയ്ക്കടിവശമാണ് നാടകത്തറ. മുൻകർട്ടനും പിൻകർട്ടനും ഒരേ തോർത്തുതന്നെ. കഥാപാത്രങ്ങളായി മൃഗങ്ങളുടെ രൂപങ്ങൾ. എന്റെ തന്നെ വിവിധയിനം ശബ്ദങ്ങളിലൂടെ സംഭാഷണങ്ങൾ തൊടുക്കും. വിരലുകൾക്കിടയിൽ പൊടുന്നനെ മാറി മാറി കുഞ്ഞുകുഞ്ഞു റബ്ബർ രൂപങ്ങൾ ചലിക്കും. ചലനത്തിന്റെ രസതന്ത്രം അന്വേഷിച്ചു തുടങ്ങിയതും സംഘർഷാത്മക സന്ദർഭങ്ങൾ ഇടതടവില്ലാതെ രസിച്ച് സൃഷ്ടിച്ച് ശീലിച്ചതും അന്നു മുതലാണ്. ദിവസേന ഞാൻ മൂന്നും നാലും ചെറുനാടകങ്ങൾ ഉണ്ടാക്കും. ചിലപ്പോൾത്തോന്നും അതൊക്കെ എഴുതി സൂക്ഷിക്കാനും കരുതാനും ശ്രദ്ധ വച്ചിരുന്നെങ്കിൽ എന്ന്. അന്നത്തെ അയൽപക്കച്ചങ്ങാതികൾ ആറോളം പേർ എന്റെയീ നാടകാവതരണം കാണാൻ തടിച്ചുകൂടിയിരുന്നു!!!

നാടകം പഠിക്കാനുള്ള വിഷയമാണെന്നൊന്നും അറിയാത്ത കാലത്തുതന്നെ അരങ്ങറിവിന്റെ ഇഷ്ടം എന്നിൽ നാമ്പിട്ടിരുന്നതിനാൽ

കഷ്ടപ്പെട്ടായാലും മനോധർമ്മ നാടകത്തിനുവേണ്ട നിർദ്ദേശങ്ങളൊക്കെ അച്ഛനിൽനിന്നും സ്വീകരിക്കും. കേരളത്തിന്റെ സമ്പൂർണ്ണ തിയറ്റർ രൂപമായ കഥകളിയുമായുള്ള മാനസബന്ധം അരങ്ങുകലകൾ കാണാനും കളിക്കാനും പഠിക്കാനുമുള്ള ശീലമുണ്ടാക്കിത്തന്നു. പഠിച്ചതും അറിഞ്ഞതും കുറിച്ചുവയ്ക്കാനും ശീലിച്ചതിനാൽ പറഞ്ഞു നടക്കാനും കമ്പമുണ്ടായിരുന്നു.

മുതിർന്നപ്പോൾ നാടകം ഗംഭീരസാഗരം പോലെ അനന്തമായി തോന്നി. സ്കൂൾ ഓഫ് ഡ്രാമയിൽ ചേർന്നപ്പോൾ വായനയുടെ ലോകം പിന്നെയും വിശാലമായി. പ്രൊഫ. ജി ശങ്കരപ്പിള്ളയും എസ് രാമാനുജവും നേരിട്ടും അല്ലാതെയും മറ്റും ചെലുത്തിയ സ്വാധീനത എഴുതി വയ്ക്കുന്ന ശീലത്തെ കൂടുതൽ ദൃഢമാക്കി. എഴുത്തിഷ്ടമായതുകൊണ്ട് പഠിച്ചെഴുതി സൂക്ഷിച്ചു. ചിലതൊക്കെ ഓർമ്മയിൽ കുറിച്ചുവച്ചു.

*മാതൃഭൂമി*യിൽ ഖണ്ഡശ്ശ നാടക ടിക്കറ്റ് പ്രസിദ്ധം ചെയ്തുവന്നപ്പോൾ എനിക്ക് ഇരുപതു വയസ്സിന്റെ ഇളപ്പമാണുണ്ടായത്. ഉറക്കമിളച്ചു പഠിച്ച കൗമാര യൗവനകാലങ്ങളെ തിരിച്ചുപിടിച്ച് വായന ഉഷാറാക്കി. നാടക ചിന്തകൾ ചർച്ചകളിലേക്ക് പടർന്ന് വളർന്നു. ലോകത്താകമാനമുള്ള നാടക ശൈലികളെ പരിചയപ്പെടാൻ ഒരിക്കൽക്കൂടി മനസ്സു കൊതിച്ചു. പഴയ സഞ്ചാരശീലം തുടങ്ങിയാലോ എന്നും ഇടയ്ക്ക് ആലോചിച്ചു. വല്ലാത്ത ആവേശത്തോടെ എഴുതിയതാണ് ഇതിലെ മിക്ക ലേഖനങ്ങളും. സമീപിച്ച ഒരുപാട് പേർ ആത്മാർത്ഥമായി വിവരങ്ങൾ തന്നു സഹകരിച്ചു. കല സാവിത്രി എനിക്കു കരുത്തായി, കാലത്തിനെ മറികടക്കാൻ തക്ക ആവേശം ചൊരിഞ്ഞ് കൂടെ നിന്നു.

ഇപ്പോൾ സന്തോഷം തോന്നുന്നു. നാടക സംബന്ധിയായ ഒരു പുസ്തകംകൂടി എന്റെ പേരിൽ പുറത്തുവരികയാണ്. അതും എന്റെ ഉത്തമ ബോദ്ധ്യങ്ങളുടെ രാഷ്ട്രീയ മാനകമായ ഒരിടത്തുനിന്ന്. ചിന്ത പബ്ലിഷേഴ്സിലൂടെ ആദ്യ പുസ്തകമാണ്. നാടകത്തിന്റെ ശക്തിമത്തായ ജനകീയ ബോധനം ഈ പുസ്തകത്തിലും ഉൾച്ചേർന്നിട്ടുണ്ട്. നാടക ചരിത്രമുണ്ടിതിൽ. തീയറ്ററിനെ നയിച്ച പലരുടെയും സൃഷ്ടി മഹത്വങ്ങളെ നിരീക്ഷിച്ചിട്ടുണ്ടിതിൽ. നിശിതമായി ചിലതിനെ വിമർശിക്കേണ്ടിയും വന്നിട്ടുണ്ട്. ലോകോത്തര നാടകങ്ങൾ ചമയ്ക്കാൻ മലയാളികൾക്കു സാധിക്കുമെന്ന് ഉറച്ചു വിശ്വസിക്കുന്ന ഒരാളെന്ന നിലയിൽ അത്തരം നല്ല കാലത്തിലേക്ക് എല്ലാവരേയും നയിക്കാൻ ഒരല്പമാത്ര ശക്തി എനിക്കും ഈ പുസ്തകത്തിലൂടെ നല്കാനാവുമെന്ന വിശ്വാസമാണ് ഈ സമാഹാരപ്രകാശനം.

അഭിമാനത്തോടെ നാടകപ്രവർത്തകരുടെ കരുത്തിന്റെ മഹത്ത്വത്തിനെ ആദരിച്ചുകൊണ്ട് ഈ പുസ്തകം ഞാൻ കേരളക്കരയ്ക്ക് വായനയ്ക്കു വയ്ക്കുന്നു.

അഭിവാദനം,

പ്രശാന്ത് നാരായണൻ

അനന്തരം നാടകാരംഭം!

സദാസൃഷ്ട്യുന്മുഖമായൊരു മാനസിക കാലാവസ്ഥയിലിരുന്നു കൊണ്ട് ആവർത്തനങ്ങൾക്കോ യാന്ത്രികതയ്ക്കോ വഴിപ്പെടാതെ ദീർഘകാലം സർഗ്ഗസഞ്ചാരം നടത്തുക എന്നത് ഏതൊരാളെ സംബന്ധിച്ചും വലിയ വെല്ലുവിളിയാണ്. പ്രത്യേകിച്ചും യന്ത്രങ്ങളുടെ, വിവര സാങ്കേതികവിദ്യയുടെ ഈ കാലഘട്ടത്തിൽ. വിരൽത്തുമ്പിൽ എല്ലാം അനുഭവിക്കാവുന്ന ഇക്കാലത്ത്. അരങ്ങുകലകളിൽ വ്യാപരിക്കുന്നവർ എല്ലാ നിലയ്ക്കും നില്ക്കാനുള്ള ഇടത്തെ (Space) വിപുലപ്പെടുത്തിയും ആകാശത്തിൽ നിർമ്മിച്ച വേദികയിൽ പറന്നിറങ്ങി നാടകം കളിക്കാൻ എന്തുണ്ട് വഴി എന്ന് അന്വേഷിക്കുകയും ചെയ്യുന്ന ഈ നൂതന നൂറ്റാണ്ടിൽ ഇന്ത്യയിൽ നാടകപ്രവർത്തനം നടത്തുന്ന മിക്കവരും പുത്തൻ രീതികളുടെ പ്രയോക്താക്കളാവാൻ സ്വയം വെമ്പൽകൊള്ളുകയാണ്. ഇത്തരം പുതിയ ശൈലീപരീക്ഷയിൽ ഇന്നലെവരെ തിയറ്ററിൽ ഉണ്ടായിരുന്ന നടന്റെ, എഴുത്തുകാരന്റെ, സംവിധായകന്റെ അവതരണത്തിൽ ഇടപെടുന്ന സകല സാങ്കേതിക സഹായികളുടെയും ലക്ഷ്യവും ധർമ്മവും മാറിമറിഞ്ഞിട്ടുണ്ട്. എഴുത്തുകാരൻ എന്നൊരാൾ അത്രമേൽ തിരസ്കൃതനാവുകയും ദൃശ്യകലയെന്നരീതിയിൽ സമകാല ലോകനാടകരംഗം സംവിധായകന്റെ നിശിത ഭരണ മേഖലയാവുകയും ഡിസൈനർ എന്ന പുതുരൂപം കൈക്കൊണ്ട് 'നടധർമ്മ' ശക്തിയെ നിരാകരിച്ച് പൂർണ്ണാധിപത്യം നേടി എഴുന്നുനില്ക്കുന്നുണ്ട്. നൂറ്റാണ്ടുകളായി ഇത്തരം കൊള്ളലും തള്ളലും ചാക്രികമായി സമൂഹ മനസ്സിനെ സ്വാധീനിച്ച് ചരിത്രമായിക്കൊണ്ടിരിക്കുന്നു.

അനുനിമിഷം ചരിത്രനിർമ്മിതി നടക്കുന്ന ശക്തമായ മേഖലയാണ് തിയറ്റർ. ആധുനിക ലോകമലയാളിക്ക് അപരിചിതമായ തിയറ്റർ ലോക

ത്തിലേക്കുള്ള വഴികാട്ടൽ കാലഘട്ടത്തിന്റെ കൂടി അനിവാര്യതയാണ്. ഇടങ്ങളിൽനിന്നും ഇടങ്ങളിലേക്കും ഇന്നലെകളിൽനിന്നും ഇന്നിലേക്കുമുള്ള പ്രയാണവേഗമാണിനി വേണ്ടത്, നാളെയിലേക്ക് കുതിയാതെ അതിനു തരവുമില്ല. നാടകം എന്ന കലാപകലയുടെ പുതുവായനയും പുനർവായനയും സംഭവിക്കേണ്ടത് ഇന്നിന്റെയും കൂടി ആവശ്യമാണ്.

മനുഷ്യനുണ്ടായകാലമേതന്നെ അവനിലെ ആശയ വിനിമയാന്വേഷണ ത്വരയും ജീവിതവുമായി ബന്ധപ്പെട്ട നാടകനിർമ്മിതിയും ആരംഭിച്ചിട്ടുണ്ട്. അന്നത്തിനും രതിക്കുമായി അവൻ കണ്ടെത്തിയ പ്രച്ഛന്ന രൂപാർജ്ജനം തിയറ്ററിന്റെ വഴിയിലേക്ക് പിന്നീട് എത്തിച്ചേരുവാൻ തക്ക കാരണമായിത്തീർന്നിട്ടുമുണ്ട്. ഇണയ്ക്കായ് നടത്തിയ പ്രാകൃതരണ നാടകങ്ങളും മറ്റും മറ്റും പ്രേക്ഷകനില്ലാത്ത രംഗാവതരണങ്ങളായി ജീവിതത്തിന്റെ തന്നെ പച്ചയായ മുന്നോട്ടു നയിക്കലായി കണ്ടെത്താം. അംഗ ചലനങ്ങൾകൊണ്ട് അഥവാ ശരീരവൃത്തികൊണ്ട് അന്നത്തെ മനുഷ്യൻ മനുഷ്യനോടും പ്രകൃതിയോടും മറ്റു ജീവജാലങ്ങളോടും പകർന്നാടിയ മനോധർമ്മപ്രകടനങ്ങൾ തന്നെയാണത്. തൊഴിൽ വിളികളിൽനിന്നും വാക്കുയിർകൊണ്ട കാലത്ത് സ്വയം പ്രേക്ഷകനായി അഭിനയിക്കുന്ന ആൾ മാറുന്ന കാഴ്ച.

ആദ്യമീ വിനിമയത്വര ജീവിതവുമായി നേർബന്ധമുണ്ടായിരുന്നതായിരുന്നെങ്കിൽ കാലക്രമേണ അവന്റെ ചെയ്‌വനകളിൽ സ്വയം അവൻ ആനന്ദം കണ്ടെത്തുകയും വേട്ടയാടലിന്റെ ഗാഥകൾ, വെട്ടിപ്പിടിക്കലിന്റെ മനുഷ്യ കഥാനുഗായകത്വശീലങ്ങൾ ഒക്കെത്തന്നെ രൂപപ്പെട്ട് അംഗ വിക്ഷേപങ്ങളിൽ വാക്കിന്റെ ഉറവപൊട്ടി പതിയെപ്പതിയെ ഭാവത്തിന്റെ, അർത്ഥത്തിന്റെ പല പല പ്രതലങ്ങൾ രൂപപ്പെട്ട് 'നടിപ്പിന്റെ യുഗം' പിന്നിട്ട് വരമൊഴിയുഗം ആരംഭിക്കുംവരെയും നാടകീയ കലകളുടെ വന്യ രീതികൾ മനുഷ്യരുള്ള എല്ലാ ഖണ്ഡങ്ങളിലും തുടർന്നുകൊണ്ടിരുന്നു. കൂട്ടമായി ഇരിക്കുന്നിടത്ത് മനുഷ്യൻ ഊറ്റത്തോടെ ഇരുന്നു. ആ ഇരിപ്പിന്റെ ഇണക്കത്തിൽ അവൻ പകുത്തും പറഞ്ഞും പാടിയും നാടകത്തിന്റെ പ്രാഗ്‌രൂപനിർമ്മിതിയിലേക്ക് എത്തിച്ചേർന്നു.

നരവംശശാസ്ത്രവുമായി ചേർത്ത് അരങ്ങുകലകളുടെ ആവിർഭാവവും ദേശം-കാലം എന്നിവയെ അടിസ്ഥാനപ്പെടുത്തിയുള്ള പ്രയോഗവും ശൈലീഭേദങ്ങളും പഠനവിഷയമാക്കുമ്പോൾ അഭിനയകലയുടെ ആവിർഭാവം മനുഷ്യന്റെ ദൈനംദിന ആവശ്യങ്ങളുടെ നിർവ്വഹണ പ്രാപ്തിക്കായി അവൻ ചെയ്ത കാര്യങ്ങളിലേക്ക് നമ്മളെക്കൊണ്ടെത്തിക്കും. ആദിമ മനുഷ്യനിലെ നാടകക്കാരനെ ചിന്തിക്കുന്നതുപോലും ഭാവനാശാലികളായ വർത്തമാനകാല തിയറ്റർ അന്വേഷകർക്ക് രസകരമായ വിഷയമാണല്ലോ.

ഭൂഖണ്ഡങ്ങൾ അഖണ്ഡമായി കിടന്നിരുന്ന കാലത്ത് കഥ പറച്ചിലിന്റെ ശീലം മനുഷ്യനെ ത്രസിപ്പിച്ചു. അന്നത്തിനായി പരക്കം പാഞ്ഞു തളർന്നനിമിഷങ്ങളിൽ അവർ പരസ്പരം പറഞ്ഞ കഥകൾ പിന്നീട്

ആൾക്കൂട്ടത്തിനോട് പാചകത്തിന്റെ നേരത്തും കൂട്ടംകൂടി കൂട്ടുകൂടി യപ്പോഴും പാടിപ്പറഞ്ഞുകേൾപ്പിച്ചു. വലിയ മലയുടെ മുകളിൽ ഒറ്റയ്ക്ക് ഒരാൾ കയറിനിന്ന് വിളിച്ചോതിയ വീരസ്യങ്ങൾ വേട്ടവളെ കീഴ്പ്പെടു ത്തിയ ഗാഥകളായും വേട്ടയാടലിന്റെ കഥകളായും അവൻ പറഞ്ഞുവച്ചു. പെണ്ണിനും മണ്ണിനുമായി പരസ്പരം യുദ്ധംചെയ്ത കഥകൾ അവൻ പുരാണമെന്ന പേരിൽ അവരവരുടെ ഗോത്രഗാഥകളെന്ന് അടയാളപ്പെ ടുത്തി. കഥകളുടെ ചിത്രീകരണങ്ങൾ ചിഹ്നങ്ങളിലൂടെ ഗുഹകളിലും പാറക്കെട്ടിലും അവൻ കോറിയിട്ടു. വിഷ്വൽ ഈറ അന്നാരംഭിച്ചതാണ്. അന്നത്തെ അത്യന്താധുനിക ദൃശ്യസങ്കേതത്തിന്റെ വരക്കാലം!

നൂറ്റാണ്ടുകളുടെ ദൈർഘ്യത്തിൽ ഭൂഖണ്ഡങ്ങൾക്കിടയിൽ കടലിന്റെ കടന്നുവരലുകൾ ഒരുമിച്ചു കിടന്ന ഭൂപ്രകൃതിയെ ഭിന്നം ചെയ്തു. പറഞ്ഞു ശീലിച്ച, പറഞ്ഞുകേട്ട കഥകൾ പല സംസ്കൃതി കളിൽ പല കഥകളായി പരുവപ്പെട്ടു. സംസ്കൃതനായ മനുഷ്യന്റെ ആവിർഭാവത്തിനും മുൻപേ തന്നെ കഥ പറഞ്ഞു തുടങ്ങിയ മനുഷ്യൻ ആട്ടത്തിൽ അഥവാ അഭിനയത്തിൽ ആനന്ദം കണ്ടെത്തിത്തുടങ്ങി. കഥയാട്ടങ്ങൾ, ചൊല്ലിയാടിയ കഥകൾ അക്ഷരങ്ങളെ ആശ്രയിക്കാൻ തുടങ്ങുംമുമ്പേ മനുഷ്യൻ തുടങ്ങി വച്ചു.

വാക്കുകൾ കൊണ്ടു വിനിമയംചെയ്ത ചില കാര്യങ്ങൾ ചിത്രീ കരിച്ചു ശീലിച്ചു കഴിഞ്ഞപ്പോൾ സവിശേഷ ബുദ്ധിശീലനായ മനുഷ്യൻ ആലേഖനത്തിന്റെ അക്ഷരയുഗത്തെ കണ്ടെത്തി... തിയറ്റർ അന്നേ എന്നേ പിറന്നിരുന്നു. കഥ പറയാൻ തുടങ്ങിയിട്ട് യുഗങ്ങൾ എത്ര പിന്നിട്ടു. ആദിമകവികൾ പലയിടത്തും പല പേരുകളിൽ ഒരേ ആശയം ഉൾക്കൊണ്ടിട്ടെന്ന സാക്ഷ്യപ്പെടുത്തലോടെ കഥ പാടിത്തുടങ്ങി. ഇവിടെയീ പൗരസ്ത്യഖണ്ഡത്തിൽ ഇണയെ വേർപെട്ട പക്ഷിതൻ ദുഃഖം കവിയെ കാരുണ്യവാനും യമിയുമാക്കി എന്നാണല്ലോ നമ്മളും പഠിച്ചത്. 'മാ നിഷാദാ' എന്നാണല്ലോ ആദി കവി പ്രതികരിച്ചത്. ജീവിക്കാനുള്ള അവകാശം, സ്നേഹത്തിന്റെ ആവശ്യകത ഇവയെല്ലാം അറിഞ്ഞ കവിമനസ്സ് കാടാളിയ മനുഷ്യനോട് ഉച്ചത്തിൽ പറഞ്ഞത് അരുത്, കാട്ടാളനാവരുത് എന്നാണ്. പ്രതികരണത്തിന്റെ നാവു വാളാക്കിയ കവിയെ പിൻപറ്റി എത്ര തലമുറ പിന്നെയും വന്നു.

കലകൾ മനുഷ്യനെ നവീകരിച്ചുകൊണ്ടിരുന്നു. നാട്ടുമൊഴിവഴ ക്കങ്ങൾ നാട്ടറിവുകനവുകളായി. നാടകങ്ങളായി. അങ്ങു ഗ്രീക്കിന്റെ മണ്ണിൽ നാടകം പിറന്നെന്നു നമ്മൾ പിന്നീടറിഞ്ഞു. കവനങ്ങൾ കളിച്ചു തുടങ്ങിയത് യവനന്മാരെന്നു രേഖയുണ്ടായി. കിഥറോൺ മലമുകളിൽ കഥകളുടെ അഗ്നിപർവ്വതങ്ങൾ പുകഞ്ഞു. ദേശക്കഥകളിൽ അവന്റ വർ ത്തമാനകാല രാജാവ് കഥാപാത്രമായി. നാടുവാഴുന്നവന്റെ കഥകൾ. എല്ലാം വിധിയും ദുർവ്വിധിയുമായി. ദുരന്തപൂർണ്ണമാണ് ജീവിതമെന്നും അപരിഹാര വിധി യന്ത്രത്തിരിപ്പില്പെട്ടവരാണ് മനുഷ്യരെന്നും യവനന്മാർ നെടുവീർപ്പിട്ടു. നാടകം പിറന്ന നാടെന്ന ഖ്യാതിയിൽ

ഗ്രീക്ക് തിയേറ്റർ

ആദ്യത്തെ നടൻ 'തെസ്പിസ്' ഗ്രീക്കിൽ പിറന്നു.

ക്രിസ്തുവിനും മുമ്പ് 534 ൽ ഏഥൻസിന്റെ മണ്ണിൽ ദുരന്തനാടക മത്സരങ്ങളും അതേത്തുടർന്നുയർന്നു വന്ന വിവിധ നാടക സങ്കല്പങ്ങളുമാണ് നാടക ചരിത്രാന്വേഷി ചെന്നെത്തുന്ന ഏറ്റവും പഴയതും ആദ്യത്തേതെന്നും കരുതാവുന്ന നാടകസംസ്കൃതി. അതിനും മുൻപുണ്ടായ നാടകവ്യവസ്ഥയെക്കുറിച്ച് അടയാളപ്പെടുത്തിയ അറിവില്ല തന്നെ. പ്രാചീന യവനനാടകവേദിയുടെ തലതൊട്ടപ്പന്മാരായ ഈസ്കിലസ്, സോഫോക്ലിസ്, യൂറിപ്പിഡിസ്, അരിസ്റ്റോഫെനിസ് എന്നിവരിലൂടെ നാടകമാതൃകകളെ ലോകം നേഞ്ചോടുചേർത്തുവച്ചു പഠിച്ചു. ട്രാജഡി അഥവാ ദുരന്തപര്യവസാനിയായ നാടക വിരചനങ്ങൾ പ്രചുരപ്രചാരത്തിൽ വന്നു. ശുഭപര്യവസാനികളായ നാടകങ്ങളും സറ്റയറുകളും അന്നുതന്നെ അനവധി ഉണ്ടായെങ്കിലും ദുരന്തസങ്കല്പത്തിന് അഥവാ അമ്മയെന്നറിയാതെ പരിണയിച്ച് പരമ്പരയുണ്ടാക്കിയവന്റെ ദുരന്തത്തിന് ആ മഹാവേദനയ്ക്ക് മറ്റെന്തിനേക്കാൾ ഹൃദയദ്രവീകരണശക്തിയുണ്ടായതു സ്വാഭാവികം. സകലം ദുരന്തപൂരിതമായ കഥകളുടെ കളിയിടങ്ങളായി ഗ്രീക്ക് നാടകവേദി ലോകത്തിനു മുന്നിൽ വളർന്നേ നിന്നു. മിത്തുകളിൽ നിന്നും പിറവികൊണ്ട അക്കാല നാടകങ്ങളിൽ മുഖംമൂടിയണിഞ്ഞ് മുഴുനീള കഥയുടെ കാതൽ വികാരവിരേചനത്തിനുള്ള ഉപകരണമാക്കിക്കൊണ്ട് പ്രേക്ഷകന്റെ ഹൃദയത്തിനെ ദ്രവീകരിക്കുന്നു, കാലദേശാതീതമായി. അവിടെ പ്രേക്ഷകനു ചിന്തയുടെ സവിശേഷതയില്ല. രംഗസംഭവങ്ങളിൽ അവൻ അലിഞ്ഞലിഞ്ഞ് ഇല്ലാതാവുന്നു. ദുരന്തമേറ്റുവാങ്ങുന്ന കഥാപാത്രമായി അവൻ സ്വയം മാറുന്നു.

ഗ്രീക്കിന്റെ മടിത്തട്ടില്പിറന്ന നാടകം ഇന്നീ നൂറ്റാണ്ടിലും പ്രസക്തമാക്കുന്നത് മനുഷ്യന്റെ ചങ്കിന്റെ കടയ്ക്കൽ ആർദ്രമായി കരുണാമയമായി ഇരിക്കുന്ന സഹജഭാവത്തിന് സവിശേഷമായ അരങ്ങു നിർമ്മിക്കാൻ സാധിക്കുന്നതുകൊണ്ടാണ്. അധുനാതനമായ എന്തുമാറ്റം സംഭവിച്ച് മനുഷ്യൻ എത്ര സാങ്കേതിക വൈദഗ്ദ്ധ്യം നേടുമ്പോഴും അവനിലെ ആർദ്ര ലാവണ്യ കാംക്ഷകൾ സഹയാത്ര ചെയ്യും.

മതങ്ങൾ വാളെടുത്തപ്പോഴെല്ലാം നാടകീയ കലകൾക്കു പക്ഷാഘാതമേറ്റു. റോമിന്റെ നിയന്ത്രണത്തിൽ അതുവരെയും (ബി സി 200) സജീവമായിരുന്ന യൂറോപ്പിന്റെ നാടകാകാശം ഇരുണ്ടു. ക്രൈസ്തവസഭ അഭിനയകലയിൽ വിശ്വാസികൾ അഭിരമിക്കുന്നത് തടഞ്ഞു. തുടർന്നുള്ള നൂറ്റാണ്ടുകളിൽ യൂറോപ്പ് നാടക നിശ്ശബ്ദതയെ കൊണ്ടുനടന്നു. പള്ളികളിൽനിന്നുതന്നെ പിന്നീട് നാടകങ്ങൾ ഉണ്ടായി വന്നതും ചരിത്രത്തിന്റെ നിയോഗം. മിറക്കിൾ പ്ലേകളും മിസ്റ്ററിപ്ലേകളും ക്രിസ്തീയ ആരാധനാലയങ്ങളിലെ പതിവുശീലമായി. നവോത്ഥാന കാലമെന്ന് അടയാളപ്പെട്ട എ ഡി 1500 കൾ അരിസ്റ്റോട്ടിലിന്റെ പൊയറ്റിക്സും ഹൊറേസിന്റെ ആർട്ട് ഓഫ് പൊയട്രിയും നിയോക്ലാസിസത്തിന്റെ ചതുരതയിൽ പുതിയ വഴിയിലൂടെ ദീർഘദൂരം മുന്നോട്ടുപോയി. ചരിത്രത്തിന്റെ താളുകളിൽ ലോകനാടകവേദി നാനാ വഴിയിലൂടെ പിന്നിട്ടു മുന്നോട്ടു പോകുമ്പോൾ നിരവധി മഹാരഥന്മാർ പിറവിപ്പെട്ടു. പ്രാചീനരും ആധുനികരുമായ കലാശാസ്ത്രജ്ഞരുടെ ബുദ്ധി മനീഷിയിൽ പുതിയ പുതിയ സങ്കേതങ്ങൾ ഉണ്ടായി വന്നു.

അരിസ്റ്റോട്ടിലിന്റെ പൊയറ്റിക്സ്

പൊളിച്ചെഴുതലുകളും കണ്ടെത്തലുകളുമായി ഇത്തരത്തിൽ സിദ്ധാന്തങ്ങൾ പലതുണ്ടായി. മാനവികതയുടെ നാവായി നിന്നവയെല്ലാം അടയാളപ്പെട്ടു. മൊളിയറും ഇബ്സനും ബർണാഡ്ഷായും ഓസ്കർ വൈൽഡും തുടങ്ങി ആന്റൺ ചെഖോവ്, യൂജിൻ അയണസ്കോ, സാമുവൽ ബക്കറ്റ്, ഷെനെ, ബ്രഹ്ത് തുടങ്ങി സീമകൾ ലംഘിച്ച് പടർന്ന് വളർന്നു വന്നവർ നിരവധി.

മെഡിറ്ററേനിയൻ ഉൾക്കാടുകളിലെ ഏതോ ചിത്രശലഭത്തിന്റെ ചിറകടിയൊച്ച പോലും നമ്മളെ സ്വാധീനിക്കുന്നുണ്ടാവും എന്നു പറയുന്നതു

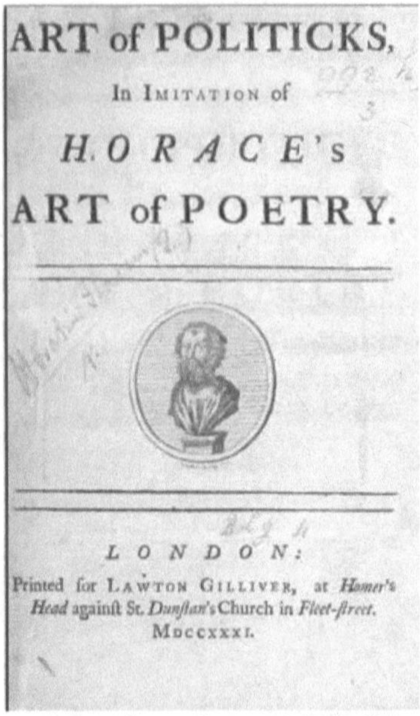
ART of POLITICKS,
In Imitation of
HORACE's
ART of POETRY.

LONDON:
Printed for Lawton Gilliver, at *Homer's Head* against St. *Dunstan's* Church in *Fleet-street*.
MDCCXXXI.

ആർട്ട് ഓഫ് പൊളിറ്റിക്സ്

പോലെ പശ്ചാത്യ ലോകത്തെ അത്ഭുത നാടകങ്ങൾ ഇങ്ങ് ഭാരതത്തിലും കേരളത്തിലും അറിയപ്പെട്ടു. അനുകരിച്ചും പിൻതുടർന്നും മലയാളികളും ദീർഘദൂരം സഞ്ചരിച്ചു. അടങ്ങാത്ത ഒരു പരദേശമൂല്യ മനസ്സ് ഇന്നും മലയാള നാടകവേദിയെ ഭരിക്കുന്നുണ്ട്.

നടനത്തിന്റെ നാഥൻ ആരെന്ന് നാട്യശാസ്ത്രകാരനോട് ചോദിച്ചാൽ ചുടലയതിൽ നടമാടിടുന്ന കപാലിയെന്നാണു പറയുക. നാട്യോല്പത്തിയിൽ ഭരതൻ പറഞ്ഞതും സംഘർഷപൂർണ്ണമായ ജീവിതത്തിന്റെ സങ്കീർണ്ണഗാഥകളുടെ അവതരണ രീതികൾ തന്നെ. മതം മയക്കുന്ന കറുപ്പായും വിശ്വാസം ഭയപ്പെടുത്തുന്ന മുള്ളായും ഉച്ചനീചത്വങ്ങളെ പാലൂട്ടി ദേവനെന്നും അസുരനെന്നും പഠിപ്പിച്ചു വച്ചു. നാടകവും നാടകീയതയും മനുഷ്യൻ മനുഷ്യനോട് ഏറ്റുമുട്ടുമ്പോൾ ഉടലെടുക്കുന്നതാണ്. പൗരസ്ത്യ നാടക ദർശനങ്ങളിൽ ഏറ്റവും പുരാതനമായ കൂടിയാട്ടവും മറ്റു ചില ക്ലാസിക്കൽ രംഗകലകളും സർവ്വാത്മനാ പഠിക്കാനും കരുതിവയ്ക്കാനും പാശ്ചാത്യർ തന്നെയാണു നമ്മളെ ശീലിപ്പിച്ചതെന്നുപറയേണ്ടി വരും. യുനസ്കോയുടെ കണ്ണ് കൂടിയാട്ടത്തിൽ പതിയുവോളം ഗരിമയുള്ള നാടക രൂപമാണ് കൂടിയാട്ടമെന്നു സമ്മതിക്കാൻ ഭൂരിഭാഗവും മടിച്ചു. കഥകളി എന്ന കലാരൂപം കേരളീയന്റെ നാടകമാണെന്നു സമ്മതിക്കാൻ മടിക്കുന്നവരാണ് നമ്മൾ. വർഷങ്ങൾക്കുമുൻപ് തന്നെ സി എൻ ശ്രീകണ്ഠൻ നായർ കുറിച്ചിട്ട വലിയൊരാശയം കാവാലമൊഴികെ ആരും കണക്കിലെടുത്തില്ല. ജപ്പാന്റെ നാടകവേദി കബൂക്കിയും നോയുമാണെന്നു നമ്മൾ സമ്മതിക്കും. പക്ഷേ, കഥകളി മലയാളിയുടെ നാടകമാണെന്നു നമുക്ക് ബോദ്ധ്യമില്ല എന്നാണ് സി എൻ കുറിച്ചിട്ടത്. പൗരസ്ത്യമായതെല്ലാം നമ്മൾക്ക് അപരിചിതമായ വിഷയങ്ങളായി ചുരുങ്ങിയതിനു കാരണങ്ങൾ നിരവധിയാണ്. നൂറ്റാണ്ടുകൾ പരദേശിയുടെ ഭരണത്തിൻ കീഴില്പെട്ട് നമ്മൾ സ്വത്വവും കൃഷിയും ഭാഷയും വിസ്മരിച്ചു. നേരെ മുന്നിൽക്കാണാവുന്ന കാഴ്ചകളെ തിരസ്കരിച്ചു. ഇതിങ്ങനെ ഇവിടെ സൂചിപ്പിക്കുന്നത് പാശ്ചാത്യ പൗരസ്ത്യവാദങ്ങൾ നിരത്തി പണ്ടുള്ളതെല്ലാം ഗംഭീരമെന്നും ഇന്നുള്ളതെല്ലാം മോശമെന്നും അടിവരയിടാനല്ല. ഈ അസമാനതകൾക്കിടയിലും കലാത്മകമായ

ചിലത് ഇണങ്ങി നില്ക്കുന്നുണ്ട്. വർത്തമാനകാല ലോകനാടകവേദിയെ പരാമർശിക്കുമ്പോൾ ഇത്തരത്തിൽ ചിലതു പറയാതെ പോകുന്നത് ശരിയല്ല.

നാട്യശാസ്ത്ര ഓഫ് ഭരതമുനി

ഭൂഖണ്ഡങ്ങൾ വിവിധങ്ങളായിരിക്കാം. സംസ്കാരങ്ങൾ രൂപപ്പെട്ടതും വ്യത്യസ്തമായിട്ടായിരിക്കാം. ഒരു പ്രത്യേക ഭൂപ്രകൃതിയിൽ ഒരു പ്രത്യേക ഭാഷ സംസാരിച്ചുകൊണ്ട് പ്രത്യേക ആഹാരരീതിയും വസ്ത്രധാരണരീതിയും ആരാധനാക്രമങ്ങളും ജീവിതത്തിന്റെ ഭാഗമായിട്ടുണ്ടാവാം, എന്നിരുന്നാലും സകലനാട്ടിലെയും മനുഷ്യന്റെ ചിന്തകളിൽ കലകളിൽ കഥകളിൽ അവൻ അവന്റെ ചരിത്രത്തിനെ വിശ്വാസത്തിനെ ഭയങ്ങളെ മോഹങ്ങളെ, വികാരങ്ങളെ, പറഞ്ഞും കളിച്ചു കാണിച്ചും പുതുക്കിക്കൊണ്ടേയിരിക്കുന്നു. ഇന്നുമതു തുടരുന്നു. തിയറ്റർ എന്ന സങ്കേതത്തിലൂടെ. സാധനയിലൂടെ ചിട്ട ചെയ്തവർ പലർ, ജീവിതത്തിന്റെ നേർക്കാഴ്ചയാക്കി പലർ.. പല ശൈലികൾ... പല രീതികൾ...

തിയറ്ററിന്റെ ക്രിയാലോകത്ത് ആശയങ്ങളുടെ സംഘട്ടനം നടക്കുമ്പോൾ അത് ആധുനിക നാടകമാവുന്നു. അറിഞ്ഞ കഥകളെ മനഃപൂർവ്വം മറന്നുകളഞ്ഞിട്ട് പുതുതായി മറ്റൊന്നിനെ രൂപപ്പെടുത്തി രംഗാവതരണയോഗ്യമാക്കിയ മനുഷ്യന്റെ പ്രതികരണമാണ്, ചിന്തയാണ് എല്ലാ ഭൂഖണ്ഡങ്ങളിലും ഇന്ന് തിയറ്റർ എന്നു രേഖപ്പെടുത്തി വച്ചിട്ടുള്ളത്.

എന്നും ശക്തമായ ആപ്തവാക്യമായി തിയറ്റർ എല്ലാ സമൂഹത്തിനും മൂർച്ചയുള്ള ആയുധമാണ്. കനിവുള്ള കലയാണ്. സ്വയം പുതുക്കുകയും സഹജീവികളെ പുതുക്കുകയും മാറ്റിനിർത്തി ചിന്തിപ്പിക്കുകയും ന്യായാന്യായങ്ങൾ വിധിക്കുവാൻ തക്ക ഉപകരണമായും തിയറ്റർ നിലകൊള്ളുന്നു. കോറിയിടാൻ ഏറെയുള്ള ആഴവും പരപ്പുമുള്ള ലോകമാണ് രംഗകലകളുടെ ലോകം. കടലിനു വിഴുങ്ങാവുന്നതിലുമധികമുള്ള വൻകരയാണ് തിയറ്റർ. സമാനതകളില്ലാതെ, ലോകരാഷ്ട്രങ്ങളിലെല്ലാം തിയറ്റർ ഇന്ന് പ്രായോഗിക പാഠശാലകളും രംഗശാലകളും നിർമ്മിച്ചു

കൊണ്ടേയിരിക്കുന്നു. കെട്ടകാലത്തിന്റെ ദശാസന്ധികളിൽ ചിലപ്പോൾ ഈ മേഖല തളർന്നുപോയിട്ടുള്ള സന്ദർഭങ്ങളുണ്ടായിട്ടുണ്ട്. തളർന്നതിനേക്കാൾ എഴുന്നുവന്ന ഘട്ടങ്ങളുമുണ്ട് ചരിത്രത്തിൽ. ഇന്ത്യയിൽ തിയറ്റർ പുതുയുഗം കണ്ടുകഴിഞ്ഞു. സുസജ്ജമായ യുദ്ധത്തിനു സന്നദ്ധരായ നാടകപ്പടയാളികൾ ഇന്നിന്ത്യയിൽ നിരവധിയാണ്. കേരളത്തിലും സ്ഥിതി മറിച്ചല്ല. ശക്തമാവുകയാണ് തിയറ്റർ രംഗം. ഒരു തിരയിൽനിന്നും ഒരായിരം തിര ഉയർത്താനുള്ള ശക്തി ഇന്നതിനുണ്ട്. ഭാവനയുടെ തിരയടങ്ങാക്കടൽ. മനസ്സിലുള്ള ഒരായിരം പേരുണ്ടങ്ങനെ. ശക്തമാണ് ഈ കല. ശക്തരാണ് പ്രയോക്താക്കളും. ഓരോന്നിനും ഓരോന്നിന്റേതായ വിശദീകരണമഹത്ത്വമുണ്ട്. ഐതിഹാസികതയുണ്ട്. പറയുവാൻ ഏറെയുണ്ട്. ഗ്രീക്കിൽ തുടങ്ങി ഇങ്ങുകേരളക്കരയോളം എത്തിനില്ക്കുന്ന വർത്തമാനകാല നാടകകാര്യങ്ങൾ.

അരങ്ങുകാണാത്ത ടാഗോർ

ഇന്ത്യൻ നാടകകൃത്തുക്കളിൽ ഇന്നോളമുണ്ടായവരിൽ സുദുർഘടമായ രചനാരീതികൊണ്ട് സംവിധായകനെ കുഴയ്ക്കുന്നതാരാണ് എന്നൊരിക്കൽ പ്രൊഫസർ എസ് രാമാനുജത്തിനോട് ഞാൻ ചോദിച്ചു. പൊടുന്നനെ അദ്ദേഹം പറഞ്ഞത് ടാഗോർ എന്നാണ്. തിയറ്റർ ലിറ്ററസി എന്തെന്നു നാടകവിദ്യാർത്ഥികളെ പഠിപ്പിക്കുകയും ദക്ഷിണേന്ത്യയിലെ നാടകാന്വേഷകരെ തിയറ്ററിന്റെ സാദ്ധ്യതകൾ പരിചയപ്പെടുത്തുകയും ചെയ്ത അദ്ദേഹത്തിന്റെ മറുപടി എന്നെ ആശ്ചര്യപ്പെടുത്തി. വിവിധ ഭാഷകളിൽ നൂറിലേറെ നാടകങ്ങൾ സംവിധാനം ചെയ്തിട്ടുള്ള പ്രൊഫ. രാമാനുജം ടാഗോറിലെ നാടകകാരനെ അന്വേഷിച്ചവരിൽ ഒരാളാണ്.

ഭാരതീയരിൽ ടാഗോറിനോളം രംഗകലാമനസ്സു കണ്ടെത്താവുന്ന ആദ്യകാല രചിതാക്കൾ ഉണ്ടോ എന്നു സംശയമാണ്. ഗ്രീക്കിന്റെ മഹാപാരമ്പര്യവും യൂറോപ്പിന്റെ ആകാശ സഞ്ചരണവും പരിചിതമായിരുന്ന ടാഗോറിന്റെ നാടക ദർശനങ്ങൾ മിക്കതും ഇന്നും പ്രസക്തമാണ്. മതമൗലികവാദവും ദേശീയതയും മറ്റും അത്രകണ്ട് ആപല്ക്കരമായി സമൂഹത്തെ മലിനപ്പെടുത്തിക്കൊണ്ടിരിക്കുന്നു. ഭക്തിയും വിശ്വാസവും അത്രമേൽ കുഴപ്പം പിടിച്ച രീതിയിൽ ഇന്ത്യയിൽ വിറ്റഴിക്കപ്പെടുന്നു. എഴുത്തുകാരെയും എതിർത്തു പറയുന്ന നാവുകളെയും ചിത്രവധം ചെയ്യുന്നു. വിവേകമുള്ള എതിർപ്പുകളെ ആക്രമിക്കുന്നു, കൊന്നൊടുക്കുന്നു.

ടാഗോറിന്റെ നൂറ്റൻപതാം സ്മൃതിവർഷത്തിൽ ഇന്ത്യയിലുടനീളമുള്ള നാടകപ്രവർത്തകർക്ക് കേന്ദ്ര സാംസ്കാരിക വകുപ്പ് ഫണ്ട് അനുവദിച്ചിരുന്നു. കഴിഞ്ഞ വർഷം മാത്രം നൂറ്റൻപതില്പരം രംഗാവതരണങ്ങൾ ഇന്ത്യയിലെ വിവിധ ഭാഷകളിലായി ഉണ്ടായി. കോടിക്കണക്കിനു രൂപ ഇതിനായി ചെലവഴിച്ചു, എന്നിട്ടും ടാഗോർ നാടകങ്ങൾ ചർച്ചയ്

ക്കെടുക്കുന്നതായി കണ്ടില്ല. കേരളത്തിൽനിന്നും ടാഗോറിലേക്ക് ആരും ശക്തിയോടെ നോക്കിയതായി തോന്നിയുമില്ല. കോടിക്കണക്കിനു രൂപ ചെലവഴിച്ചു നടപ്പിലാക്കിയ ടാഗോർ പ്രോജക്ടുകൾക്ക് ഫലത്തിൽ എന്തു സംഭവിച്ചു? കാശ്മീർ മുതൽ കന്യാകുമാരിവരെപ്പരതിയാലും ശ്രദ്ധേയമായ അവതരണങ്ങൾ കണ്ടെത്താനാവില്ല. എന്തുകൊണ്ടാണിങ്ങനെ?

ടാഗോറിനെ പലരും ഭയപ്പെടുന്നത് എന്തുകൊണ്ടാണ്. കടുത്ത ഹിന്ദുത്വവാദിയെന്ന ചട്ടിയിൽ അദ്ദേഹത്തെ വറുത്തെടുക്കാനാവുമോ? നോബൽ സമ്മാനത്തോളം വളർന്ന ഒരാളെ വായിച്ചെടുക്കുന്നതിൽ സങ്കുചിതമായ മനോനില ഉണ്ടാവുന്നതെന്തുകൊണ്ടാണ്?

രക്ത കരബിയും തപാലാപ്പീസും രാജയും ബിസർജനും മുക്തധാരയും മുതലുള്ള ദീർഘ നാടകങ്ങൾ അദ്ദേഹത്തിന്റേതായുണ്ട്. നിരവധി ഹ്രസ്വ നാടകങ്ങളും ടാഗോർ എഴുതിയിട്ടുണ്ട്. കവിതയും നാടകവും ഇഴചേർന്ന് ഒന്നിക്കുന്ന ഭാവനാപൂർണ്ണമായ രചനാപദ്ധതിയാണ് ടാഗോറിന്റേതെന്ന് പ്രൊഫ. രാമാനുജം നിരീക്ഷിക്കുന്നു. കഥാപാത്രരൂപീകരണത്തിലും മറ്റും വച്ചുപുലർത്തിയിരുന്ന നിഷ്കർഷത കാലാതീതമാണെന്ന് നമ്മളും ഉറപ്പിക്കും. ഷേക്സ്പിയർ നാടകങ്ങളുടെ പ്രചാരം ഇന്ത്യയിൽ വളരുമ്പോൾ തന്നെ ടാഗോർ ആ ഭാഷയോടും സംസ്കാരത്തിനോടും. സവിശേഷമായ അടുപ്പം സൂക്ഷിച്ചു. ആംഗലേയ ശൈലിയോട് തത്വത്തിൽ രമ്യപ്പെട്ടുകൊണ്ട് പുരാണത്തിലേക്കും മിത്തുകളിലേക്കും സഞ്ചരിച്ചു. സുദീർഘസംഭാഷണങ്ങൾ കൊണ്ട് സാഹിത്യത്തെ പരിലാളനം ചെയ്യുമ്പോൾ തന്നെ സവിശേഷമായ ചില അരങ്ങു ശീലങ്ങളെ സ്വകീയമായി നിർമ്മിച്ചു. അക്കാലത്ത് ശാന്തിനികേതനത്തിന് അകത്തുള്ളവർക്കു പെട്ടെന്ന് അദ്ദേഹത്തിന്റെ ദർശനങ്ങൾ ഉൾക്കൊള്ളാൻ കഴിഞ്ഞിരുന്നു. എങ്കിലും പുറത്ത് സാധാരണ നാടക കുതുകികളുടെയും പഠിതാക്കളുടെയും ഇടയിൽ അത്രയൊന്നും അഭിപ്രായം നേടാൻ ടാഗോർ നാടകങ്ങൾക്കു കഴിഞ്ഞിരുന്നില്ല.

രക്ത കരബി

*മുക്തധാര*യുടെ രാഷ്ട്രീയം തീവ്രദേശീയതയാണെന്നും തനി ഫ്യൂഡൽ നിർമ്മിതിയാണെന്നും വിമർശനമുയർന്നിരുന്നു. കഥാപാത്രങ്ങളും ബിംബങ്ങളും മറ്റും ശുഷ്ക ദേശീയതാപക്ഷമാണെന്ന് വിധിയെഴുതി. കൃതിയുടെ ആന്തരഘടനയിലെ മാനുഷികാംശം തിരയാൻ മിനക്കെടാതെ മിസ്റ്റിസിസത്തിന്റെ കുറ്റിയിൽ കെട്ടി ടാഗോറിനെ അനംഗീകരിച്ചവരുമുണ്ട്.

ദേശീയതയും ദേശസ്നേഹവുമായി ബന്ധപ്പെടുത്തി ടാഗോറിന്റെ അഭിപ്രായങ്ങൾ ശ്രദ്ധേയമാണ്. വർത്തമാനകാല ഇന്ത്യയുടെ രാഷ്ട്രീയ പരിതസ്ഥിതിയിൽ പതിയിരിക്കുന്ന അപകടം ചൂണ്ടിക്കാണിക്കാൻ അവയ്ക്കു സാധിക്കുന്നു. മാനവികതയുമായല്ലാതെ സന്ധി ചെയ്യരുതെന്ന് അദ്ദേഹം പലപ്പോഴും പറഞ്ഞു. ദേശീയ ആരാധനയുടെ ഭീകരതയോ വിഗ്രഹാരാധനയോ ഒന്നുമല്ല മനുഷ്യചരിത്രത്തിന്റെ ലക്ഷ്യമെന്നു പറഞ്ഞ ടാഗോറിന്റെ മനഃശ്ശാസ്ത്രഭൂമികയിലേക്ക് ഇന്നിന്റെ നാടകക്കാർ ശ്രദ്ധയോടെ കടന്നുചെല്ലണം. സാമാന്യ മനുഷ്യരെക്കൂടി അതു പരിചയപ്പെടുത്തണം. സമകാലിക രാഷ്ട്രീയ സാഹചര്യത്തിൽ ടാഗോറിന്റെ പ്രസക്തിയും പരപ്പും എന്താണെന്നു കണ്ടെത്തണം. ടാഗോറിലെ ജീനിയസ് എപ്രകാരമാണ് എല്ലാക്കാലത്തെയും മനുഷ്യരെ സ്വാധീനിക്കുന്നതെന്നു പഠിക്കണം.

ടാഗോർ നാടകങ്ങൾ സംവിധായകർക്ക് വെല്ലുവിളിയായിത്തീരുന്നത് എന്തുകൊണ്ടാണ്?

ബംഗാളില്പോലും നവചലനങ്ങൾ ടാഗോർ കൃതികളിലൂടെ സംഭവിക്കാതെ പോയിട്ടുണ്ട്. രാമാനുജത്തിന്റെ തന്നെ അഭിപ്രായത്തിൽ കൃതിയെ വായിച്ചെടുക്കാനും അരങ്ങിന്റെ ഭാഷയിലേക്ക് വയ്ക്കാനും വളരെ ബുദ്ധിമുട്ടാണ്. ക്രാഫ്റ്റ് അക്കൃതികളിലെ ആർട്ടിനെ തൃപ്തിപ്പെടുത്തിക്കൊണ്ട് പ്രേക്ഷകരുടെ മുന്നിലെത്തിക്കാൻ പല സംവിധായകർക്കും സാധിക്കുന്നില്ല. ഗിരീഷ് കർണ്ണാടുൾപ്പെടെയുള്ളവർ വാചാടോപതയാണ് ടാഗോർ നാടകങ്ങളെന്നു പറഞ്ഞുവച്ചു. വാക്കുകൾക്കിടയിൽ, വരികൾക്കിടയിൽ ഒളിഞ്ഞിരിക്കുന്ന സജീവതയെ കണ്ടെത്താൻ ക്ഷമയും ഉത്സാഹവും വേണ്ടിവരും. *മുക്തധാര*യിലെ പ്രധാന

ടാഗോറിന്റെ നാടകങ്ങൾ

കഥാപാത്രം അഭിജിത്ത് ഒരു രാജകുമാരനാണ്. ആണായിരിക്കെ പെണ്ണിന്റെ മനസ്സുള്ള ഒരാൾ. എന്നാൽ ട്രാൻസ്ജന്റർ അല്ലതാനും. ആണിന് പെൺവേഷം കെട്ടി അഭിനയിക്കാനാകും. പക്ഷേ, പെണ്ണിന്റെ മനസ്സെങ്ങനെ കൈവരും? അതാണു വെല്ലുവിളി.

ടാഗോർ നാടകങ്ങളെ ആധുനിക ഇന്ത്യൻ നാടകവേദിക്കു പരിചയപ്പെടുത്തിയത് ശംഭുമിത്രയാണ്. ടാഗോറിന്റെ രചനകളെ ആധുനിക മനസ്സോടെ വ്യാഖ്യാനിക്കാൻ ശംഭുമിത്രയ്ക്കു കഴിഞ്ഞു. അതുവരെയും ദർശിക്കാത്ത ഭാവുകത്വം നല്കി ടാഗോർ നാടകങ്ങൾ ചർച്ചയ്ക്കു വച്ചു. *രക്തകരബി*യും *രാജ*യും *ബിസർജ*നും വളരെ ചർച്ച ചെയ്യപ്പെട്ടിരുന്നു. തുടർന്ന് നാഷണൽ സ്കൂൾ ഓഫ് ഡ്രാമയിലും ഇതര തിയറ്റർ സ്ഥാപനങ്ങളിലും ഗൗരവമായി ടാഗോർ നാടകങ്ങൾ പഠിച്ച് അവതരിപ്പിക്കാൻ തുടങ്ങി.

കനയ്ഹലാലിന്റെ സംവിധാനത്തിൽ ഏകപാത്ര നാടകമായി *തപാലാപ്പീസി*ന്റെ അവതരണം എടുത്തുപറയത്തക്കതാണ്. രോഗബാധിതനായ അമലും അവന്റെ കാത്തിരിപ്പും...

'മണിയടിക്കുന്നത്, സമയം നിർത്താതെ നീങ്ങിക്കൊണ്ടിരിക്കുകയാണെന്ന് സകലരേയും അറിയിക്കാനാണെന്ന്' ചിന്തിപ്പിക്കുന്ന ദർശന സൗകുമാര്യത ഈ നാടകത്തിന്റെരചനാരീതിയിൽ അന്തർല്ലീനമാണ്. ഒരേ സമയം ടാഗോർ ഭൗതികവാദിയും ആത്മീയവാദിയും ഒക്കെയാണ്. എന്നിരുന്നാലും ഇന്ത്യൻ നാടക വേദിയുടെ സ്വത്വാന്വേഷണഗതിയിൽ ശ്രദ്ധേയങ്ങളായ സവിശേഷതകൾകൊണ്ട് തന്നിടംകാത്ത രചിതാക്കളിൽ പ്രഥമൻ തന്നെയാണ്.

പുതിയ പുതിയ വീക്ഷണകോണുകളിലൂടെ ടാഗോർ വായിക്കപ്പെടേണ്ടതുണ്ട് എന്ന് ബി വി കാരന്ത് ഒരിക്കൽ പറഞ്ഞു. സംഗീതവും സാഹിത്യവും നാടകീയതയും ലയിപ്പിച്ച് കാരന്ത് *മുക്തധാര* സംവിധാനം ചെയ്ത് അരങ്ങിലെത്തിച്ചു. അണക്കെട്ടുകൾക്കും ഭീമൻ കാറ്റാടി യന്ത്രങ്ങൾക്കും എതിരെ കലാപക്കൊടി ഉയർത്തി *മുക്തധാര*യിലൂടെ പ്രകൃതി സൗഹൃദ ജീവിതം ഇന്നത്തെ മനുഷ്യനെ ഓർമ്മപ്പെടുത്തുന്നുണ്ട് ടാഗോർ. വായ തുറന്ന് വിഴുങ്ങാൻ വരുന്ന രാക്ഷസീയമായ കാറ്റാടി യന്ത്രമാണ് കാരന്ത് അരങ്ങിൽ ആദ്യം നിർമ്മിച്ചത്.

ജനങ്ങളുടെ സുഗമമായ ജീവിതത്തിനെ തടസ്സപ്പെടുത്തുന്നതൊന്നും സൃഷ്ടിക്കരുതെന്നും ഭീതിപ്പെടുത്തുന്നതൊന്നും കെട്ടിപ്പൊക്കരുതെന്നും പ്രകൃതിയെ വെല്ലുവിളിക്കരുതെന്നും *മുക്തധാര*യിലൂടെ ടാഗോർ പറയുന്നു.

"ഇടതു കൈയുടെ കൃപണതകൊണ്ട് അവരുടെ വഴിയടച്ചിട്ട് വലതു കൈയുടെ ഔദാര്യംകൊണ്ട് അവരെ രക്ഷിക്കുക സാദ്ധ്യമല്ല" എന്നാണ് ടാഗോർ അഭിജിത്തിലൂടെ പറഞ്ഞുവയ്ക്കുന്നത്. മനുഷ്യ പക്ഷം ചേർന്നുള്ള അനുഗമനങ്ങൾ ഇതിൽ സവിശേഷമാണ്.

പെരുവെള്ളത്തിര തള്ളി പ്രളയം കേരളത്തിലെ മഹാഭൂരിപക്ഷം

ജനങ്ങളെയും അരക്ഷിതമാക്കിയിട്ടുള്ള കാലം കൂടിയാണിത്. നൂറു വർഷം മുൻപ് ടാഗോറിന്റെ ദൃഷ്ടി പതിഞ്ഞ അപകടകരമായ യന്ത്രങ്ങളും കൂറ്റൻ നിർമ്മിതികളും പ്രകൃതി വിനാശശീലമാണെന്നു തിരിച്ചറിയാൻ നമ്മളും മറന്നു. പ്രകൃതിയെ സംരക്ഷിക്കാനുള്ള മനസ്സില്ലാത്ത മലയാളികളുടെ ഓട്ടപ്പാച്ചിലിലേക്ക് പാഞ്ഞുകയറിയ വെള്ളത്തിരയെപ്പറ്റി നമ്മളിന്നു ദുഃഖിതരാണ്.

ആവർത്തിച്ചു വായിക്കാനുള്ള, ചിന്തിക്കാനുള്ള തരത്തിൽ ടാഗോർ പുതിയ ഡിസൈനിൽ പുറത്തു വരിക തന്നെ വേണം.

പത്തു വർഷത്തിനിടയിൽ കേരളത്തിൽ അപൂർവ്വമായേ ടാഗോർ നാടകങ്ങൾ അരങ്ങു കണ്ടിട്ടുള്ളൂ. അതിൽ ചിലതൊക്കെ അപക്വമായ സമീപനംകൊണ്ട് ശ്രദ്ധിക്കാതെയും പോയി. ഒരുവേള കാവാലത്തിന് *മുക്തധാര* സംവിധാനം ചെയ്യാൻ തോന്നിയതാണ് അതിൽ അപവാദമായി പറയാവുന്നത്. നാട്യധർമ്മത്തിന്റെ അതിപ്രസരംകൊണ്ട് കഠിനമായിരുന്നു കാവാലത്തിന്റെ അവതരണം. തൃശൂർ സ്കൂൾ ഓഫ് ഡ്രാമയിലെ നാടകലാബിൽ ചില പഠിതാക്കൾ ടാഗോറിനെ സ്പർശിച്ചുപോയിട്ടുണ്ട്. പുറംലോകമറിയാത്ത ചില സംരംഭങ്ങളായി അതൊക്കെ അപ്രസക്തങ്ങളുമാണ്.

ടാഗോറിന്റെ പേരിലുള്ള സെന്റിനറിഹാളുകൾ കേരളത്തിലുണ്ട്. സിനിമാപ്രദർശനത്തിനു കൊടുക്കരുതെന്ന കരാറിൽ ആരംഭിച്ചതാണ് അവയൊക്കെ. ഈ ഹാളുകളിൽ സിനിമ മാത്രമാണ് പ്രാധാന്യത്തോടെ പ്രദർശിപ്പിക്കുന്നത്. നാടകാവതരണത്തിനു നല്കുന്നതാകട്ടെ വലിയ വാടകയ്ക്കും. വേണ്ടുന്നരീതിയിൽ ടാഗോർ മാനിക്കപ്പെടാതെ പോയിട്ടുണ്ടെങ്കിൽ അത് ആത്മനിന്ദയാണ്. തിരിഞ്ഞുനോക്കി കണ്ടെത്താവുന്ന നന്മകളും ടാഗോർ എന്ന ജീനിയസിന്റെ, ആലേഖനങ്ങളിൽ, കവിതകളിൽ, കഥകളിൽ നാടകങ്ങളിൽ പതിഞ്ഞിരിപ്പുണ്ട്. അതു കണ്ടെത്തേണ്ടത് അത്യാവശ്യമാണ്. മതമൗലികവാദികളുടെ നെറികേടുകളെ അതേ നാണയത്തിൽത്തന്നെ തിരിച്ചടിക്കണമെങ്കിൽ ഭാരതീയ മനസ്സുമായി മാനവികതയെപ്പറ്റി ഉറക്കെ ചിന്തിച്ച ടാഗോറിനെ കൊണ്ടുതന്നെ പ്രതിരോധിക്കേണ്ടതുണ്ട്.

വരൂ, നമുക്കൊരു നാടകം കളിക്കാം

കലഹങ്ങളുടെ കലങ്ങിയ കണ്ണുമായി കുട്ടികൾ നട്ടപ്പാതിരയ്ക്ക് നാടകമത്സരവേദിക്കു ചുറ്റും സമ്മാനിതരാവാൻ തിരക്കുകൂട്ടി നടക്കുന്നു. പലവിധ രംഗവിധാനസാമഗ്രികൾക്കിടയിൽ കൂറ്റൻ രംഗോപകരണങ്ങൾ തലച്ചുമടായി കൊണ്ടുവച്ച് കുട്ടികൾ മത്സരനാടകം കളിച്ചു തളർന്നു വീഴുന്നുണ്ട്. മുതിർന്നവർ കൊടുക്കുന്ന കഠിനതരമായ പരിശീലനത്തിന്റെ വേവലാതിയുണ്ട് കുട്ടികളിൽ. മത്സരഫലത്തോളം കൊണ്ടു നടക്കുന്ന വലിയ സമ്മർദ്ദങ്ങളുണ്ട് അവരിൽ. ഫലപ്രഖ്യാപനത്തിന്റെ 'വിധി' വൈപരീത്യങ്ങൾക്കിടയിൽ നിന്ദിതരായിത്തീരുന്നുണ്ടവർ. വിവാദക്കൊടുങ്കാറ്റിൽ തകർന്നുവീഴുന്ന അരങ്ങു മോഹങ്ങളുണ്ട് അവർക്കിടയിൽ. ഉടലിലണിയുന്ന വസ്ത്രത്തിന്റെ നിറം മുതൽ കഥാപാത്രത്തിനുവേണ്ടി ഉരുവിടുന്ന സകല വാക്കുകളിലും കാലുഷ്യത്തിന്റെ കറ പുരട്ടി നരപ്പിച്ച് അകാലത്തിൽ പെട്ടുപോയിട്ടുണ്ട് നമ്മുടെ കുട്ടികൾ, അവർ ക്ഷീണിതരാണ്. പാഠഭാഗങ്ങൾ ഉരുവിട്ടു ക്ഷീണിച്ച ചുവർക്കെട്ടിനുള്ളിൽ നിന്നും പ്രൊസീനിയത്തിന്റെ ചുറ്റുമതിലിനകത്ത് അവർ പെട്ടു പോയിരിക്കുന്നു. നാം മുതിർന്നവർ അവരെ പെടുത്തിയിരിക്കുന്നു. തടവറ പോലെ വീട്ടിടങ്ങളും കോടതിപോലെ കളിയിടങ്ങളും ജയിൽപോലെ വിദ്യാലയങ്ങളും. അധാർമ്മികമായ മെരുക്കലിന്റെയും വിധിക്കലിന്റെയും ശീലക്കേടുകളുള്ള മുതിർന്ന കുറച്ചു നാടകപ്രവർത്തകർ കുട്ടികളുടെ നാടകവേദിയിലിടപെട്ടുകൊണ്ട് ബാലശാപങ്ങളാണ് ഏറ്റുവാങ്ങിക്കൊണ്ടിരിക്കുന്നത്.

സംസ്ഥാന സ്കൂൾ യുവജനോത്സവത്തിൽ കുട്ടികളുടെ നാടകവേദി കലങ്ങിമറിയുന്നുണ്ട്. സബ് ജില്ലാതലം മുതൽ വിവാദങ്ങളാണ് എവിടെയും. കൈയാങ്കളികൾ, മല്പിടുത്തങ്ങൾ, അസഭ്യവർഷങ്ങൾ,

സ്നേഹശൂന്യതകൾ, കൊലപാതകശ്രമത്തോളം ചെന്നെത്തുന്ന കെടു കാര്യങ്ങൾ. ജഡ്ജസ് മോശം, പ്രമേയം വികലം, അവതരണം പഴഞ്ചൻ, കുട്ടിത്തമില്ലാത്ത കുട്ടികൾ, ടീം മോശം, സങ്കേതം കഠിനം, സംവിധായകൻ ഗംഭീരൻ, രചന ബാലിശം, സമരമാണ് നാടകം ഇങ്ങനെ അവകാശ ആരോപണ പ്രത്യാരോപണങ്ങളുടെ കേസു വിസ്താരമാണ് പലയിടത്തും നടക്കുന്നത്. അവധാനതയോടെ, സംശയനത്തോടെ കലകൈകാര്യം ചെയ്യേണ്ടുന്ന ഇടത്ത് കടന്നകൈകൾ പ്രയോഗിച്ച് കലയുടെ സദുന്മാദത്തെയും ഉദാത്തതയേയും നമ്മൾ നഷ്ടപ്പെടുത്തുന്നു. മുതിർന്നവരുടെ ലോകം കുട്ടികൾക്കു പരിചയപ്പെടാൻ നിരവധി വഴികളുണ്ട്. കുട്ടികളുടെ ലോകം കണ്ടറിയാനാണ് മുതിർന്നവർക്കു മാർഗ്ഗമില്ലാത്തത്. തന്റെ കുട്ടിക്കാലം അവസാനിക്കുന്നതോടെ ഈ ലോകത്തു കുട്ടിക്കാലം അവസാനിച്ചു എന്നു ചിന്തിക്കുന്നവരാണ് നമ്മളിൽ പലരും. അറിവിൽ കുറഞ്ഞവരെന്നും ബുദ്ധി കുറഞ്ഞവരെന്നും നമ്മളാക്കുട്ടിക്കാലത്തിനെ നോക്കി ദ്വേഷിക്കുന്നുമുണ്ട്.

ഒന്നിലേറെത്തവണ സംസ്ഥാന സ്കൂൾ യുവജനോത്സവത്തിൽ വിധികർത്താവായി പ്രവർത്തിച്ചപ്പോൾ തോന്നിയ ആശങ്കകൾ പലതാണ്. രസിച്ചു പഠിക്കാൻ സാധിക്കുക എന്നതിനേക്കാൾ പ്രധാനമാണ് രസിച്ചു കളിക്കുക എന്നത്. നാടകം കളിച്ചു രസിക്കാനുമാവണം. യുവജനോത്സവത്തിൽ വന്നുപെടുന്ന നാടകങ്ങളിൽ പലതും കുട്ടികൾ കളിച്ചു രസിക്കുന്നതായി തോന്നിയിട്ടില്ല എന്നതാണ് വാസ്തവം. അരങ്ങിൽ സ്വയം ആസ്വാദിക്കാത്തതും അനുഭവിക്കാത്തതുമായ ഒരു രസനീയതയും പ്രേക്ഷകരിലേക്കു പകരപ്പെടില്ല. കുട്ടികൾ പറയാനാഗ്രഹിക്കുന്നത് പറയാൻ സാധിക്കാതെ മാഷ് ഇങ്ങനെ പറയാൻ പറഞ്ഞു അതു പരിശീലിച്ചു പറയാൻ സാധിക്കുന്നു എന്നതിനപ്പുറം ഒരു രസവും കുട്ടികളിൽ കാണാൻ സാധിച്ചിട്ടുമില്ല. അപൂർവ്വം ചില നാടകങ്ങൾ വലിയ നിലവാരത്തോടെ കുട്ടികൾ പ്രേക്ഷകരായി ഇരിക്കുന്ന സദസ്സിലേക്ക് അടയാളപ്പെട്ടിട്ടുമുണ്ട്. ചില സ്കൂളുകൾ തികഞ്ഞ ആത്മാർത്ഥതയോടെ രസച്ചരടു മുറിയാതെ നാടകങ്ങളൊരുക്കാൻ മനസ്സു വയ്ക്കുന്നുമുണ്ട്. പിടിച്ചുകെട്ടി പിടിവിട്ട ആശയങ്ങൾ കുട്ടികളെ തല്ലിപ്പഠിപ്പിച്ച് നാടകമാക്കുന്നവരല്ല ഇക്കൂട്ടർ.

വലിയ വലിയ സംഭാഷണങ്ങളുള്ള ബൃഹത്തായ നാടകങ്ങളും സുഘടിത നാടകങ്ങളുമാണ് ആദ്യകാല യുവജനോത്സവ നാടകമത്സരങ്ങളിൽ കുട്ടികൾ കളിച്ചിരുന്നത്. ഭാഷാദ്ധ്യാപകരാൽ പരിശീലിപ്പിക്കപ്പെട്ടിരുന്ന നാടകങ്ങൾ. തിയറ്റർ എന്ന ആശയമോ അരങ്ങു സാക്ഷരതയോ തീരെയില്ലാതെ കുട്ടികളിൽ മനഃപാഠശീലം, ഉച്ചാരണം, പാത്രബോധം, നാടക സാഹിത്യം ഇവയിലുള്ള അറിവ് ഉണ്ടാക്കിയെടുക്കുക എന്നതു മാത്രമായിരുന്നു അന്നത്തെ നാടകം കളിയിലെ കാര്യം. പ്രൊഫ. ജി ശങ്കരപ്പിള്ള എന്ന നാടകശാസ്ത്രകാരന്റെ ആശയലോകത്ത് അന്വേഷണത്തിലൂടെ ഉണ്ടായിവന്ന ലോകനാടക സങ്കല്പനം

അന്നുവരെ ഉണ്ടായിരുന്ന അരങ്ങു ശീലങ്ങളെ പുതുവഴിക്ക് നയിക്കാൻ ശ്രമിച്ചു.

നരേന്ദ്ര പ്രസാദ്

കുട്ടികളുടെ നാടകമുൾപ്പെടെ ലോകത്താകമാനമുള്ള വിവിധ നാടക വേദികളെ മലയാളിക്കു പ്രായോഗികമായി പരിചയപ്പെടുത്താൻ പരിശ്രമിച്ചവരിൽ പ്രമുഖനാണ് പ്രൊഫ. ജി ശങ്കരപ്പിള്ള. കുറേയേറെ നാടകങ്ങൾ അദ്ദേഹം പഠനപ്രക്രിയയ്ക്കായി എഴുതിയിട്ടുമുണ്ട്. സ്കൂൾ ഓഫ് ഡ്രാമയിൽ കുട്ടികളുടെ നാടകം ഐച്ഛിക വിഷയമാക്കി പഠിക്കാനുള്ള അവസരമുണ്ടാക്കിയതും അദ്ദേഹമാണ്. പ്രൊഫ. രാമാനുജവും പി കെ വേണുക്കുട്ടൻ നായരും അതിന്റെ ആദ്യകാല ആസൂത്രകരും പ്രയോക്താക്കളുമായി ഉണ്ടായിരുന്നു. അവരിലൂടെ നിരവധി പഠിതാക്കൾ സർട്ടിഫിക്കറ്റ് നേടി പുറത്തുവന്നിട്ടുണ്ട്. സ്കൂൾ നാടകങ്ങൾ സ്പാർട്ടക്കസ്സിലും സമത്വവാദിയിലും എക്സ്പ്രഷനിസ്റ്റ് സങ്കേതങ്ങളിലും പെട്ട് നട്ടം തിരിയുമ്പോഴാണ് കുട്ടികൾ പ്രേക്ഷകരായി ഇരിക്കുന്ന നാടകവേദിയെപ്പറ്റിയുള്ള ചിന്ത പ്രൊഫ. ജി ശങ്കരപ്പിള്ള ഉയർത്തിവിടുന്നത്. അതുവരെയും പച്ചയും ചുവപ്പും മഞ്ഞയും പൂശി ഞാൻ കാലമെന്നും ഞാൻ പ്രകൃതിയെന്നും പറഞ്ഞ് സ്വയം അറിയാവാക്കുരുവിട്ടിരുന്ന ദുരൂഹനാടകങ്ങളെ പടികടത്തി നടയടച്ചു. എൺപതുകളുടെ തുടക്കത്തോടെ കുറേശ്ശയായി യുവജനോത്സവ നാടകങ്ങളുടെ മനഃശാസ്ത്രം മാറിത്തുടങ്ങി. കണ്ടതിൽ ഓർമ്മയുള്ള അത്തരം നാടകങ്ങളിൽ ആദ്യത്തേത് എം കെ മനോഹരന്റെ 'ആശാസദനത്തിലെ അന്തേവാസികൾ' എന്ന നാടകമാണ്. അതേ സമയം അമച്വർ എന്നു വിളിപ്പേരിട്ടിക്കുന്ന സമാന്തര നാടകവേദിയിലെ മത്സരനാടകഗണത്തിൽ പെടുന്ന ചില നാടകങ്ങളും കളിക്കുന്നുണ്ടായിരുന്നു. അവയിൽ നരേന്ദ്രപ്രസാദിന്റെ *മാർത്താണ്ഡവർമ്മ എങ്ങനെ രക്ഷപ്പെട്ടു* മുതൽ ടി എം എബ്രഹാമിന്റെ *കൊഴുത്തകാളക്കുട്ടി*യും *കീറിമുറിച്ച കണ്ണും പെരുന്തച്ചനും* പി എം താജിന്റെ *കുടുക്ക*യും പി ബാലചന്ദ്രന്റെ *ചെണ്ട*യും *മകുടി*യും *ചുനരി*യും മറ്റും പെടും.

എൺപതുകളുടെ മദ്ധ്യത്തിൽ മണിയപ്പൻ ആറന്മുളയുടെ നാടകങ്ങൾ സ്കൂൾ നാടകവേദി കൈയടക്കി. *പൂതപ്പാട്ട്*, *പട്ടിണിഗാഥ*, ടി എം എബ്രഹാം എഴുതിയ *പ്രൊമത്യൂസ്*, *സ്വപ്നഭവനം*, *ചെറിയ ചെകുത്താ*

നും വലിയ ചെകുത്താനും എന്നീ നാടകങ്ങൾ വിശേഷപ്പെട്ട ശ്രദ്ധ നേടി. *പട്ടിണി ഗാഥ* സ്കൂൾ ഇടങ്ങൾ വിട്ട് വളയഞ്ചിറങ്ങര സുവർണ്ണ തീയറ്റർ കൊണ്ടുനടന്നു കളിച്ചു. സ്വപ്നസദൃശമായ നിറങ്ങൾ ചാലിച്ച് അരങ്ങേറ്റിയ സ്വപ്നഭവനവും വേദികൾ നേടി, ചെറിയ ചെകുത്താനും വലിയ ചെകുത്താനും നാടകത്തിന്റെ സെറ്റ് ഡിസൈൻ പോലും കാഴ്ചക്കാരന്റെ കൗതുകങ്ങളെ തൃപ്തിപ്പെടുത്തി. എങ്കിലും മുതിർന്നവരുടെ ഭാവനാലോകത്തേക്ക് കുട്ടികൾ ചെന്നെത്തുന്ന കാഴ്ചകളായിരുന്നു ഇതെല്ലാം എന്നതാണ് സത്യം. മനഃശാസ്ത്രപരമായ സമീപനം കുട്ടികളുടെ നാടകവേദിയിലേക്ക് ശക്തമായി അന്നും കടന്നുവന്നില്ല.

കെ ജി ശങ്കരപിള്ള

തൊണ്ണൂറുകളുടെ ആരംഭത്തോടെ സംസ്ഥാന സ്കൂൾ നാടക മത്സരവേദി സവിശേഷമായ ചില നിലപാടുകളെ ആശ്രയിക്കാൻ നിർബ്ബന്ധിതമായി. അതിനു കാരണക്കാരായവരിൽ ഒരാൾ പി കെ വേണുക്കുട്ടൻ നായരാണ്. ഹൈസ്കൂൾ തലംവരെയുള്ള കുട്ടികൾക്ക് ആസ്വദിക്കാനും അവതരിപ്പിക്കാനുമുള്ള നാടകങ്ങൾ നിർമ്മിക്കാൻ ശ്രമിക്കണമെന്ന് അദ്ദേഹം സംസ്ഥാന സ്കൂൾ നാടക മത്സരത്തിന്റെ വിധികർത്താവായി ഇരുന്നുകൊണ്ട് പ്രഖ്യാപിച്ചു. കുട്ടികളെ എൽ പി, യു പി, ഹൈസ്കൂൾ എന്നീ തലങ്ങളിൽ പ്രായാധിഷ്ഠിതമായ മാനസികനിലയും പരിപാകതയും പരിഗണിച്ച് വിഭജനം ചെയ്തു. ചിൽഡ്രൻസ് തിയറ്റർ കുട്ടിക്കളിയല്ലെന്നും ചൈൽഡ് സൈക്കോളജിയും നാടക സാക്ഷരതയും സർഗ്ഗാത്മകതയും ശ്രദ്ധയോടെ പ്രയോഗിക്കേണ്ടുന്ന കനപ്പെട്ട കാര്യങ്ങളാണെന്നും ചർച്ച ചെയ്യപ്പെട്ടു.

വർണ്ണവും വരകളും ഇഷ്ടപ്പെടുന്ന പ്രായമാണ് എൽ പി സ്കൂൾ ക്കാലം. നാടകാവതരണങ്ങൾ കുഞ്ഞിന്റെ അറിവുമേഖലയെ കൗതുകങ്ങളെക്കൊണ്ട് ഉണർത്തി വിടും എന്നാണ് ശാസ്ത്രീയ നിരീക്ഷണം. അവിടെ ഇമ്പങ്ങളുടെ കളിനേരമാണവർക്കിഷ്ടം. യു പി തലമാവുമ്പോഴേക്കും ഫാന്റ്സിയുടെയും വാക്ക് പരിചയങ്ങളുടെയും ഉത്സാഹത്തിമിർപ്പായി കുട്ടികളുടെ ലോകം മാറും. ലോജിക്കലല്ലാത്ത കഥകളും വർണ്ണനകളും വിശേഷേണ നുണ ചിന്തിക്കുന്ന ശീലവും പിടിപെടും. വീട്ടുമുറ്റത്തെ വള്ളിപ്പടർപ്പ് പടർന്നുവളർന്നങ്ങനെ ആകാശത്തിന്റെ അങ്ങേ

പി എം താജ്

ത്തലയ്ക്കലുള്ള കൊട്ടാര മുറ്റത്ത് എത്തിനില്ക്കും. ഹൈസ്കൂൾ പ്രായമാവുമ്പോൾ മുതൽ ജീവിത യാഥാർത്ഥ്യങ്ങളുടെ ചെറുമുള്ളുകൾ കുട്ടിയുടെ മനസ്സിന്റെ റോസാ ച്ചെടിയിൽ വളർന്നു വരും. സമൂഹം, ശരീരം, മനസ്സ് എന്നിവകളിൽ ഉണ്ടാകുന്ന ഓരോ മാറ്റത്തിനും ഗൗരവം വയ്ക്കും. പുതുകാര്യങ്ങളിലേക്കും കൗമാരകാന്തിയിലേക്കും വളർന്നുകൊണ്ട് കിതയ്ക്കും ചിരിക്കും... ഹോർമോൺ പ്രവർത്തനങ്ങൾ ചെറുതാവാത്ത ചെറുപ്പത്തിലേക്ക് നോക്കി ചിന്തിച്ചു തുടങ്ങും. ഇത്തരത്തിലൊരപഗ്രഥനം കുട്ടികളുടെ നാടകവേദി ശീലിക്കുന്നവർക്ക് വേണ്ടതുണ്ട്. ശാസ്ത്ര സാങ്കേതിക വിദ്യകളുടെ വികാസംകൂടി കണക്കിലെടുത്തുകൊണ്ട് അർത്ഥവത്തായ പഠനങ്ങൾ ഇനിയും ഈ മേഖലയിൽ ഉണ്ടാകേണ്ടതുണ്ട്.

സംസ്ഥാന സ്കൂൾ നാടക മത്സരങ്ങളിൽ സുനിൽ ജി വക്കം എന്ന ചിൽഡ്രൻസ് തിയറ്റർ സ്പെഷ്യലിസ്റ്റ് ഉദയംകൊള്ളുന്നത് തൊണ്ണൂറുകളിലാണ്. പതിനാലു വർഷങ്ങൾ തുടർച്ചയായി സുനിൽ ജി വക്കത്തിന്റെ നാടകങ്ങൾ കുട്ടികൾ രസിച്ചു പഠിച്ചു കളിച്ചു. പത്തു വർഷവും ഒന്നാമതായി തുടർന്ന ജൈത്രയാത്രയായിരുന്നു സുനിലിന്റേത്. കുട്ടികളിലൂടെ കുട്ടികൾക്കായി കുട്ടികളൊരുക്കുന്ന നാടകങ്ങൾ പിറവികൊണ്ട കാലത്തിനാണ് അതോടെ തുടക്കമായത്. അഭിനയിച്ചു കാണിച്ചു കൊടുത്തുള്ള പരിശീലന രീതിയൊന്നും ഈ നാടകങ്ങളിലും പൂർണ്ണാർത്ഥത്തിൽ ഇല്ലായ്മ ചെയ്യാൻ സാധിച്ചില്ല, എങ്കിൽത്തന്നെയും മൊത്തത്തിൽ ഒരു ഉണർവ്വു കാലമാണ് സ്കൂൾ നാടകവേദിക്ക് സംഭവിച്ചതെന്ന് നിരീക്ഷിക്കാം. ജി ശങ്കരപ്പിള്ളയുടെ *ഉമ്മാക്കി*യാണ് സുനിൽ ആദ്യമായി കുട്ടികൾക്ക് വേണ്ടി അരങ്ങത്തെത്തിച്ചത്. *കൊക്കേഷ്യയിലെ ചോക്കു വൃത്തം* എന്ന ബ്രഹ്തിയൻ നാടകം കുട്ടികൾക്കായി ഒരു *ചെറുചോക്കുവൃത്തം* എന്ന പേരിൽ പിന്നീട് അരങ്ങത്ത് എത്തിച്ചു. ടാഗോറിന്റെ *പോസ്റ്റ് ഓഫീസ് തപാൽ ശിപായി* എന്ന പേരിൽ അവതരിപ്പിച്ച് മത്സരവേദിയെ ഞെട്ടിച്ചു. തുടർന്ന് *വെള്ളരിക്കുന്ന്, ഹാപ്പി പ്രിൻസ്, കണ്ണുകൾ, കുരുതിപ്പൂക്കൾ, മെയ്ഡിൻ ചൈന, കിഷ്കിന്ധ, എൻ ശശിധരന്റെ ഭയം, മീനുകളുടെ നൃത്തം, ഭഗവദജ്ജുകം, മനസ്സറിയും യന്ത്രം* എന്നിങ്ങനെ കുട്ടികളെ ഇടപെടു

ത്തിക്കൊണ്ട് സുനിൽ സ്കൂൾ നാടകത്തിന് ഗുണപ്പെടുന്ന സംഭാവനകൾ ചെയ്തു.

ഇതിനിടയിൽ ശ്രദ്ധേയമായ ചില നാടകങ്ങൾ കൂടി സാക്ഷ്യപ്പെടുത്തേണ്ടതുണ്ട്. പി ജെ ഉണ്ണികൃഷ്ണൻ എഴുതി സംവിധാനം ചെയ്ത *കൂക്കൂകൂക്കൂ തീവണ്ടി* അവതരണത്തിലെ പുതുമകൊണ്ടും രസകരമായ രചനയാലും കുട്ടികളുടെ പ്രകടനംകൊണ്ടും അർത്ഥപൂർണ്ണമായ അരങ്ങനുഭവത്താലും ശ്രദ്ധേയമായിരുന്നു. രമേഷ് കോന്നിയുടെ *മാന്ത്രികച്ചിപ്പി*, എ ശാന്തകുമാറിന്റെ *പതിമൂന്നാം വയസ്സ്*, ജയപ്രകാശ് കുളൂരിന്റെ *സോപ്പ് ചീർപ്പ് കണ്ണാടി*, പാർത്ഥസാരഥിയുടെ *കുന്താപ്പിഗുലുഗുലു*, എം ജി ശശിയുടെ *ചാത്തുമ്മാന്റെ ചെരുപ്പ്* തുടങ്ങിയവ കുട്ടികളുടെ നാടകത്തിന്റെ നല്ല ശീലങ്ങൾ ദൃശ്യമാക്കിയിട്ടുണ്ട്. ഇന്ദ്രൻ മച്ചാടിനെപ്പോലെ ചിലർ ആവേശത്തോടെ നാടകങ്ങൾ എഴുതി സംവിധാനം ചെയ്തു.

കുന്താപ്പിഗുലുഗുലു എന്ന നാടകം എന്തുകൊണ്ടും അക്കാലത്തെ മികച്ച കുട്ടികളുടെ നാടകം എന്ന ഖ്യാതി നേടി. കുട്ടികൾ രസിച്ചു കളിച്ചു. യുവജനോത്സവത്തിൽ സമ്മാനം നേടിയ നാടകം എന്ന നില വെടിഞ്ഞ് ഈ നാടകം ദേശീയ നാടകോത്സവത്തിലും അവതരിപ്പിച്ചു. പാർത്ഥസാരഥിയുടെ നേതൃത്വത്തിലുള്ള കുട്ടികൾ കൈയടി വാങ്ങി. പേരു പറയാൻ വിട്ടുപോയതും കുട്ടികളെ ഉൾക്കൊണ്ടതുമായ നാടകങ്ങളും നാടകപ്രവർത്തകരും ഇനിയും നിരവധിയാണ്.

പുത്തൻ പ്രമേയങ്ങളും പുതുവിധ സങ്കേതങ്ങളുമായി യുവജനോത്സവ നാടകവേദിയുടെ പൊതുരീതികളെ മറികടക്കുന്ന നാടകങ്ങൾ ചെയ്ത് ശ്രദ്ധേയനായ ശിവദാസ് പൊയിൽക്കാവിന്റെ ശ്രമങ്ങൾ ശ്ലാഘനീയമാണ്. പ്രൊഫ. രാമാനുജത്തിന്റെ ചെറിയൊരു പതിപ്പാണ് ശിവദാസ് പൊയിൽക്കാവ്. കുട്ടികളെ ഒന്നാകെ മക്കളേ എന്നു വിളിച്ചു ചേർത്തു പിടിച്ചുകൊണ്ട് കുട്ടികളിൽനിന്നും നാടകമുണ്ടാക്കുന്നയാൾ. സുന്ദരമായ ഭാവനാശീലങ്ങളിൽ കുട്ടികളെ കൊണ്ടുചെന്നാക്കിയിട്ട് എന്തെല്ലാം കണ്ടു നിങ്ങൾ എന്ന് ചോദിച്ചുകൊണ്ട് അവരെ സർഗ്ഗാത്മകമായി സഞ്ചരിപ്പിക്കുന്നയാൾ. പാട്ടു പാടി കൂട്ടുകൂടി കഥ പറയിച്ച് കുട്ടികളെക്കൊണ്ട് ശിവദാസ് നാടകം കളിപ്പിക്കുകയാണ്. മുതിർന്ന ഏതോ ഒരാൾ എഴുതിയ സംഭാഷണക്കെട്ട് കുട്ടികൾക്കു കൊടുത്തിട്ട് അഭിനയിച്ചു കാണിച്ചു കൊടുത്ത് നാടകമാടിക്കുന്ന ശീലം ശിവദാസിന് തീരെയില്ല.

പി ബാലചന്ദ്രൻ

എലിപ്പെട്ടി: കുട്ടികളുടെ നാടകം

കുട്ടികളെ മഹാപൗരരാക്കി വളർത്തുവാനുള്ള വാത്സല്യപൂർണ്ണമായ മാനസികാവസ്ഥയിൽ ഇരുന്നുകൊണ്ട് ഇദ്ദേഹം നാടകങ്ങൾ അണിയിച്ചൊരുക്കുന്നു, അതിനു സാക്ഷിയാവാൻ പലപ്പോഴും കഴിഞ്ഞിട്ടുണ്ട്. 'പഠിപ്പിക്കരുത് വിധിക്കരുത്' എന്നു പറയാതെ പറയുന്നുണ്ട് ഇദ്ദേഹം. കുട്ടികൾക്കു തിരയാനും തെരഞ്ഞെടുക്കാനുമുള്ള അവസരം കൊടുക്കുന്നുണ്ട്. കുട്ടികളെ ബഹുമാനിച്ചുകൊണ്ട് കലാപരമായി തിരുത്തുന്ന ഭാവനാശാലി. ഏറ്റവും കുറഞ്ഞ പക്ഷം തന്റെ ചുറ്റുവട്ടത്തിലുൾപ്പെട്ട കുട്ടികളെയെങ്കിലും സ്നേഹ മനസ്സിന് ഉടമകളാക്കണം എന്നു ചിന്തിക്കുന്ന അദ്ധ്യാപകൻ കൂടിയാണ് ശിവദാസ്.

എലിപ്പെട്ടി നാടകം അത്ര പെട്ടെന്നൊന്നും പ്രേക്ഷകൻ മറക്കാൻ സാദ്ധ്യതയില്ലാത്ത ഗംഭീരമായ സർഗ്ഗോല്പന്നമാണ്. കാമ്പുള്ള കാര്യങ്ങൾ അയത്നലളിതമായി പറഞ്ഞു *എലിപ്പെട്ടി* നാടകം. പൊതുവിദ്യാഭ്യാസത്തിന്റെ പ്രസക്തി വെളിവാക്കുന്നതാണ് ഈ നാടകം എന്നു വിലയിരുത്താം. മുള്ളൻപന്നിയുടെ ലോകത്ത് അവനും അവന്റെ വംശവും മാത്രം. തനിക്കു പഠിക്കാനുള്ള പുസ്തകം കരണ്ടുതിന്ന എലിയാണ് മുഖ്യശത്രു. അതുകൊണ്ട് എലിയെ നശിപ്പിക്കണം. നോർത്ത് ഇന്ത്യയിൽ നിന്നും എലിപ്പെട്ടി കൊണ്ടുവന്നു പറമ്പിൽ വയ്ക്കുമ്പോൾ കെണിയിൽ പെടുന്നത് പാമ്പാണ്. വിഷമിറക്കാൻ കോഴിയെക്കൊണ്ടു വരുന്നു, സർപ്പം ദംശിച്ച കോഴിചാവുന്നു. ഇങ്ങനെ കേൾക്കുമ്പോൾ വെറും പഞ്ചതന്ത്രം കഥയാണല്ലോ എന്നുതോന്നും. പാമ്പും എലിയുമൊക്കെ ഇനിയും നാടകത്തിലും കഥകളിലും വരുന്നതിൽ എന്തർത്ഥം എന്നൊക്കെ വലിയവർക്കു തോന്നിപ്പോകാം.

പക്ഷേ, ചുറ്റുവട്ടത്തെ കാര്യങ്ങൾ വലിയ ചുറ്റിക്കെട്ടലുകളും മൂപ്പുമില്ലാതെ സ്വാഭാവികമായി അരങ്ങിൽ എത്തിക്കുന്നതിന്റെ നന്മ വേറൊരു നിലവാരം തന്നെയാണ്. കനയ്ഹലാലിന്റെ *പെബറ്റ്* എന്ന നാടകത്തെ ഓർമ്മിപ്പിക്കുന്നുണ്ട് ശിവദാസിന്റെ *എലിപ്പെട്ടി.*

സംസ്ഥാന സ്കൂൾതല നാടകമത്സരത്തിൽ തുടർച്ചയായി ഒന്നാം സ്ഥാനം നേടിയ *ഊശാന്താടി രാജാവ്, ആത്തോ പോത്തോ, പച്ചപ്ലാവില, കാന്താരിപ്പൊന്ന്, കാക്ക, കറിവേപ്പില* തുടങ്ങിയ നാടകങ്ങൾ കുട്ടികളിലൂടെ ശിവദാസ് ഉരുത്തിരിച്ചെടുത്ത നന്മയുള്ള നാടകങ്ങളാണ്. ശിവദാസിന്റെ ഒട്ടെല്ലാ നാടകങ്ങളും കണ്ടിട്ടുണ്ട്. കണ്ടപ്പോഴെല്ലാം ചിന്തിച്ചത് മറ്റു നാടകങ്ങളിൽ നിന്നുള്ള 'പൊയിൽക്കാവൻ' നാടകങ്ങളുടെ വ്യത്യാസം എന്തെന്നാണ്. നാടകം കുട്ടികൾ 'കളിക്കുകയാണ്' ശിവദാസിന്റെ നാടകങ്ങളിൽ. ഈ അടുത്തകാലത്ത് കുട്ടികളുടെ നാടകങ്ങൾ ചെയ്യുന്നതിൽ മികവുകാട്ടുന്ന ജിനോ ജോസഫ്, അരുൺ ലാൽ, മനു ജോസ്, ജിനേഷ് ആമ്പല്ലൂർ, കെ വി ഗണേഷ്, മനോജ് നാരായണൻ എന്നിവരും പുത്തൻ ചിന്തകൾ ഉയർത്തി വിടുന്നുണ്ട്.

കോഴിക്കോടു ജില്ലായുവജനോത്സവത്തിൽ അവതരിപ്പിച്ച *കിത്താബ്* എന്നൊരു നാടകം വാർത്തകളിൽ കടന്നു കയറി പലവിധ അഭിപ്രായങ്ങൾ കേട്ടും കേൾപ്പിച്ചും ശ്രദ്ധ പിടിച്ചുപറ്റി. ആ നാടകം കുട്ടികളെ പഠിപ്പിച്ച റഫീഖ് മംഗലശ്ശേരിയും വാർത്തകളിൽ നിറഞ്ഞു. ഉണ്ണി ആർ എഴുതിയ *വാങ്കി*നെ ആശ്രയിച്ച് *കിത്താബാ*യി രൂപാന്തരപ്പെട്ട നാടകം എന്നു റഫീഖ് മംഗലശ്ശേരി ഉറക്കെ പറഞ്ഞുകൊണ്ട് കുട്ടികൾ അത് അവതരിപ്പിച്ചു. *കിത്താബി*ലെ കുട്ടികൾക്കു നിരാശയായിരുന്നു ഫലം. ഒരു പ്രത്യേക മതത്തിനു സുഖിക്കാത്ത പ്രമേയം കുട്ടികളെ പഠിപ്പിച്ച് അവതരിപ്പിക്കുക വഴി ആ മതത്തിന്റെ വക്താക്കൾ റഫീഖിനു ഭീഷണിയുണ്ടാക്കി എന്നു വാർത്തപരന്നു. ഉണ്ണി ആർ ആകട്ടെ തന്റെ കഥ അനുവാദമില്ലാതെ എടുത്തു നാടകമാക്കിയതിനാൽ റഫീഖിന് പിന്തുണയും നല്കിയില്ല. സ്കൂൾ അധികൃതർ തങ്ങളുടെ നിലനില്പും സ്കൂളിന്റെ നടത്തിപ്പും അദ്ധ്യാപകരുടെ ജീവിതവും വഴിമുട്ടുമെന്ന നിഗമനത്തിൽ അവതരണം തടഞ്ഞു. സർക്കാർ ഒരുവിധത്തിലും തടഞ്ഞിട്ടില്ലാത്ത നാടകത്തിന് സർക്കാർ തന്നെ പിന്തുണ പ്രഖ്യാപിച്ച് ഇടപെട്ടുകൊണ്ട് വേദി കയറ്റിക്കണം എന്നു ചില കോണിൽനിന്നും ചിലർ അപേക്ഷിച്ചു നോക്കി. ശക്തമായ പ്രമേയം കൈകാര്യം ചെയ്ത നാടകം നൂറരങ്ങു കളിക്കുന്നതിലും കൂടുതൽ ചർച്ചയായി. കുട്ടികളുടെ മാറ്റുരയ്ക്കാനുള്ള വേദിയിൽ അവരുടെ അഭിനയ മികവിനെ മെച്ചപ്പെടുത്താൻ അവരുടെ അനുകരണീയമായ ഭാവനാവിലാസത്തിനെ ഉന്നതമാക്കാൻ റഫീഖ് എന്തുചെയ്തു എന്ന സംശയം ബാക്കിയാണ്. എങ്കിലും നാടകസ്നേഹവും മാനുഷികതയുമുള്ള ധാരാളംപേർ റഫീഖിന് പിന്തുണ പ്രഖ്യാപിച്ചിട്ടുണ്ട്. *കിത്താബ്* ഇതിനോടകം നിരവധി വേദികൾ കളിക്കുന്നുണ്ടെന്ന് റഫീഖും പ്രഖ്യാപിച്ചു.

തിയറ്ററിൽ കുട്ടികൾ വ്യാപരിക്കുമ്പോൾ ശ്രദ്ധിക്കേണ്ടുന്ന ഒരുപാടു കാര്യങ്ങളുണ്ട്, അതുകൊണ്ടുതന്നെ ഉണ്ടായിപ്പോകുന്ന നിരവധി ചോദ്യങ്ങളുമുണ്ട്. കുട്ടികൾ കുട്ടികളുടേതായ നാടകം നിർമ്മിക്കുന്നതിൽ വിജയിക്കുന്നുണ്ടോ? അവരുടെ ലോകം, അവരുടെ ചിന്തകൾ, അവരുടെ ഭാഷ ഇവയിലൊക്കെത്തന്നെ എന്തെന്തുസവിശേഷതകൾ ആവശ്യപ്പെടുന്നുണ്ട്? അവരിലെ രചിതാവും നിരീക്ഷകനും വിമർശകനും സംവിധായകനും ഇവിടെ പരിഗണിക്കപ്പെടുന്നുണ്ടോ? അഭിനയ മികവിനും വ്യക്തിത്വരൂപീകരണത്തിനുമുള്ള ഉപാധിയായി നാടകീയകല ഇവിടെ പ്രയോഗിക്കപ്പെടുന്നുണ്ടോ? പഠനം പാല്പായസം പോലെ മധുരതരമാക്കാൻ ഇതുവഴി സാധിക്കുന്നുണ്ടോ? എല്ലാത്തരം സമ്മർദ്ദങ്ങളും മറികടക്കാൻ നാടകം എന്ന കലയിലൂടെ സാദ്ധ്യമാണോ? നാടകീയ രംഗകലകളുടെ പ്രായോഗിക പരിശീലനശീലങ്ങൾ അവരെ ആരെങ്കിലും പരിചയപ്പെടുത്തുന്നുണ്ടോ? ലോകനാടകവേദിയിൽ ഇന്നോളമുണ്ടായിട്ടുള്ള കുട്ടികളുടെ നാടക സങ്കേതങ്ങളിൽ ചില മാതൃകകളെങ്കിലും കുട്ടികളെ ആരെങ്കിലും പരിചയപ്പെടുത്തുന്നുണ്ടോ? കുട്ടികളുടെ മനഃശാസ്ത്രവുമായി ബന്ധപ്പെട്ട് പ്രാഥമികമായ വിജ്ഞാനമുള്ളവരാണോ കുട്ടികളുമായി ഇടപെട്ട് അവർക്കായി നാടകം അണിയിച്ചൊരുക്കുന്നത്? പ്ലേ പ്രൊഡക്ഷൻ പ്രോസസിനെപ്പറ്റിയൊന്നും പഠിപ്പിച്ചില്ലെങ്കിൽത്തന്നെയും അരങ്ങിലെ കൊടുക്കൽ വാങ്ങലിനെപ്പറ്റിയും സഹവർത്തിത്വത്തിനെപ്പറ്റിയും അവരെ ഓർമ്മപ്പെടുത്താൻ നമുക്കു സാധിക്കുന്നുണ്ടോ? വീടിനോടും നാടിനോടും അവനവന്റെ പരിസരത്തോടും അവസരോചിതമായ പ്രതികരണശൈലി വർദ്ധിപ്പിക്കാനുള്ള ശേഷി കുട്ടികളിലുണ്ടാക്കാൻ തിയറ്ററിനു ചെയ്യാൻ സാധിക്കുന്നത് എന്താണ്? ഉത്തരവാദിത്വവും വിജ്ഞാനവും പരസ്പരം ബന്ധപ്പെട്ടതാണെന്നും ബന്ധബന്ധുരമാണ് ജീവിതമെന്നും ചിന്തിപ്പിക്കാൻപോന്ന എന്താണ് നാടകത്തിലൂടെ കുട്ടികൾക്കു കിട്ടിക്കൊണ്ടിരിക്കുന്നത്? അതു നമ്മൾ പരിശോധിക്കാറുണ്ടോ? അവസ്ഥാവിശേഷത്താൽ അനുചിതമായ അവസരത്തിൽ ചർച്ചയ്ക്കെടുക്കാൻ പാടില്ലാത്ത കാര്യങ്ങൾ സദസ്സിനോട് പറയാൻ കുട്ടികൾ ശീലിക്കേണ്ടതുണ്ടോ? പറയേണ്ടാത്തകാര്യങ്ങൾ എന്നൊന്ന് ഉണ്ടോ? പഠിക്കണ്ടാത്തതായ വിഷയങ്ങൾ ഇല്ലേ? ശക്തമായ വാദമുഖമുന്നയിച്ച് എതിരാളിയെ കീഴ്പ്പെടുത്താനുള്ള ശക്തി ഉണ്ടാക്കാൻ അവരെ മുന്നൊരുക്കങ്ങൾക്ക് പ്രേരിപ്പിക്കുന്ന രീതിയെന്ത്? കുറഞ്ഞ പക്ഷം എങ്ങനെ ഭാവനാശാലിയാവാം എന്നെങ്കിലും നമ്മൾ കുട്ടികളോട് സംവാദം നടത്താറുണ്ടോ? ഇന്ത്യൻ പരിതസ്ഥിതിയിൽ സാമൂഹിക ബോധമുള്ള നല്ല മനുഷ്യരെ ഉല്പാദിപ്പിക്കാനും അന്യനാൽ അശക്യമായതു നേടിയെടുക്കാനും കുട്ടികളെ പരിശീലിപ്പിക്കുക എളുപ്പമാണോ? മാനവികത ഉയർത്തിക്കാണിക്കാൻ തക്ക കാര്യങ്ങൾ ചർച്ചചെയ്യുന്നതിൽ എത്രമാത്രം കുട്ടികളുടെ നാടകങ്ങൾ മുന്നിട്ടു നില്ക്കുന്നുണ്ട്? വിഷയ സ്വീകരണം മുതൽ അരങ്ങുചര്യകൾ വരെ

കുട്ടികളുടെ നാടകം: ഒരു കാഴ്ച

കുട്ടികളുടെ പങ്കാളിത്തം എത്തരത്തിൽ ആയിരിക്കണം? ആരോഗ്യ കരമായ മത്സരം പ്രോത്സാഹിപ്പിക്കപ്പെടുന്നുണ്ടോ?

കുട്ടികൾക്ക് സംസാരിക്കാനുള്ള കാര്യങ്ങൾ നിരവധിയാണ്. ഈ മുതിർന്നവരുണ്ടല്ലോ, ഇവരെന്താണിങ്ങനെ എന്ന് കുട്ടികൾ ചിന്തിക്കു ന്നുണ്ട്. മുതിർന്നവരെ നോക്കി ഊറിച്ചിരിക്കുന്നുണ്ടവർ. എന്റെ ലോകം നിങ്ങളിലൂടെ നോക്കിയാൽ ശരിയാവില്ലെന്ന് അവർക്കറിയാം. അവർക്കു പറയാനുള്ളത് അവരുടേതായ ഭാഷയിൽ മുതിർന്നവരോടു മാത്രമല്ല, സമപ്രായക്കാരോടും ഇളയവരോടും എന്തിന് പക്ഷികളോടും മൃഗങ്ങ ളോടും ചുറ്റാകെ കാണുന്ന സകല ചരാചരങ്ങളോടും അവർക്ക് പറ യാനറിയാം, ചോദിക്കാനറിയാം. അവരുടെ മാനസപ്രപഞ്ചത്തിൽനിന്നും ഉടലെടുക്കുന്ന സവിശേഷമായ സ്വപ്നങ്ങൾ, ദുഃഖങ്ങൾ ആശങ്കകൾ, ഭീതികൾ, സംശയങ്ങൾ, ചരിത്രചിന്തകൾ, ഭ്രമകല്പനകൾ, ഉല്ലാസങ്ങൾ അങ്ങനെ പലതും. ലോകാകാശത്തിന്റെ അതിരുകൾക്കപ്പുറമുള്ള ഒരു കുട്ടിക്കാലലോകമുണ്ട് കുട്ടികളുടെ ഉള്ളിൽ. ഉറച്ച പുരുഷന്റെ ശബ്ദത്തിൽ പരുഷമായി വേഷം കെട്ടി അരങ്ങിൽ സംസാരിക്കേണ്ടി വരുമ്പോൾ പ്പോലും കുട്ടിത്തം ശേഷിപ്പിക്കുന്ന ചില ജിജ്ഞാസകളുണ്ട് കുട്ടികളിൽ.

മുതിർന്നവരുടെ ബുദ്ധി കൊണ്ടെഴുതിയകാര്യങ്ങൾ കാണാതെ പഠിപ്പിക്കുകയും അരങ്ങിലെ ചലനങ്ങൾ പോലും സംവിധായകന്റെ ചലനരീതിയെ അനുകരിപ്പിക്കുകയും ചെയ്യുന്ന അരങ്ങു ശീലമാണ് ആദ്യം വർജ്ജിക്കേണ്ടത്. അതിന് അരങ്ങു സാക്ഷരത നമ്മൾക്കുണ്ടാ കണം.. പറയുന്ന വിഷയത്തിന്റെ സ്വഭാവം, ചെയ്യുന്ന പ്രവൃത്തികളിലൂടെ അരങ്ങിൽ വിടർന്നുവരുമ്പോൾ ശത്രുവിനെക്കൂടി മിത്രമാക്കാൻ പോന്ന പ്രയോഗ വടിവ് സംജാതമാവും. ഒരു മാസിന്റെ സൈക്കോളജിയെ മാറ്റി മറിയ്ക്കണമെങ്കിൽ അതിനുതക്ക ശക്തിസംഭരണം ആദ്യമേ നേടിയെടുക്കണം. ജൂലിയസ് സീസറിലെ ആന്റണീസ് സ്പീച്ചുപോലെ

രസകരമാവണമത്. അല്ലെങ്കിൽ ഒറ്റത്തുരുത്തിലെ വേട്ടനായ്ക്കളുടെ മുനച്ച ക്രൗര്യത്തിനുമുൻപിൽ തോറ്റമ്പും. നാടകം എല്ലാ രീതിയിലും എടുത്തു പ്രയോഗിക്കാൻ സാദ്ധ്യതയുള്ള കലാരൂപമാണ്. നിയതമായ നിയമങ്ങളൊന്നും അതിനെ ഭരിക്കുന്നുമില്ല. യുദ്ധമുണ്ടാക്കാനും വെടിനിർത്തൽ പ്രഖ്യാപിപ്പിക്കാനും തക്ക ശക്തിയതിനുണ്ട്. പക്ഷേ, കുട്ടികളുടെ കാര്യം അങ്ങിനെയല്ല. നല്ല നീതിബോധവും സമത്വവും സാഹോദര്യവുമുള്ളവരായി അവർ വളർന്നു വരണം. വളർച്ചയുടെ ഘട്ടത്തിൽ അവർ സ്വാഭാവിക പ്രതികരണത്തിന് ഉതകുന്ന ഭാഷയും വിജ്ഞാനവും സ്വത്വവും കൈക്കലാക്കി മുന്നേറട്ടെ. സ്വതന്ത്രരായി അവരെ ചിന്തിക്കാൻ വിടൂ, വെറുപ്പിന്റെ പാഠങ്ങളിൽനിന്നും അവർ തൽക്കാലം മാറിനില്ക്കട്ടെ. പ്രശ്നങ്ങളിൽ നേരിട്ടിടപെടേണ്ട സന്ദർഭങ്ങളിൽ പതറാതിരിക്കാനുള്ള കരുത്തു കൊടുത്തു നമുക്കവരെ വളർത്താം.

സ്കൂൾതല നാടകമത്സരങ്ങൾ മുതിർന്ന നാടക പ്രവർത്തകരുടെ കഴിവു തെളിയിക്കാനും അവരുടെ അന്ധമായ ആശയങ്ങളും രാഷ്ട്രീയാദർശങ്ങളും പ്രചരിപ്പിക്കാനുമുള്ള കൂത്തരങ്ങാക്കിത്തീർത്തിട്ടുണ്ട്. ഇത്തരം പ്രചാരവേലയ്ക്കും കുത്തിത്തിരിപ്പിനും ദുഷ്പ്രചരണത്തിനുമായി തീവ്രവാദ സമാനമായ നിലപാടുകൾ കുട്ടികളെ ശീലിപ്പിക്കാൻ ലക്ഷങ്ങൾ കൈപ്പറ്റുന്ന നാടക സംവിധായകരുണ്ടെന്നു കൂടി നമ്മൾ മനസ്സിലാക്കണം. കുട്ടികളുടെ നാടകം കൈകാര്യം ചെയ്യുന്നതിന് സാമർത്ഥ്യം നേടാൻ സമയമോ ധനമോ ചെലവഴിച്ചവർ പോലുമല്ല ഇതിൽ പലരും. പല രാജ്യങ്ങളിലും നാടകം പാഠ്യവിഷയമാക്കിയിട്ടുള്ള വിദ്യാലയങ്ങൾ നിരവധിയാണ്. ഇന്ത്യയിലും തിയറ്റർ ഇൻ എഡ്യൂക്കേഷൻ ഇന്നൊരു പ്രധാന വിഷയമാണ്. വരൂ നമുക്കൊരു നാടകം കളിക്കാം എന്നതിനു പകരം വരൂ നമുക്ക് വെല്ലുവിളിക്കാം എന്നാണ് നമ്മൾ കുട്ടികളെക്കൊണ്ട് പറയിക്കുന്നത്, സമാശ്വാസമർഹിക്കുന്ന മുഖത്ത് പുച്ഛത്തോടെ നോക്കാനാണ് പഠിപ്പിക്കുന്നത്. കലകൾ ചിലതിനെയൊക്കെ വെല്ലുവിളിക്കാൻ കൂടിയുള്ളതുതന്നെയെന്നതിൽ സംശയമില്ല. പക്ഷേ, പഠിക്കാനും അറിയാനും ഭാവി കരുപ്പിടിപ്പിക്കാനും സമയം ചെലവഴിക്കേണ്ടുന്ന പ്രായത്തിൽ കുട്ടികളെ അതിനായി പ്രാപ്തരാക്കുകയാണ് ആദ്യം വേണ്ടത്. താൻ നേടുന്ന ഏതുതരം വിദ്യാഭ്യാസവും രാഷ്ട്രീയ വിദ്യാഭ്യാസമുൾപ്പെടെ തനിക്കും തന്റെ ചുറ്റുവട്ടത്തിനെന്നപോലെ ലോകമാനവനു കൂടി പ്രയോജനകരമായി തീർക്കാൻ ശ്രമിക്കേണ്ടുന്ന തലമുറയെ വാർത്തെടുക്കാൻ നമുക്ക് സാധിക്കണം.

ഇരുട്ടുള്ളടത്തെ വെളിച്ചമടിച്ച് കാര്യവും കളിയും കഥ പറച്ചിലുമായി അറിവിന്റെ നിറവിൽ അരങ്ങത്തു നിറഞ്ഞാടേണ്ടുന്നവർ കലാപങ്ങളുടെ കൊടി പിടിച്ച് ഒറ്റയടിപ്പാതയിലൂടെ സമരം ചെയ്യുകയാണ്. ഏകപക്ഷീയമായ ആഹ്വാന സ്വരങ്ങളാണ് കുട്ടികളിൽനിന്നും അവരുടേ

തെന്നു കരുതുന്ന നാടക വേദിയിലൂടെ മലയാളി കേൾക്കുന്നത്. കഷ്ടപ്പാടിന്റെ വരുംകാല ദുഷ്ചിന്തകളിലേക്കാണ് അവരെ ചുവടുവയ്പ്പിക്കുന്നതെന്നു തോന്നും. ഈ ലോകം മുഴുവൻ പ്രശ്നങ്ങളാണ്, മിത്രങ്ങളേക്കാൾ ശത്രുക്കളാണ് ചുറ്റുമെന്നുമൊക്കെ ചിന്തിച്ചുകൊണ്ട് യഥാർത്ഥ പ്രശ്നങ്ങളിൽ നിന്നു വഴിതിരിച്ചുവിട്ട് മാനസിക രോഗം വളർത്തുന്ന ഫാക്ടറികളായി കുട്ടികളുടെ നാടകവേദി മാറുന്നുണ്ടോ എന്നുകൂടി പരിശോധിക്കണം.

പൊതുനാടക വേദിയില്പോലും സമൂഹത്തിലെ കൊള്ളരുതായ്മകളെപ്പറ്റിയുള്ള സംവാദങ്ങൾ ശക്തമല്ല എന്നാണ് എന്റെ വിശ്വാസം. അത്രകണ്ട് രൂക്ഷമായ പ്രശ്നങ്ങൾ സമൂഹത്തിൽ നിലനില്ക്കുന്ന സാഹചര്യത്തിൽ മുതിർന്നവരുടെ നാടകരംഗത്ത് നിന്ന് വലിയ ശബ്ദങ്ങൾ ഇനിയും ഉച്ചത്തിൽ ഉണ്ടാവണം. തീവ്രവാദവും കുത്തക മനോഭാവങ്ങളും കൊടികുത്തിവാഴുമ്പോൾ ഗൗരവനാടകവേദി അതിലൊന്നും സ്പർശിക്കാതെ കടന്നു പോകുന്നുണ്ടെങ്കിൽ നാമതു ശ്രദ്ധയിലെടുക്കണം. ഉച്ചത്തിൽ വ്യക്തമായി പറയേണ്ടുന്ന കാര്യങ്ങൾ ഗൗരവത്തോടെ നമ്മുടെ പൊതുധാരാ സമാന്തര നാടകവേദികൾ ഏറ്റെടുക്കണം. അത്തരത്തിൽ നമ്മൾ ഇനിയും മുന്നേറേണ്ടതുണ്ട്. കുട്ടികളെക്കൊണ്ട് കല്ലെറിയിക്കുന്നത് ശരിയല്ല. കുട്ടികൾക്കുള്ളിലെ തുമ്പിയെ കല്ലെറിഞ്ഞു കൊല്ലുകയുമരുത്. എ പി ജെ അബ്ദുൾ കലാം പറഞ്ഞതുപോലെ സ്വപ്നം കാണാൻ ശീലിക്കണം നമ്മൾ, കുട്ടികളെയും അതു ശീലിപ്പിക്കേണ്ടതുണ്ട്, അവർ മഹാസ്വപ്നങ്ങൾ കാണട്ടെ. മാനവികമൂല്യങ്ങളിലൂന്നി ഈ ഭൂമി കൂടുതൽ ആവാസ യോഗ്യമാക്കേണ്ട ചുമതലയുള്ളവരാണവർ.. ഭാവിയിലേക്ക് ഭാവനയോടെ ആഗ്രഹത്തോടെ കണ്ണു പായിക്കുന്ന കുട്ടികളെ നമുക്ക് ചേർത്തുപിടിക്കാം, കൂട്ടുകാരാക്കാം... വരൂ നമുക്ക് നാടകം കളിക്കാം.

ക്യാമ്പസുകളും നാടകം കളിക്കട്ടെ!

'**ജീ**വിതം എത്ര വിചിത്രമാണല്ലേ, ഒന്നാലോചിച്ചു നോക്കൂ! ചിലപ്പോൾ നമ്മൾ മതിവരാത്ത സന്തോഷമന്വേഷിച്ച് ഏതറ്റംവരെയും പോകും. മറ്റു ചിലപ്പോൾ എല്ലാം മടുത്ത് നമുക്ക് ഒക്കെ അവസാനിപ്പിക്കാൻ തോന്നും, പക്ഷേ, ഒരൊറ്റ നിമിഷം മതി എല്ലാം മാറിമറിയാൻ... ഈ വേഷമൊന്നു മാറിയാൽ മതി.' വിശ്വവിഖ്യാത നാടകകാരൻ ദാരിയോ ഫോ (Dario Fo) യുടെ *നഗ്നത പുതച്ചവനും വാലു ധരിച്ചവനും* (One was Nude and one Wore Tails) എന്ന നാടകം ഇങ്ങനെ അരങ്ങിൽ സമാപിക്കുകയാണ്. പ്രൊഫ. ജി ശങ്കരപ്പിള്ളയുടെ മുപ്പതാം ചരമവാർഷിക ദിനത്തിന്റെ അനുസ്മരണവേദികയിൽ ഫോയുടെ നാടകം ജനുവരി ഒന്നിന് അവതരിപ്പിക്കപ്പെട്ടു. വിശിഷ്ടമായ ഒരു നാടകകൃതി വലിയ പരിക്കുകളില്ലാതെ അരങ്ങുവാണ നിമിഷങ്ങളായിരുന്നു അത്. മലയാള നാടകവേദിയിലെ ബഹുരൂപിയായ പ്രൊഫ. ജി ശങ്കരപ്പിള്ളയ്ക്ക് ഉചിതമായ സ്മാരകദിനം സമ്മാനിക്കുകയായിരുന്നു മഹാത്മാ ഗാന്ധി സർവ്വകലാശാലാവളപ്പിൽ സ്കൂൾ ഓഫ് ലെറ്റേഴ്സിലെ വിദ്യാർത്ഥികൾ. ക്യാമ്പസിൽനിന്ന് ഉരുത്തിരിയുന്ന നാടകങ്ങളിലെ കൂട്ടായ്മയും വിദ്യാർത്ഥികളിലെ സവിശേഷമായ ഇടപെടൽരീതിയും കൊണ്ടു ശ്രദ്ധേയമാവുകയായിരുന്നു *നഗ്നത പുതച്ചവനും വാലു ധരിച്ചവനും*.

അരാജകവാദിയുടെ അപകട മരണം എന്ന നാടകംകൊണ്ട് നോബൽ സമ്മാനത്തോളം നാടകത്തെ കൊണ്ടുചെന്നെത്തിച്ച ദാരിയോ ഫോയുടെ *നഗ്നത പുതച്ചവനും വാലു ധരിച്ചവനും* എന്ന കൃതി ഒരു പക്ഷേ, ആദ്യമായിട്ടാവണം മലയാളീകരിച്ചതും രംഗപാഠം ചമച്ചതും. അതിൽ അഭിമാനാർഹമായ സമ്മതി സകൂൾ ഓഫ് ലെറ്റേഴ്സിലെ അദ്ധ്യാപകർക്കും വിദ്യാർത്ഥികൾക്കും അവകാശപ്പെട്ടതാണ്.

ദാരിയോ ഫോ

സന്തോഷം തോന്നി. കറതീർന്ന കളി (Perfect performance) എന്ന് അഭിനന്ദിക്കാൻ വിഷമമെങ്കിലും മെയ്യനങ്ങി, മനസ്സുണർത്തി, ആത്മാർത്ഥമായി അവരതു ചെയ്തു. കാലടി കോളേജിലും യു സി കോളേജിലും നാടകസംസ്കാരം വളർത്തുന്നതിൽ അക്ഷീണം യത്നിച്ച ഡോ. അജു കെ നാരായണന്റെ പ്രേരണയിലാണ് സ്കൂൾ ഓഫ് ലെറ്റേഴ്സിലെ വിദ്യാർത്ഥികൾ ഈ നാടകം തെരഞ്ഞെടുത്തതും അരങ്ങേറിയതും. നാടകം എന്ന മഹത്തായ കലാരൂപത്തിന്റെ ഊർജ്ജപേടകമാണ് അവർ പ്രേക്ഷകരിലേക്ക് തുറന്നുവിട്ടത്. നാടകം പരിസമാപ്തിയിലേക്ക് പടി കയറുമ്പോൾ ഒരാഗ്രഹം തോന്നി, ഇതു പോലെ ചിലത് കേരളത്തിലെ ഓരോ ക്യാമ്പസുകളിലും സംഭവിച്ചെങ്കിൽ.

ഇക്കിളി വികാരങ്ങളെ കൂട്ടുപിടിച്ചും സൈബർ സോണിലെ നീലച്ചതും കറുത്തതുമായ കിടങ്ങിൽനിന്നും പുറത്തുകടന്ന് നമ്മുടെ കോളേജ് വിദ്യാർത്ഥികൾക്ക് വെളിച്ചം കാണാൻ നാടകം നല്ലൊരുപാധിയാണ്. എത്ര കളിച്ചാലും അവസാനിക്കാത്ത ചതിഗെയിമിലെ തമാശ നിറഞ്ഞ ആത്മഹത്യയിൽനിന്നും യുവതയ്ക്ക് രക്ഷനേടുകയുമാവാം. തത്ത്വദീക്ഷയില്ലാതെ സോഷ്യൽ മീഡിയ കൈകാര്യം ചെയ്ത് മനഃപൂർവ്വം മനസ്സു മലിനമാക്കുന്ന ശീലമുണ്ടെങ്കിൽ അതിൽനിന്നു കൂടി വിടുതൽ നേടാം. നാടകം അത്രകണ്ട് സ്വതന്ത്രവും സർഗ്ഗാത്മകവും ഉല്പാദന

ക്ഷമവുമായ കലാരൂപം തന്നെയാണ്.

വ്യക്തിത്വരൂപീകരണത്തിനും കർമ്മകുശലതയ്ക്കും തിയറ്റർ പോലെ ഉപയോഗപ്പെടുത്താവുന്ന മേഖലയും വേറെയില്ല. ശാസ്ത്രീയ മായി തിയറ്ററിനെ പിൻതുടരണമെന്നു മാത്രം. മുൻപേ പോയവരിലെ നന്മ ഉൾക്കൊണ്ടുകൊണ്ട് കാലികമായി പുതിയ വഴിതേടുക എന്നതും പ്രധാനപ്പെട്ട കാര്യമാണ്.

ഒരുകൂട്ടം ചെറുപ്പങ്ങൾ ആൺ പെൺ കോയ്മകളില്ലാതെ ഒത്തുകൂടി സാമൂഹിക പ്രശ്നങ്ങൾ ചർച്ച ചെയ്തുകൊണ്ട് വിജ്ഞരാവേണ്ടുന്ന ഇടമാണ് കോളേജ് ക്യാമ്പസുകൾ. അവിടെ പ്രണയം, രാഷ്ട്രീയം, വിരഹം, സ്നേഹം, ലാളിത്യം, ദയ, നിഷ്ഠ, ആശയ നിവേദനം, നിസ്വാർത്ഥത ഇപ്രകാരമുള്ള ഉജ്ജ്വലമായ സംഗതികളെപ്പറ്റി നിർല്ലോഭമായ ഉന്നങ്ങളുണ്ടാവേണ്ടത് ആവശ്യമാണ്. നാളെയുടെ കുതിപ്പുകളെ അതിലംഘിക്കുന്ന സകലതും അവിടെ ചോദ്യം ചെയ്യപ്പെടേണ്ടതുമുണ്ട്. ഇന്നത്തെ ക്യാമ്പസുകളിൽ അതു സംഭവിക്കുന്നുണ്ടോ എന്നതാണ് ചിന്താവിഷയം.

കേരളത്തിലെ ക്യാമ്പസുകൾക്ക് എന്തു സംഭവിച്ചു എന്നു വിഷാദിക്കുന്നവരുടെ ശ്രദ്ധയില്പെടാതെ പോലും പോകുന്ന നിരവധി കാര്യങ്ങളിൽ ഒന്നാണ് തീരെ ഗൗരവമില്ലാത്ത നാടക പ്രവർത്തനം. മുപ്പതു കൊല്ലം മുമ്പുള്ള അതേ തോതിൽ അതേ ആവേശത്തിൽ ചിലതു സംഭവിക്കുന്നില്ല. എന്നാൽ നാടകങ്ങൾ ഉണ്ടാവുന്നുമുണ്ട്. ക്യാമ്പസിലെ കൂട്ടായ്മകളിൽനിന്നും ഉടലെടുക്കുന്ന തനതായ സർഗ്ഗധന്യതകളുടെ മൊത്തത്തിലുള്ള ഊർജ്ജമാണ് കുറഞ്ഞിരിക്കുന്നത്.

മുഴുവൻ മലയാളികളുടെയും ജീവിത ശൈലിയിൽ സംഭവിച്ച ചില വലിയ മാറ്റങ്ങളുണ്ട്. രുചികളിൽ വന്ന മാറ്റം അഭിരുചികളെയും മാറ്റിക്കളഞ്ഞിട്ടുണ്ട്. കൃഷി മറന്ന മലയാളിക്ക് പലതും നഷ്ടപ്പെട്ട കൂട്ടത്തിൽ അഭിരുചികളും നഷ്ടപ്പെട്ടു. ഭാഷ മറന്ന കൂട്ടത്തിൽ തനതായ പലതും നഷ്ടപ്പെടുത്തിയവരാണ് നമ്മൾ.

ഇന്ത്യയിൽ മറ്റേതെങ്കിലും സംസ്ഥാനത്തിലുള്ളവർക്കു നഷ്ടപ്പെട്ടതിനേക്കാൾ നഷ്ടം സംഭവിച്ചത് മലയാളിക്കു തന്നെ. മാതൃഭാഷയെ നെഞ്ചോടു ചേർത്തുകൊണ്ടുള്ള വായനാശീലം നഷ്ടപ്പെട്ടതാണ് അതിലേറ്റവും മുന്തിയ നഷ്ടം. വായന ചുരുങ്ങിച്ചുരുങ്ങി വിവാദമേശാത്ത ഒന്നിനെയും നമ്മൾ കണ്ടതായി നടിക്കുന്നുപോലുമില്ല. നാടകമെഴുതുന്നവർ വളരെ കുറഞ്ഞു. മലയാളത്തിൽ ചിന്തിച്ച് മലയാളത്തിൽ നാടകം എഴുതുന്നവരും കുറഞ്ഞു പോയിരിക്കുന്നു. എല്ലാത്തിനും ഒരുതരം പരദേശ മൂല്യമാണ് (Exotic Value). കുത്തിക്കുറിച്ചു ശീലിക്കുന്ന പലരും താന്താങ്ങളുടെ സർഗ്ഗോല്പന്നം സോഷ്യൽ മീഡിയപ്പരപ്പിൽ പ്രചരണാർത്ഥം നിക്ഷേപിച്ച് അപ്രസക്തിയുടെ അലക്ഷ്യങ്ങളാണ് ഉല്പാദിപ്പിച്ചു കൊണ്ടിരിക്കുന്നത്. ഒരിഞ്ചുമുകളിലേക്ക് വളരാൻ ഇരുനൂറടി മണ്ണിലേക്ക് വേരാഴം വയ്ക്കണമെന്നു പോലും നമ്മൾ മറന്നുപോയിരിക്കുന്നു. അങ്ങനെ

സംഭവിച്ചുപോയ മറവികളിൽ ഒന്നാണ് ക്യാമ്പസുകളിലെ നാടക ശീലം.

ക്യാമ്പസ് നാടക ചരിത്രം ആധുനിക മലയാളനാടക വേദിയുമായി നേർബന്ധമുള്ളതാണ്. മലയാള നാടക വേദിയിൽനിന്നും അന്യമായത് ഒന്നുംതന്നെ ക്യാമ്പസുകളിലും സംഭവിച്ചിട്ടില്ല. ഏതേതു സങ്കേതങ്ങളിലൂടെയെല്ലാം മലയാള നാടകവേദി സഞ്ചരിച്ചിട്ടുണ്ടോ അതിന്റെയെല്ലാം ചെറുരൂപങ്ങൾ ക്യാമ്പസിലും സംഭവിച്ചു. ഇംഗ്ലീഷ് വിദ്യാഭ്യാസംകൊണ്ട് ഷേക്സ്പിയറും മറ്റും കളിച്ച കാലവും കടന്ന് എത്തിച്ചേർന്നത് നിരവധി വിദേശ നാടകകൃതികളുടെ അവതരണത്തിലേക്കാണ്. സംഭാഷണ പ്രധാനങ്ങളായവ. അരങ്ങിലെ ക്രിയാവ്യാപാരം (Action Orientation) എന്നതിലേക്ക് എത്തിച്ചേരുന്നത് അറുപതുകളിലാണ്. അതാകട്ടെ നാടകക്കളരി പ്രസ്ഥാനത്തിലൂടെയും സ്കൂൾ ഓഫ് ഡ്രാമ സ്ഥാപിതമായതോടെയുമാണ്.

പ്രൊഫ. ജി ശങ്കരപ്പിള്ളയും കുട്ടികളും വിവിധ സങ്കേതങ്ങൾ പരിചയപ്പെട്ടും പരിചയപ്പെടുത്തിയും കേരളമൊട്ടാകെ കൈകോർത്തു പിടിച്ചു നടന്നതിന്റെ ഫലമായി ക്യാമ്പസുകളിൽ അതുവരെ പകർന്നാടിയിരുന്ന നാടകങ്ങളുടെ മുഖച്ഛായ മാറി. ഒരുപക്ഷേ, ശങ്കരപ്പിള്ളയെ കേരളത്തിൽ അയ്യായിരം പേരിൽ കൂടുതലായി ആർക്കും അറിയില്ലായിരിക്കാം. പലരും ജി ശങ്കരപ്പിള്ളയും ജി ശങ്കരക്കുറുപ്പും കെ ജി ശങ്കരപ്പിള്ളയും ഒരാളാണെന്നു പോലും തെറ്റായി മനസ്സിലാക്കുന്നുമുണ്ട്. ജി ശങ്കരപ്പിള്ളയേക്കാൾ ചർച്ച ചെയ്യപ്പെട്ട നാടക പ്രവർത്തകരും രാഷ്ട്രീയ നാടകക്കാരും ചരിത്രത്തിൽ ഇടം നേടിയും നേടാതെയും പോയിട്ടുമുണ്ട്. എന്നാൽ മെഴുകുതിരി പോലെ സ്വയം എരിഞ്ഞുതീർന്ന ശങ്കരപ്പിള്ളയിൽ നിന്നും കൊളുത്തി നീട്ടിയ പന്തങ്ങളും ചെരാതുകളുമാണ് ഇന്നും ക്യാമ്പസുകളിലും മലയാളക്കരയിലും അവശേഷിക്കുന്നത്. അതുകൊണ്ടുതന്നെ പ്രായോഗിക നാടകവേദിയുടെ വൈവിദ്ധ്യ ശോഭയെ തുറന്നുകാട്ടാൻ അവസരമൊരുക്കിയ പ്രൊഫ. ജി ശങ്കരപ്പിള്ളയെ നിരാകരിക്കാൻ ആവില്ലതന്നെ. ചുരുക്കത്തിൽ ആധുനിക മലയാള നാടകവേദിയെ നെഞ്ചേറ്റുന്നതിൽ സ്കൂൾ ഓഫ് ഡ്രാമയെയാണ് ക്യാമ്പസുകൾ ആദ്യം ആശ്രയിച്ചത്.

ശങ്കരപ്പിള്ള എഴുതിയ നാടകങ്ങൾ കേരളത്തിലെ സർവ്വകലാശാലകളിലെ വിദ്യാർത്ഥികൾ പരസഹായത്തോടെയും അല്ലാതെയും അവതരിപ്പിക്കാൻ ശ്രമിച്ചു. അതിൽ *അമാലന്മാർ* എന്ന നാടകം നൂതന നാടകത്തിന്റെ ഗംഭീരമായ വരവറിയിച്ചു. *മൂന്നു പണ്ഡിതന്മാരും പരേതനായ സിംഹവും, ശുഭാന്തം, ഇലപൊഴിയും കാലത്തൊരു പുലർകാലവേള, ആസ്ഥാനവിഡ്ഢികൾ, കവാടം, താവളം, സബർമതി ദൂരെയാണ്* ഇങ്ങനെ അൻപതിലേറെ നാടകങ്ങൾ ജി ശങ്കരപ്പിള്ളയുടേതായി മാത്രം പിറന്നു.

സമാന്തരരേഖകൾ പോലെ കാവാലം നാരായണപ്പണിക്കരും ജി ശങ്കരപ്പിള്ളയും ക്യാമ്പസ് നാടകങ്ങളിലേക്ക് കടന്നുവന്നത് വലിയ

ഉണർവ്വുണ്ടാക്കി. കാവാലത്തിന്റെ *കാലനെത്തീനിയും അഗ്നിവർണ്ണന്റെ കാലുക*ളും ക്യാമ്പസുകളിൽ മത്സരിച്ചു കളിച്ചു. ഗീതം, നൃത്തം, വാദ്യം എന്നിവയിലൂടെ മുന്നോട്ടുനയിച്ച നാട്ടു മൊഴിവഴക്കവും തനത് വഴിയിലുള്ള ആട്ടപ്രകാരവും കാവാലത്തിന്റെ നാടകങ്ങളിലൂടെ വിദ്യാർത്ഥികൾ ഏറ്റെടുത്തു. കൂത്തും കൂടിയാട്ടവും തിറയും തെയ്യവും ബാഹ്യമായെങ്കിലും ചേർത്തുവയ്ക്കാനുള്ള ശ്രമങ്ങൾ നടന്നു. ക്ലാസിക്കൽ നാടോടി നാടകങ്ങളുടെ ബാഹ്യസ്വീകരണം സാധാരണ പ്രേക്ഷകനെ മടുപ്പിച്ചെങ്കിലും യൂണിവേഴ്സിറ്റി നാടക മത്സരങ്ങളിൽ വിധികർത്താക്കളാൽ സമ്മാനിതമായി. ഇങ്ങനെയൊക്കെ ചെയ്താലേ സമ്മാനം ലഭിക്കൂ എന്ന വിഭ്രമത്തിൽ പലപ്പോഴും കെട്ടുകാഴ്ച നാടകങ്ങളും ചിലരൊക്കെ പടച്ചുവിട്ടു.

കാവാലം നാരായണപ്പണിക്കർ

ക്രിയാപരമായ രംഗപരിക്രമങ്ങളും വിധാനങ്ങളും ഒരുക്കുന്നതിൽ പരീക്ഷണോന്മുഖമായ കാലത്തിനു തുടക്കംകുറിച്ച ജി ശങ്കരപ്പിള്ളയ്ക്കും കാവാലത്തിനും മാറ്റൊലി നാടകങ്ങളും അക്കാലത്തുണ്ടായി.

നരേന്ദ്രപ്രസാദ് ക്യാമ്പസുകളെ നാടകകലയുടെ കൂടി കേന്ദ്രബിന്ദുവാക്കി മാറ്റിക്കൊണ്ട് തന്റെവിദ്യാർത്ഥികളെ നാടകത്തിലേക്ക് അടുപ്പിച്ചു. തിരുവനന്തപുരം യൂണിവേഴ്സിറ്റി കോളേജിലും ആർട്സ് കോളേജിലുമായി അദ്ദേഹം വിരിയിച്ചെടുത്ത തിയറ്റർ സംസ്കാരം ശക്തമായിരുന്നു. ഡോ. എസ് ജനാർദ്ദനൻ, ജി എ ലാൽ എന്നിവർ ക്യാമ്പസ് നാടകങ്ങളിലൂടെ കടന്നുവന്ന് ഗൗരവനാടക വേദിയിൽ ചിലത് ചെയ്യാൻ ശ്രമിച്ചവരാണ്. ഡോ. എസ് ജനാർദ്ദനന്റെ *രാജകുമാരൻ നഗ്നനായിരുന്നില്ല, ജനാർദ്ദനപുരത്തെ വിശേഷങ്ങൾ* തുടങ്ങിയ നാടകങ്ങൾ ശ്രദ്ധേയമായിരുന്നു.

മഹേഷ് പഞ്ചുവും എം എസ് സതീഷുമൊക്കെ ചേർന്ന് കേരള യൂണിവേഴ്സിറ്റിയുടെ അങ്കണങ്ങളെ ആഘോഷമാക്കിത്തീർത്ത *ഭീമഘടോൽകച ബൊമ്മലാട്ടം, ഉച്ചാടനം* എന്നീ നാടകങ്ങൾ എടുത്തുപറയത്തക്കതാണ്. മഹേഷ് പഞ്ചു നടനെന്ന നിലയിൽ പരിമിതികളെ മറികടന്ന് നല്ല നടനെന്നും എം എസ് സതീഷ് നല്ല സംവിധായകനെന്നും കേൾവിപ്പെട്ടു. മഹേഷ് പഞ്ചു നാടക സംഘാടകന്റെ റോളിൽ ഏറെ തിളങ്ങി. നാടകത്തിന്റെ അരങ്ങു സാദ്ധ്യതകളെ വിദ്യാർത്ഥികൾക്കു പരിചയപ്പെടുത്തുന്നതിൽ എം എസ് സതീഷ് വഹിച്ച പങ്ക് നിസ്തുലമാണ്. ഭാസന്റെ *കർണ്ണഭാരം* സതീഷിന്റെ നാടക ജീവിതത്തിൽ തന്നെ

എടുത്തുപറയത്തക്ക സംവിധാന സംരംഭമാണ്. യൂണിവേഴ്സിറ്റി കോളേജിൽ ക്യാമ്പസ് തിയറ്റർ സങ്കല്പം ഉരുത്തിരിക്കുന്നതിൽ കഥാകൃത്ത് എം രാജീവ് കുമാർ നിസ്തുലമായ സംഭാവന ചെയ്തിട്ടുണ്ട്.

തുടർന്നിങ്ങോട്ടു നാടകം ചെയ്യുന്ന വിദ്യാർത്ഥികൾ ഉരുത്തിരിയുന്ന കാഴ്ചയാണ് ക്യാമ്പസുകൾ കണ്ടത്. പ്രീഡിഗ്രിക്കും ഡിഗ്രിക്കുമൊക്കെ പഠിക്കുന്നവർ തന്നെ നാടകമെഴുതി സംവിധാനം ചെയ്യുന്ന ശീലത്തിലേക്ക് ഉയർന്നുവന്നു. സന്തോഷ് സൗപർണ്ണിക, ഓണന്തുരുത്ത് രാജശേഖരന്റെ *ഒരു പാമ്പു നാടകവും അരങ്ങത്തു കുഞ്ഞന്മാരും* ഖാൻ കാവിലിന്റെ *മന്ദൻ ഗോവിന്ദന്റെ സന്ദേഹങ്ങ*ളും സംവിധാനംചെയ്ത് അഭിനയിച്ചു, സന്തോഷ് സ്വന്തമായെഴുതിയ നാടകങ്ങളും മത്സരവേദിയിൽ നിറഞ്ഞുനിന്നു. അതേകാലം ശ്രീകുമാർ മൈമേഴ്സ് നിരന്തരം ക്യാമ്പസ് നാടകങ്ങളിൽ ഇടപെട്ട് രചനയും സംവിധാനവും ചെയ്ത് നിരവധി മത്സര നാടകങ്ങൾ ഒരുക്കിവിട്ടു. ഇന്റർ യൂണിവേഴ്സിറ്റി നാടകോത്സവങ്ങളിൽ സന്തോഷിന്റെയും ശ്രീകുമാർ മൈമേഴ്സിന്റെയും നാടകങ്ങൾ പ്രശംസ നേടി.

എൻ എൻ പിള്ള

മദ്ധ്യകേരളത്തിലെ കലാലയങ്ങളിൽ എൻ എൻ പിള്ളയുടെ ശൈലി സത്തകൾ അംഗീകരിക്കപ്പെട്ടെങ്കിലും വൈദേശിക നാടകങ്ങളും നോവലുകളും സംഭാഷണ ത്വരയോടെ നാടകരൂപം പ്രാപിച്ച് വിഖ്യാതമായി എന്നതും മറന്നുകൂട. സൂ സ്റ്റോറി പോലെയുള്ള നാടകങ്ങൾ പ്രേരണയായെടുത്തെഴുതിയ നാടകം *ഗുഡ് നൈറ്റ്* എന്ന പേരിൽ യൂണിവേഴ്സിറ്റി തലത്തിൽ നിരവധി കളിച്ചു. *ശുദ്ധമദ്ദളം* എൻ എൻ പിള്ളയുടെ വേറിട്ട നാടകങ്ങളിൽ ഒന്നാണ്. അക്കാദമിക്കുകളുടെ വിർമശനങ്ങളെ മറികടക്കാൻ എൻ എൻ പിള്ളയുടെ നാടകങ്ങൾക്ക് കഴിയാത്തതിനാൽ നാടകപാഠശാലകളിലും ക്യാമ്പസുകളിലും ടെക്സ്റ്റ് എന്ന രീതിയിൽ പോലും അർഹമായരീതിയിൽ പിന്നീട് പരിഗണിക്കപ്പെടാതെ പോയ ചരിത്രമാണ് എൻ എൻ പിള്ളയ്ക്കുള്ളത്. എങ്കിലും *ഗുഡ് നൈറ്റ്* എന്ന നാടകം കേരളത്തിലെ സർവ്വകലാശാലകളുടെ വേദികൾ കീഴടക്കി.

പുതുമയുള്ള അരങ്ങു ചിന്തകളാൽ ക്യാമ്പസുകളെയും അമച്വർ നാടകവേദിയേയും സജീവമാക്കുന്നതിൽ ടി എം എബ്രഹാമിന്റെ കാച്ചിക്കുറുക്കിയ നാടകങ്ങൾ ഉപകരിച്ചിരുന്നു. കൊല്ലം നീരാവിൽ സ്വദേ

ശിയും പിൽക്കാലത്ത് എഞ്ചിനീയറുമായിത്തീർന്ന മോഹൻരാജ്, ടി എം എബ്രഹാമിന്റെ *പെരുന്തച്ചൻ* എന്ന കൃതിയെ പ്രത്യേക ശൈലിയിൽ അരങ്ങേറ്റുന്നതിൽ വിജയം വരിച്ചു. ആ നാടകം അക്കാലത്തെ പുതിയ തലമുറയ്ക്ക് പാഠപുസ്തകം പോലെ പുതുമയുള്ളതായിരുന്നു. ക്യാമ്പ സുകളിൽ വർഷങ്ങളോളം നിറഞ്ഞുനിന്ന *പെരുന്തച്ചൻ* ആധുനിക മലയാള നാടകത്തിന്റെ കാന്തികവലയത്തിനുള്ളിലേക്ക് മുതിർന്നവരെ ക്കൂടി ആകർഷിച്ചു വശത്താക്കി. ടി എം എബ്രഹാമിന്റെ *കൊഴുത്ത കാളക്കുട്ടി, കീറിമുറിച്ച കണ്ണ്, ഹോൽ എന്ന പക്ഷി, നഷ്ടപ്പെട്ട ചിറകുകൾ, പ്രാവുകൾ ഇപ്പോൾ കരയുന്നില്ല, രക്തബലി* എന്നീ ഏകാങ്കങ്ങൾ ക്യാമ്പസിലെ അവിഭാജ്യ നാടകങ്ങളായി. ജോസ് ചിറമ്മേലിന്റെ സംവിധാനത്തിൽ അവതരിപ്പിച്ച *അത്ഭുതാങ്കണം* കോളേജ് നാടകമത്സരങ്ങളിൽ വലിയ ചർച്ച നേടിയെടുത്ത നാടകമാണ്. തെണ്ടികളുടെ സാമ്രാജ്യത്തിലെത്തിച്ചേരുന്ന കവിയുടെ കഥയിലൂടെ ആ നാടകം വികസിക്കുന്നു. പ്രതിഭകളെ ആദരിക്കാൻ മടിക്കുന്ന ലോക മനസ്സിനുനേരേ പിടിച്ച ബിംബദർശനമാണ് അത്ഭുതാങ്കണം നാടകം. ഇങ്ങനെയൊക്കെയാണെങ്കിലും നാടകരചയിതാവെന്ന നിലയിൽ ടി എം എബ്രഹാമിനെ പരിശോധിക്കുന്നതിലും വിലയിരുത്തുന്നതിലും നമ്മുടെ നാടക ചരിത്രകാരന്മാർ തെല്ലു മടി കാണിച്ചതായും തോന്നിയിട്ടുണ്ട്.

കാലദേശാതീതമായ നാടകങ്ങളെ സ്വപ്നം കണ്ടുകൊണ്ട് നാടക വേദിയെ സമീപിച്ച ഉജ്ജ്വല പ്രതിഭയാണ് പി ബാലചന്ദ്രൻ. സ്കൂൾ ഓഫ് ഡ്രാമയിൽനിന്നും പൊട്ടിപ്പുറപ്പെട്ട നാടകാവബോധത്തിന്റെ ഇരുതലസർപ്പങ്ങളെന്നപോലെ ജോസ് ചിറമ്മലും പി ബാലചന്ദ്രനും ക്യാമ്പസ് നാടകങ്ങളുടെ കനവും മനവും നിറച്ചുവച്ച കാലമാണ് മലയാള നാടകവേദിയിൽ ഈടുവയ്പിന്റെ കാലമായി വിലയിരുത്തപ്പെ ടേണ്ടത്. പി ബാലചന്ദ്രൻ നടനും എഴുത്തുകാരനും സംവിധായകനും അദ്ധ്യാപകനും നിരൂപകനും സർവ്വോപരി പുതിയ കാലത്തിന്റെ നാടക മനസ്സുകളെ സർഗ്ഗോത്സാഹികളാക്കുന്നതിന്റെ അമരക്കാരനുമായി നിലകൊണ്ടു. നാടകത്തിന്റെ 'ചെണ്ട' കൊട്ടി കാസർകോടുമുതൽ കന്യാകുമാരി വരെയുള്ള ക്യാമ്പസുകളെ നയിക്കാൻ പി ബാലചന്ദ്രന്റെ *മകുടി* നാടകത്തിന് സാധിച്ചു. നാടോടി ക്ലാസിക്കൽ പാരമ്പര്യത്തിന്റെ മണ്ണിൽ കിളിർത്ത സത്യസന്ധമായ നാടക വഴിയാണ് *മകുടി*ക്കുള്ളത്. അദ്ദേഹമെഴുതി സംവിധാനം ചെയ്ത, ക്യാമ്പസുകൾ ആഘോഷിച്ച നാടകങ്ങളാണ് കല്യാണസൗഗന്ധികവും ചെണ്ടയും മറ്റും.. ക്യാമ്പസ് നാടകത്തിനു കൗമാരദശ സമ്മാനിക്കുന്നതിൽ ശ്രദ്ധകാട്ടിയവരിൽ പി ബാലചന്ദ്രനെപ്പോലെ മറ്റൊരാളില്ല. നാടകകാലത്തിന്റെ നവീനബോധം അങ്ങനെ സാദ്ധ്യമായതുകൊണ്ട് കനപ്പെട്ട നാടകങ്ങൾ ക്യാമ്പസുകളിൽ പിറന്നു വീണു. ക്യാമ്പസ് തിയറ്റർ ഓരോ കലാലയങ്ങളിലും പൊട്ടി മുളച്ചു. നാടകക്കളരിയുടെ പ്രാധാന്യം വിളിച്ചു ചൊല്ലിയ കാലം കൂടിയാ യിരുന്നു. അത്.

പി എം താജ്എഫക്റ്റ് ഏറ്റുവാങ്ങിയ ക്യാമ്പസുകളുടെ കാലം അത്യന്തം സർഗ്ഗാത്മകമായിരുന്നു. *കുടുക്ക അഥവാ വിശക്കുന്നവന്റെ വേദാന്തം* നാടകം കേരളത്തിന്റെവടക്കുനിന്നു തുടങ്ങിയ നാടക ശീലത്തിന്റെ സത്യസന്ധമായ കരുത്താണ്. പി എം താജ് എഴുതിയ ഒരുപിടി നാടകങ്ങൾ വിദ്യാർത്ഥികളുടെ നാടകാവബോധത്തിനെ സജീവമാക്കി നിലനിർത്തുന്നതിൽ വിജയിച്ചു. *മേരി ലോറൻസ് അഥവാ ഇത്രമാത്രം, ഒറ്റവരി, രാവുണ്ണി, പാവത്താൻ നാട്, പെരുങ്കള്ളൻ, പ്രിയപ്പെട്ട അവിവാഹിതൻ, ആൾമാറാട്ടം* തുടങ്ങിയ നാടകങ്ങൾ എഴുതിയ പി എം താജ് മലയാള കാവ്യസരണിയിലെ ഇടപ്പള്ളിയെപ്പോലെ അകാലത്തിൽ പൊലിഞ്ഞ തീവ്രനക്ഷത്രമാണ്. തനിമലയാളത്തിൽ ചിന്തിച്ച് ദേശകാലാതീതമായ നാടക സർഗ്ഗംതീർത്താണ് താജ് കടന്നുപോയത്. *രാവുണ്ണി* മുന്നോട്ടുവച്ച മാനുഷികതയുടെ ശക്തി അമ്പരപ്പിച്ചുകളഞ്ഞു.

മലബാറിന്റെയും മലയാളിയുടെയും കലാലയ മനസ്സ് *റോസ്മേരി പറയാനിരുന്നത്, പദപ്രശ്നങ്ങൾക്കിടയിൽ അയാളും അവനും* എന്നീ നാടകങ്ങളിലൂടെ കൊടുത്തുവച്ച സതീഷ് കെ സതീഷിനെ പ്രത്യേകം പരാമർശിക്കേണ്ടതുണ്ട്. ക്യാമ്പസ് നാടകങ്ങൾക്ക് മേൽവിലാസമുണ്ടാക്കിയെടുക്കുന്ന തരത്തിലുള്ള തിയറ്റർ പ്രവർത്തനം നടത്തിയതിലൂടെ സതീഷ് കെ സതീഷ് ആദരിക്കപ്പെടേണ്ടതുണ്ട്. പുതിയ എഴുത്തുകാരുടെ ക്യാമ്പസ് നാടകങ്ങൾ സമാഹരിച്ച് പുസ്തക രൂപത്തിൽ പുരസ്കരിക്കാൻ സതീഷ് അദ്ധ്വാനിച്ചു.

എ ശാന്തകുമാർ പൊതു നാടകവേദിയിലും ക്യാമ്പസ് നാടകങ്ങൾക്കും കണിശതയുള്ള ചോദ്യമെറിഞ്ഞുകൊണ്ട് സഞ്ചരിച്ചുകൊണ്ടേയിരിക്കുന്ന നാടക പ്രവർത്തകനാണ്. ഒരു ദേശം നുണപറയുന്നു നാടകം ആനുകാലികമായ മതാശങ്കകൾക്കു നേരെ മമതയോടെ മനം കൊടുക്കേണ്ടുന്ന ഉഗ്രൻ നാടക ചിന്തയാണ്. പറയാനുള്ള കാര്യം പരിധിയില്ലാതെ ശക്തമായി ഉന്നയിക്കുന്നുണ്ട് ശാന്തന്റെ നാടകങ്ങളിൽ. *കറുത്ത വിധവ ഈയടുത്ത കാലത്ത് ഇന്റർസോൺ കലോത്സവങ്ങളിൽ സമ്മാനം നേടിയ നാടകമാണ്. നാസർ നിന്റെ പേരെന്താണ്, നിഗൽ, പ്രണയകഥകളി, കറുപ്പ്, പെർഫ്യൂം, വീടുകൾക്ക് എന്ത് പേരിടും, ജിബ്രിഷ്കിനാവ്, ന്റെപുള്ളിപ്പയ്യ് കരയാണ്* തുടങ്ങിയ അറുപതോളം നാടകങ്ങൾ എഴുതിയിട്ടുള്ള ശാന്തന്റെ നാടകങ്ങളിൽ പലതും ക്യാമ്പസുകളിൽ ശ്രദ്ധേയമായിട്ടുണ്ട്.

കലാലയ നാടകങ്ങളിൽ വേറിട്ടതും ശക്തവുമായ കൃതിയാണ് സുലൈമാൻ കക്കൊടിയുടെ *തീൻമേശയിലെ ദുരന്തം*. ഒരുപാടു കളിച്ച നാടകമാണിത്. ഇന്നും ഈ നാടകം യൂണിവേഴ്സിറ്റി നാടകോത്സവവേദിയിലും മറ്റും അവതരിപ്പിക്കുന്നുണ്ട്. രണ്ടു ഷെഫുമാരുടെ സ്വകാര്യതയിൽ യജമാനന്റെ തമാശ വരുത്തുന്ന ദുരന്തം ആഗോള അധിനിവേശത്തിനെയും നിർമ്മമരായ സാധാരണ മനുഷ്യനെ ചതിക്കുന്നതിന്റെയും അവസ്ഥാവിശേഷങ്ങളെ തുറന്നുകാട്ടുന്നുണ്ട്.

പട്ടാമ്പി സംസ്കൃത കോളജിലെ ഗംഗാധരൻ മാഷ് ഉയർത്തിവിട്ട ഗൗരവ നാടകങ്ങൾ സവിശേഷമായ സ്ഥാനം അർഹിക്കുന്നതാണ്. അതുപോലെ ലോകധർമ്മി നാടക വീട്ടിന്റെ സ്ഥാപകനും നാടകക്കാര നുമായ ചന്ദ്രദാസൻ കലാലയ നാടകങ്ങളുടെ കൂടി വക്താവാണ്. കെ ആർ രമേശിന്റെ *കാട്ടുമാക്കാൻ, ബൂട്സ്* എന്നീ നാടകങ്ങൾ വ്യത്യ സ്തമായ നാടകാനുഭവം പ്രദാനം ചെയ്തിട്ടുണ്ട്. മലയാളത്തിൽനിന്നും ലോകശ്രദ്ധ നേടിക്കൊണ്ടിരിക്കുന്ന സുവീരൻ, ശശിധരൻ നടുവിൽ, സാംകുട്ടി പട്ടം കരി, മഞ്ജുളൻ, ജിനോ ജോസഫ് എന്നിവർ കലാലയ നാടകങ്ങളെ ഉന്നതമാക്കാൻ കൂടി സമയം കണ്ടെത്തിയവരാണ്. ഇതിൽ സുവീരന്റെ അരങ്ങു വഴക്കത്തിനും കാഴ്ചപ്പാടിനും മറ്റാരേക്കാളും കീർ ത്തിയുണ്ട്.

കലാലയ നാടകങ്ങളുടെ ചരിത്രലേഖനത്തിൽ നിരവധിയായ പേരു കൾ ഇനിയുമുണ്ട്. ഓരോരുത്തരുടെയും പ്രവർത്തനം വിലയിരുത്തി യാൽ അവരോരോരുത്തർക്കും ഓരോ അദ്ധ്യായം രചിക്കാൻ തക്ക കാര്യ ങ്ങളുമുണ്ടാവും. ആ ശ്രേണിയിലേക്ക് എടുത്തു വയ്ക്കപ്പെടേണ്ടവരുടെ പട്ടികയും സുദീർഘമാണ്. *മരത്തവള*യും *കൊററ*യുമൊക്കെ അരങ്ങി ലെത്തിച്ച വി കെ പ്രഭാകരൻ, *കാണ്ടാമൃഗം* പോലുള്ള ശക്തിഭദ്രമായ നാടകങ്ങൾ ചെയ്ത ജോയ് മാത്യു. വിവാദചിന്ത ഉയർത്തിവിട്ട കാർ ത്തികേയൻ പടിയത്ത്. *ശവംതീനികൾ* എന്ന അദ്ദേഹത്തിന്റെ നാടകം പ്രതിപാദ്യത്തിലെ തീവ്രതകൊണ്ട് ശ്രദ്ധ നേടിയിരുന്നു. *ഒരാനയും കുറേ പാപ്പാന്മാരും* എഴുതിയ എ ആർ രതീശൻ, ടി സുരേഷ്ബാബു, ഗിരീഷ് പി സി പാലം, സുരേഷ് ബാബു ശ്രീസ്ഥ, വാസുപ്രദീപ്, പി എ എം ഹനീഫ്, ഓമല്ലൂർ ഗോപാലകൃഷ്ണൻ, പെരുന്ന വിജയൻ തുടങ്ങിയവർ കലാലയത്തിന്റെ നാടകാങ്കണങ്ങൾക്കു കൂടി സ്വന്തമാണ്. എം ജി യൂണി വേഴ്സിറ്റിയുടെ നാടകമത്സരങ്ങളിൽ ജോസഫ് പാണാടൻ എഴുതി സംവിധാനം ചെയ്ത നാടകങ്ങൾ സമ്മാനം നേടിയിരുന്നു. മലയാള ത്തിലെ പ്രിയ കവി കടമ്മനിട്ടയുടെ ചാക്കാലയും മറ്റും പാണാടന്റെ രംഗവിരുതിന് ഉദാഹരണമാണ്. സാന്നിദ്ധ്യംകൊണ്ട് ഹയർ സെക്കന്ററി കലാലയ നാടകങ്ങൾ ചെയ്യാൻ പരിശ്രമിക്കുന്ന നൂറനാട് സുകു, അരുൺലാൽ, റഫീക് മംഗലശ്ശേരി, അമൽ രാജ്, രാജേഷ് ശർമ്മ, വിജേഷ് തുടങ്ങിയ വർത്തമാനകാല നാടക പ്രവർത്തകരും ഓർമ്മിക്കപ്പെടേണ്ട വരാണ്. അരുൺലാൽ വരുംകാല നാടക നന്മയിലേക്ക് നടന്നടുക്കു ന്നുണ്ട്. വിജേഷ് അരങ്ങിന്റെ രസതന്ത്രമറിയാവുന്ന സംവിധായകനെന്ന നിലയിൽ പ്രസക്തനാണ്. അഴകുള്ള അരങ്ങുശീലത്താൽ വിജേഷ് അണിയിച്ചൊരുക്കിയ ഫ്രാൻസിസ് നെറോണയുടെ *കണ്ണാച്ചിയും തൊട്ടപ്പനു*മൊക്കെ ചർച്ച ചെയ്യപ്പെടുന്നുണ്ട്. ഇന്റർസോൺ നാട കോത്സവ വേദികളിൽ വിജേഷ് തിളങ്ങുന്നുണ്ട്. സി അയ്യപ്പന്റെ *കാവൽ ഭൂതവും പ്രേതഭാഷണ*വും ശ്രദ്ധേയമായി. മാർക്സിം ഗോർക്കിയുടെ

*പ്രാണിജന്മ*വും വിജീഷ് കലാലയത്തിനായി സംവിധാനം ചെയ്ത് അവതരിപ്പിച്ചു.

ഇങ്ങനെയൊക്കെയാണെങ്കിലും കലാലയ നാടകങ്ങൾക്ക് കൈവന്നിരുന്ന നല്ലകാലം പലതുകൊണ്ടും നഷ്ടപ്പെട്ടു എന്നത് ഏറെ വിഷമമുണ്ടാക്കുന്നുണ്ട്. വേഗത്തിൽ ഒരു വീണ്ടെടുപ്പിനായി നമ്മൾ കുതിക്കേണ്ടിയിരിക്കുന്നു. വിദ്യാർത്ഥികൾ എഴുതി സംവിധാനം ചെയ്യുന്ന നാടകങ്ങൾ ഉണ്ടാവുന്ന കാലം വന്നേ മതിയാവൂ. കലോത്സവങ്ങളിൽ പുറത്തുനിന്നുള്ള നാടക പ്രവർത്തകരുടെ രചനയും സംവിധാനവും വേണ്ട എന്നു വയ്ക്കാനുള്ള കരുത്തിലേക്ക് കലാലയത്തിലുള്ള വിദ്യാർത്ഥികൾ വളരണം. അതിന് നിദർശനമാക്കാവുന്ന സംരംഭമാണ് തുടക്കത്തിൽ രേഖപ്പെടുത്തിയ സ്കൂൾ ഓഫ് ലെറ്റേഴ്സിന്റെ മാതൃക.

വിദ്യാർത്ഥികൾക്കിടയിലുള്ള അതുല്യപ്രതിഭകളെ കണ്ടെത്താനുള്ള കർമ്മപദ്ധതികൾ രൂപപ്പെടുത്തി മുന്നേറുകയാണ് ഇപ്പോൾ വേണ്ടത്. നാടകക്കളരികൾ കലാലയങ്ങളായ കലാലയങ്ങളിലെല്ലാം സംഘടിപ്പിക്കണം. കലാലയങ്ങളിലെ തിയറ്റർ ക്ലബ്ബുകൾ കൂടുതൽ സജീവമാവണം. ഡോ. കെ എം കൃഷ്ണൻ മാഷും ഡോ. അജു കെ നാരായണനും ഡോ. ഹരി ചങ്ങമ്പുഴയും ഡോ. പി എസ് രാധാകൃഷ്ണനും ഡോ. ജോസ് കെ മാനുവലും മറ്റും കൈക്കൊണ്ട വഴിയിലൂടെ ക്യാമ്പസ് നാടകങ്ങളെ സജീവമാക്കിയെടുക്കാൻ നമുക്ക് സാധിക്കും. തൃശൂർ സ്കൂൾ ഓഫ് ഡ്രാമയ്ക്ക് ഒരുപിടി കാര്യങ്ങൾ ഇതിലേക്കായി ചെയ്യാനാവും. പ്രാക്ടിക്കൽ തിയറ്ററിന്റെ നേർത്തവഴിയിലൂടെയാവണം കലാലയ വിദ്യാർത്ഥികൾ നയിക്കപ്പെടേണ്ടത്. നാടക ചരിത്രവും ധർമ്മവും സൗന്ദര്യശാസ്ത്രവും കലാലയവിദ്യാർത്ഥികളെ പരിചയപ്പെടുത്തണം. നാടകചിന്ത ഉണർത്തി വിടാൻ സ്കൂൾ ഓഫ് ലെറ്റേഴ്സും കാലടി സംസ്കൃത സർവ്വകലാശാലതീയറ്റർ വിഭാഗവും കാണിക്കുന്ന ഉത്സാഹം ഓരോ കോളേജിന്റെയും പടി കടന്നെത്തിയേ മതിയാവൂ.

ശക്തരായ നാടക നിരൂപകർ തീരെയില്ലാത്ത മലയാള നാടകവേദിയാണിപ്പോൾ നമുക്കുള്ളത്. നാടകസാഹിത്യത്തിലേക്ക് യുവത കടന്നെത്താൻ വേണ്ടുന്ന പ്രത്യേക പരിശീലനക്കളരികൾ സംഘടിപ്പിക്കണം. കരിക്കുലത്തിൽ പെടാത്ത നാടകകാര്യങ്ങൾ മനസ്സിലാക്കിയെടുക്കാൻ സമയം കണ്ടെത്തി ഓരോ കോളേജും ഇതിനായി മുന്നോട്ടുവരുന്ന പക്ഷം മറ്റൊരു നാടകസുവർണ്ണകാലം കലാലയങ്ങളിൽ പിറവിയെടുക്കും. സ്വജനപക്ഷപാതവും സ്വാർത്ഥതയും വെടിഞ്ഞ് കൈകോർക്കേണ്ട മനോഭാവം നാടകപ്രവർത്തകരിലുണ്ടായാൽ കലാലയ നാടകങ്ങൾക്കു കൂടുതൽ കനംവയ്ക്കും. വില കുറഞ്ഞ മത്സരമനസ്സിൽനിന്നും വിടുതൽ നേടും. സർഗ്ഗാത്മകമായി നാടകത്തിലിടപെടാൻ പ്രാപ്തിയുള്ള ഒരു പിടി ആൾക്കാർ നമുക്കിടയിലുണ്ട്, അവരെ ഉൾക്കൊള്ളാനും പ്രയോജനപ്പെടുത്താനും ഇടുങ്ങിയ ചിന്താഗതികൾ ഉപേക്ഷിക്കാനും എല്ലാവരും തയ്യാറാവണം. 'താൻ ശരി'കളിൽ കുടുങ്ങി

നാടകവേദിയെ വഴി തെറ്റിക്കാതിരിക്കാനും ശ്രദ്ധിക്കണം.

ജയപ്രകാശ് കുളൂരിനെപ്പോലെയുള്ള മുതിർന്ന നാടകക്കാരുടെ സേവനം ഇക്കാര്യത്തിൽ ഉപയുക്തമാക്കേണ്ടതുണ്ട്. കേരളത്തിലെ വിവിധ സർവ്വകലാശാലകളിൽ പ്രവർത്തിക്കുന്ന അദ്ധ്യാപകർ ഇതിനായി മുൻകൈ എടുത്തേ മതിയാവൂ. *രമേഷ് വർമ്മ, ഗോപൻ ചിതംബരൻ, മാർഗ്ഗി മധു, ഷിബു എസ് കൊട്ടാരം, ശ്രീജിത്ത് രമണൻ, ഡോ. അജിത് എം എസ്, ഡോ. സാബുകോട്ടുക്കൽ തുടങ്ങിയവരെപ്പോലെ സർഗ്ഗധനരും വിജ്ഞരുമായ നിരവധി കലാലയ അദ്ധ്യാപകരുടെ പ്രവർത്തനപക്ഷത്തു തന്നെയാണ് കലാലയ നാടകങ്ങളുടെ ഭാവി.

ജയപ്രകാശ് കുളൂർ

(പേരു പറയാൻ വിട്ടുപോയ പലരുമുണ്ടുതന്നെ. സ്ഥലപരിമിതിയും പരിചയ പരിധിയുടെ പരിമിതിയും ചിലരെ പറയാൻ വിട്ടുപോയിട്ടുമുണ്ടാവാം.)

നാടകം കഴിഞ്ഞു; ഇനിയെന്ത്?

വലിയൊരു ഉത്സവത്തിമിർപ്പിന് ആഗ്രഹിച്ചുകൊണ്ടാണ് തൃശൂരിലേക്ക് വണ്ടി കയറിയത്. പതിനൊന്നാമത് ഇന്റർ നാഷണൽ തിയറ്റർ ഫെസ്റ്റിവൽ ഓഫ് കേരള അതിന്റെ പൂർവ്വകാല രുചികളെ ഓർമ്മിപ്പിക്കുന്നുണ്ടായിരുന്നു. വൈവിദ്ധ്യങ്ങളുടെ വിശേഷപ്പെട്ട അവതരണ സ്ഥലികളെ മോഹിച്ചുംകൊണ്ട് പ്രേക്ഷകരൊഴുകിയെത്തേണ്ടുന്ന ഇടമാണ് ഓരോ നാടകോത്സവത്തറകളും. ഇക്കുറി ഉത്സവത്തിനു മേളക്കനം കുറഞ്ഞിരിക്കുന്നു. പത്തു ദിവസത്തെ നാടക മാമാങ്കം ആറു ദിവസമായി ചുരുക്കിയതിനും കോടികൾ ചെലവഴിച്ച് കൊണ്ടാടിയിരുന്ന ഉത്സവം ഏതാണ്ട് ഒരു കോടിക്കപ്പുറമെത്താത്തതിനുമൊക്കെ നമുക്ക് കാരണമുണ്ട്. അപ്രതീക്ഷിതമായി വന്നുതള്ളിയ പ്രളയജലം എല്ലാ ആഘോഷശീലങ്ങളുടെയും നിറം കെടുത്തി. എങ്കിലും കേരള സംഗീത നാടക അക്കാദമി ഒട്ടൊക്കെ ഉത്സാഹത്തോടെ സ്വന്തം ജോലി മിനുക്കിത്തീർക്കുന്നതിൽ ഉണർവ്വുകാട്ടി. ഇടയിൽ ചില നെടുവീർപ്പുകളുണ്ടാവുന്നുണ്ട് പിണക്കങ്ങൾ, പരിഭവങ്ങൾ... വിമർശങ്ങൾ! നാടകങ്ങളുടെ തെരഞ്ഞെടുപ്പു മുതൽ മീറ്റ് ദ ആർട്ടിസ്റ്റ് വരെയും വിമർശങ്ങൾ നീളുന്നു.

മേള നടക്കുന്ന അക്കാദമി കോമ്പൗണ്ടിൽ എത്തിയപ്പോൾ ആദ്യം കേട്ടത് ഉദ്ഘാടന നാടകം പാളി എന്നാണ്. കോളേജ് നാടകത്തിന്റെ നിലവാരം പോലുമില്ലാത്ത അവതരണമായിരുന്നു *തിത്തകഹാത്ത* (ബിറ്റർ നെക്റ്റർ) എന്ന ശ്രീലങ്കൻ നാടകം എന്നൊരു അതൃപ്തി പറച്ചിലിനു ചെവി കൊടുത്തു. നാടകക്കാഴ്ചയ്ക്കു വരുന്നവരിൽ ഏറെയുമങ്ങനെയാണ്. അതുവരെയുമുള്ള തന്റെ ആസ്വാദനശീലത്തിന്റെ അതിരിലെങ്ങും കിട്ടാത്ത കാഴ്ചയും ചിന്തയും നിർവൃതിയും ആവശ്യപ്പെട്ടുകൊണ്ടേയിരിക്കും. ചിലപ്പോൾ അല്പംകൊണ്ടു തൃപ്തിയടയും മറ്റു

ചിലപ്പോൾ അത്യാഗ്രഹത്തിന്റെ ആസ്വാദനപാത്രം നീട്ടി നീട്ടി പിറുപിറുക്കും.

മേളയുടെ നടത്തിപ്പുമായി ഉയർന്നുവരുന്ന ചിന്തകളിൽ ഏറ്റവും പ്രധാനപ്പെട്ടത് നാടകങ്ങളുടെ തെരഞ്ഞെടുപ്പുമായി ബന്ധപ്പെട്ടതു തന്നെയാണ്. നാടകങ്ങളുടെ സി ഡി കണ്ട് തെരഞ്ഞെടുപ്പു നടത്തുന്ന രീതി തികച്ചും ബാലിശമാണ്. തത്സമയ കലയായ നാടകത്തിന്റെ മൂല്യാവലോകനം, അനുഭവം എന്നിവ തിട്ടപ്പെടുത്തുന്നതിന് ക്യാമറവഴി ഒപ്പിയെടുത്ത അരങ്ങു ദൃശ്യങ്ങൾ എങ്ങനെയാണ് ഉപകരിക്കുക? വിദേശ നാടകങ്ങളും മറ്റും തെരഞ്ഞെടുക്കുന്നതിൽ സംഘാടകർക്കും ഫെസ്റ്റിവൽ ഡയറകടർക്കും ദുഷ്കരമായേക്കാവുന്ന യാത്രകളും ചെലവുകളും കണക്കിലെടുത്താൽ നാടകം നേരിൽക്കണ്ട് വിലയിരുത്തുന്ന സംവിധാനം പ്രായോഗികമല്ല.

എങ്കിലും മികച്ച ഫീഡ്ബാക്ക് ലഭ്യമാക്കാൻ വേണ്ട പുതുവഴികൾ അന്വേഷിക്കുക തന്നെ വേണം. ഇന്ത്യയിൽ തിയറ്റർ പ്രവർത്തനം നടത്തുന്ന വിദേശത്തു ബന്ധപ്പെട്ടു നില്ക്കുന്ന നിരവധി പേർ നമുക്കിടയിലുണ്ട്. അവരുടെ അഭിപ്രായമാരായുന്നതിൽ അക്കാദമി മടി കാണിക്കാതിരുന്നാൽ മികച്ച വിദേശ നാടകങ്ങൾ കണ്ടെത്തുന്നതിൽ ഇനിയും ഇറ്റ് ഫോക്കിന് മികവു കാട്ടാനാവും. ഇന്ത്യൻ നാടകങ്ങളിൽ അന്യസംസ്ഥാന നാടകങ്ങളും കേരളത്തിലെ നവ ചലനങ്ങളും നേരിൽക്കണ്ടു പട്ടിക രൂപീകരിക്കാമെന്നിരിക്കെ അക്കാദമി ഇനിയെങ്കിലും സി ഡി അയച്ചു വാങ്ങി കണ്ടുതീർത്ത് തെരഞ്ഞെടുക്കുന്ന രീതി അവസാനിപ്പിക്കേണ്ടതുണ്ട്.

അതുപോലെ പ്രധാനപ്പെട്ട കാര്യമാണ് പ്രേക്ഷക പങ്കാളിത്തം. കാസർകോഡുമുതൽ തിരുവനന്തപുരം വരെയും ധാരാളം നാടക പ്രവർത്തകർ നമുക്കുണ്ട്. നാടക സംഘങ്ങളും. ആരെയും പാർശ്വവല്ക്കരിക്കാതെ സുദീർഘമായ ഒരു പട്ടിക തയ്യാറാക്കാൻ അക്കാദമി മിനക്കെട്ടാൽ അത് വലിയ അത്ഭുതങ്ങൾക്കു വഴിവയ്ക്കും. അത്തരം സംഘങ്ങളെയും പ്രവർത്തകരെയും വിളിച്ചു കൂട്ടണം. അറിയിക്കണം. ജനപങ്കാളിത്തത്തിന്റെ കാര്യത്തിൽ ഇക്കുറി വലിയ കുറവു കാണുന്നതിന്റെ കാരണം ഗൗരവമായി എടുക്കണം. പ്രേക്ഷകനെ സമാദരിക്കുന്ന നാടക ലോകത്തിനേ നിലനില്പുള്ളൂ എന്നും നാടകത്തിന്റെ ഉയിർപ്പിന് നാടകമറിയാവുന്ന മികച്ച കലാകാരരെപ്പോലെതന്നെ നാട്ടു നാടകപ്രവർത്തകരെയും കുട്ടികളെയും സ്ത്രീകളെയും വേദിക്കു മുന്നിലെത്തിക്കാൻ പുതിയ രീതികൾ അവലംബിക്കേണ്ടതുണ്ട്. അക്കാദമിയുടെ പക്ഷത്തുനിന്നും ഒരു ക്ഷണക്കത്ത് കിട്ടിയാൽ സന്തുഷ്ടരാവുന്ന സുമനസ്സുകളാണ് നമ്മുടെ നാടകപ്രവർത്തകർ എന്ന കാര്യവും വിസ്മരിക്കരുത്. അതു തന്നെ ഒരംഗീകാരമാണ്. നാടകം ചെയ്യുന്നതുപോലെ എഴുതുന്നതു പോലെ അഭിനയിക്കുന്നതു പോലെത്തന്നെ പ്രധാനമാണ് സംഘാടനം മുതൽ സാങ്കേതിക കാര്യങ്ങൾ വരെ. ഇതിലെല്ലാം താല്പര്യമുള്ള നിര

വധി ചെറുപ്പങ്ങൾ നമ്മുടെ നാട്ടിലുണ്ട്. അവരെ കണ്ടെത്താനും അവരുടെ സേവനവും ഊർജ്ജവും ഫലപ്രദമായി ഉപയോഗിക്കാനും സാധിക്കണം.

നാടകം ഐച്ഛികമായി എടുത്തു പഠിക്കാവുന്ന മൂന്നിലേറെ സ്ഥാപനങ്ങൾ കേരളത്തിലുണ്ട്. ഇവിടെ പഠിക്കുന്ന വിദ്യാർത്ഥികൾ ഇറ്റ്ഫോക്കിൽ പങ്കാളിത്തമേറ്റെടുത്തു പ്രവർത്തിക്കേണ്ടവരല്ലേ? അവരെ പരിസരത്തു കാണുന്നില്ല, പങ്കാളിത്തമേറ്റെടുക്കുന്ന രീതിയും കുറവ്. അവരുടെ സർഗ്ഗാത്മകമായ സഞ്ചരണങ്ങൾ അടയാളപ്പെടുത്തുന്ന നാടകങ്ങൾ ഉണ്ടാവേണ്ടതുണ്ട്. അവരിലെ മികച്ച കലാകാരരെ പ്രോത്സാഹിപ്പിക്കേണ്ടതും അവർക്ക് വളരാനുള്ള മണ്ണൊരുക്കേണ്ടതും അക്കാദമികമായി തന്നെ പ്രധാന കാൽവയ്പാക്കിത്തീർക്കേണ്ടതുണ്ട്. തൃശൂർ സ്കൂൾ ഓഫ് ഡ്രാമ, കാലടി സംസ്കൃത സർവ്വകലാശാല, സ്കൂൾ ഓഫ് ലെറ്റേഴ്സ്, കേരള യൂണിവേഴ്സിറ്റി നാടക വിഭാഗം എന്നിവിടങ്ങളിലെ തിയറ്റർ വിദ്യാർത്ഥികളുടെ രംഗാവതരണങ്ങൾ പരിശോധിക്കപ്പെടണം. അവകളെ ഈ മേളയിൽ ഉൾപ്പെടുത്തുവാനുള്ള തരം പരിശോധന വേണം. അവസരം കൊടുക്കണം. നാളേക്ക് നമുക്കെന്തു സമ്മാനിക്കാനാവുമെന്ന കരുതൽ ഇത്തരമൊരു രാജ്യാന്തര മേളയുടെ സ്വഭാവമായി മാറിയാൽ കൂടുതൽ ശോഭനീയമായ നാടകകാലം നമുക്ക് സ്വന്തമാക്കാം.

സംഗീത നാടക അക്കാദമി വർഷാവർഷം നടത്തുന്ന 'അമച്വർ' എന്നു വിളിപ്പേരിട്ടോമനിക്കുന്ന നാടക മത്സരങ്ങളിൽ ചില നല്ല നാടകങ്ങൾ അവതരിപ്പിക്കപ്പെടുന്നുണ്ട്. അവയ്ക്ക് പ്രത്യേക പ്ലാറ്റ്ഫോം നല്കി സമാന്തര നാടകവേദിക്കായുള്ള കരുതലുകൾകൂടി കാഴ്ച വയ്ക്കേണ്ടതുണ്ട്. ഒരുപാടു പരിമിതികൾക്കകത്തു നിന്നുകൊണ്ട് ക്രമപ്പെടുത്തുന്ന നാടകങ്ങളാണ് അവയിൽ പലതും. അവയെ നമ്മൾ ആദരിക്കുന്നതിൽ തെറ്റു കാണേണ്ടതുണ്ടോ?

ഫെസ്റ്റിവൽ ഡയറക്ടർഷിപ്പ് പലരുടെ ഉത്തരവാദിത്വമാവുന്നതു നല്ല തീരുമാനമാണ്. അതൊരു ബോർഡായി പ്രവർത്തിക്കുന്നതുകൊണ്ട് പലവിധ പ്രയോജനങ്ങളുമുണ്ട്. എന്നാൽ നിശ്ചയദാർഢ്യമുള്ള ഒരു ഉത്തരവാദി ഉണ്ടാവേണ്ടത് അനിവാര്യമാണെന്ന് രാജ്യാന്തര മേളകളുടെ മാതൃകകൾ നമ്മെ പഠിപ്പിക്കുന്നുണ്ട്. ഇക്കുറി അർഹരായ മൂന്നു പേരെ ഉൾപ്പെടുത്തി രൂപീകരിച്ച സമിതി, കണ്ടെത്തിയ നാടകങ്ങൾ മികച്ചതല്ല എന്നൊന്നും അഭിപ്രായമില്ല തന്നെ. കുമാരവർമ്മയെപ്പോലെ ചിരപരിചിതനായ ഒരു അക്കാദമീഷ്യന്റെ സാന്നിദ്ധ്യം നല്ലതുതന്നെ. അരുന്ധതി നാഗും എം കെ റെയ്നയും താന്താങ്ങളുടെ വരവറിയിച്ച, വ്യക്തിത്വമുള്ള, നിരന്തരം നാടകവേദിയിൽ നിലനില്ക്കുന്ന കേഴ്വിപ്പെട്ടവരാണ്. കുറച്ചുകൂടി യുവരക്ത സാന്നിദ്ധ്യം ആവശ്യപ്പെടുന്ന മേഖലയെന്ന നിലയിൽ ഇന്ത്യയിലെ യുവ നാടക പ്രവർത്തകരെയും വൈദേശികരായ ചില രംഗകലാ വിദഗ്ദ്ധരെയും ഉൾപ്പെടുത്തി സമിതി രൂപീകരിക്കുന്നതിനും ഭാഷാ

തീത നാടക പദ്ധതിയിലൂന്നി ദേശനിഷ്ഠ മനുഷ്യപക്ഷ നാടകങ്ങൾ കണ്ടെത്താൻ പുതിയ ചില രീതികൾ പരീക്ഷിക്കേണ്ട കാലവുമാണിത്.

ഇന്റർ നാഷണൽ തിയേറ്റർ ഫെസ്റ്റിവൽ ഓഫ് കേരള

രംഗകലകളുടെ മേളയെന്ന തരത്തിൽ ഇറ്റ് ഫോക്ക് വിലയിരുത്തപ്പെടുമ്പോൾ ആഗോളതലത്തിലെ നാടോടി ക്ലാസിക്കൽ മുഖങ്ങളെ കണ്ടെത്തുന്നതിൽ നമുക്ക് നിരന്തരമായ ഉത്സാഹമാവശ്യമുണ്ട്. കഥകളിയിലും കൂടിയാട്ടത്തിലും മറ്റും വന്നുകൊണ്ടിരിക്കുന്ന പുതുപരീക്ഷണങ്ങളെ അറിയാനും അവതരിപ്പിക്കാനുമുള്ള വേദി കൂടിയാവണമല്ലോ ഇറ്റ് ഫോക്ക്. നാഷണൽ സ്കൂൾ ഓഫ് ഡ്രാമയുടെ ഭാരത് രംഗ മഹോത്സവത്തിൽ കമ്പുക്കിയും കഥകളിയും ഒരേ പ്രാധാന്യത്തോടെ പരിഗണിക്കപ്പെടുന്നുണ്ട്. ഇന്റർ നാഷണൽ തിയറ്റർ ഫെസ്റ്റിവൽ ഓഫ് കേരള (ITFok) കേരളത്തിന്റെ രാജ്യാന്തര നാടകോത്സവം എന്നു മലയാളീകരിക്കുമ്പോൾ നഷ്ടപ്പെട്ടു പോകുന്നത് വിശാലമായ അർത്ഥതലമാണ്. തിയറ്റർ എന്ന പദത്തിന്റെ അതേ കനമല്ല നാടകം എന്ന പദത്തിനു ധ്വനിപ്പിക്കാനാവുന്നത് എന്നതിലാണ് അപകടവും. തിയറ്ററും ഡ്രാമയും രണ്ടും രണ്ട് അസ്തിത്വങ്ങളുള്ള രണ്ടു തരം ആശയ ഭാരങ്ങളെ ഉല്പാദിപ്പിക്കുന്ന വാക്കുകളാണ്.

നമ്മൾ കേട്ടും കണ്ടും പഴകിയിരിക്കുന്ന നാടക ശബ്ദം ആകെക്കൂടെ ഒരു കുടുസ്സുമുറി പോലെയാണ്. തിയറ്റർ ശബ്ദം വളരെ വിശാലമാണ്. അതിന്റെ ആകൃതി - പ്രകൃതികൾക്ക് പരിമിതികളില്ല. രംഗകലകളെ ഒന്നാകെ തീയറ്റർ ആർട്സ് എന്നു നമുക്ക് വ്യവഹരിക്കേണ്ടതുണ്ട്. ഡ്രാമ ലഘുപദമായി ചുരുങ്ങി നില്ക്കുന്നുമുണ്ട്.

അതുകൊണ്ടുതന്നെ സാങ്കേതികമായി നാടകം ഉല്പാദിപ്പിക്കേണ്ടത് ഒരു രീതിയിൽ മാത്രമാണ് എന്നു മലയാളി ചിന്തിക്കുന്ന ശീലത്തിന് ഇനിയും മാറ്റം വരണം.

ഇറ്റ് ഫോക്കിന്റെ മറ്റൊരു ഉത്തമ ലക്ഷ്യമായിത്തീരേണ്ടുന്ന നാടക കാര്യം ലോക നാടക വേദിയിലേക്ക് നമ്മുടെ എത്ര നാടകങ്ങൾ ക്ഷണിക്കപ്പെടുന്നു എന്നുള്ള നിരീക്ഷണമാണ്. നമ്മുടെ നാട്ടിൽ നല്ല

നാടകങ്ങൾ ഉണ്ടാവുന്നുണ്ട്. പ്രശ്നനാടകങ്ങൾ ഉൾപ്പെടെ പരീക്ഷണ ശീലരായ ശക്തരായ തിയറ്റർ ആക്ടിവിസ്റ്റുകൾ ഇടപെടുന്ന ഈടുവയ്പു കൾ. മറ്റാരുടെയോ ഡിസൈൻ അടിച്ചുമാറ്റി സ്വന്തമെന്ന പേരിൽ അവ തരിപ്പിക്കുന്ന കള്ളനാണയങ്ങളെ തിരിച്ചറിഞ്ഞുകൊണ്ട്, കേരളീയമായ ജീവിത പരിസരത്തുനിന്നും ഉയിർകൊള്ളുന്ന നാടകങ്ങളുടെ ഉടമകളു ണ്ടിവിടെ. ഡിസൈനിസ്കികളല്ലാത്തവർ. അക്കാദമിക് യോഗ്യതയുള്ള വരുണ്ടതിൽ. അതേ സമയം സർഗ്ഗചിത്തരായ തിയറ്റർ ആക്ടിവിസ്റ്റുകളു മുണ്ട്. അവരുടെ വർക്കുകൾ മറ്റു രാജ്യങ്ങളിലെ രാജ്യാന്തര മേളകളി ലൊക്കെ പങ്കെടുപ്പിക്കണം. കൾച്ചറൽ എക്സ്ചേഞ്ചുകൾപോലുള്ള പുരോഗമനാശയങ്ങൾ ഉൾക്കൊള്ളണം. നവോത്ഥാനം സമസ്ത മേഖ ലകളിലും ആവശ്യപ്പെടുമ്പോൾത്തന്നെ നാടക നവോത്ഥാനത്തിന്റെ കാഹളമുയർത്തുവാനും നമുക്ക് സാധിക്കണം.

പതിനൊന്നാമത് ഇറ്റ് ഫോക്കിൽ നാലു മലയാള നാടകങ്ങൾ ഉൾപ്പടെ നാല് ഇന്ത്യൻ നാടകങ്ങളും അഞ്ച് രാജ്യാന്തര നാടകങ്ങളു മാണ് ക്ഷണിക്കപ്പെട്ടത്. മലയാള നാടകങ്ങളിൽ പതിവു കാഴ്ചശീല ങ്ങളെ തെറ്റിച്ച് ശശിധരൻ നടുവിൽ സംവിധാനം ചെയ്ത *ഹിഗ്വിറ്റ* മികച്ച പ്രതികരണം നേടി. റിമമ്പറൻസ് തിയറ്റർ കോഴിക്കോട് അവതരിപ്പിച്ചു

ഇന്റർനാഷണൽ തിയേറ്റർ ഫെസ്റ്റിവൽ ഓഫ് കേരള: ഒരു നാടകാവതരണം

പോരുന്ന കഥാകാരൻ എൻ എസ് മാധവന്റെ കഥയുടെ നാടക രൂപാന്തരണമാണ് ഈ നാടകക്കാഴ്ച. ലോക പ്രശസ്ത ഗോൾകീപ്പർ *ഹിഗിറ്റ*യുടെ ആരാധകനായ ഗീവർഗ്ഗീസച്ചന്റെ കഥ പ്രേക്ഷകരിൽ നവോന്മേഷമുണ്ടാക്കുന്നതിൽ വിജയിച്ച അവതരണമാണ്.

മലയാള നാടകരംഗത്ത് വൃത്തിയുള്ള രംഗശീലങ്ങൾക്ക് ഉടമയായി ഉദിച്ചുവരുന്ന ജിനോജോസഫിന്റെ *നൊണ* കേരളത്തിനകത്തും പുറത്തും നിരവധി വേദികളിൽ അവതരിപ്പിച്ച് പ്രശംസ നേടിയ നാടകമാണ്. വർത്തമാനകാല ഇന്ത്യൻ സമൂഹത്തിന്റെ അവസ്ഥകളെ വിമർശനാത്മകമായി സമീപിക്കുന്ന നാടകമാണ് *നൊണ*. കോഴിക്കോട് കൊടുവള്ളി ബ്ലാക്ക് തിയറ്റേഴ്സ് ആണ് *നൊണ* അരങ്ങിലെത്തിക്കുന്നത്.

ദീർഘകാലത്തെ നാടക ജീവിതംകൊണ്ട് ശ്രദ്ധേയനായ ചന്ദ്രദാസന്റെ *ശാകുന്തളം ഒരു നായാട്ടുകഥ* പ്രേക്ഷകരുടെ വിലയിരുത്തലിന് അരങ്ങൊരുക്കുന്ന മേളയായിക്കൂടി ഇറ്റ് ഫോക്ക് സാക്ഷ്യപ്പെടുത്തുന്നു. കാവാലത്തിന്റെ നാടകങ്ങളുടെ ആരാധകനായി നാടകവേദിയിൽ കടന്നു വന്ന ചന്ദ്രദാസന്റെ ഒട്ടുമിക്ക സംവിധാന സംരംഭങ്ങളും പ്രശസ്തങ്ങളാണ്. വിദേശ രാജ്യങ്ങളിലെ യൂണിവേഴ്സിറ്റികളിലും മറ്റുമായി നാടക പഠനാർത്ഥം സഞ്ചരിച്ചുകൊണ്ട് ലോകധർമ്മി നാടക വീടെന്ന പ്രസ്ഥാനം സജീവമാക്കുന്നതിൽ ശ്രദ്ധാലുവായ ചന്ദ്രദാസന്റെ *ശാകുന്തളം* അരങ്ങു കാഴ്ചയുടെ ആഘോഷത്തെ അവകാശപ്പെടുന്നുണ്ട്.

മേളയിലെ പുതുമുഖമെന്നു പരിചയപ്പെടുത്തേണ്ടുന്ന സംവിധായകനാണ് *അലി ബിയോണ്ട് ദ റിങ്* എന്ന നാടകമൊരുക്കിയ ജോയ് പി പി. ബോക്സിങ് ഇതിഹാസം മുഹമ്മദലിയുടെ ജീവിതം അരങ്ങിലെത്തിക്കുക വഴി ശ്രദ്ധേയമാവുകയാണ് ഈ നാടകം. സെന്റർ ഫോർ കണ്ടമ്പററി ആർട്സ് എറണാകുളമാണ് അലിയുടെ അവതാരകർ.

യുവാക്കളുടെ ശക്തമായ ചിന്തയും പരീക്ഷണ കുതുകവുമായ നാടകം കാഴ്ചവച്ചതുകൊണ്ട് ചർച്ചയിൽ വന്ന നാടകമാണ് *പ്രൈവസി*. സോഷ്യൽ മീഡിയക്കുരുക്കുകളുടെ സങ്കീർണ്ണതകളെ മുഖാമുഖം കാണുന്ന എഴുത്തുകാരിയുടെ ജീവിതത്തിലൂടെ പുരോഗമിക്കുന്ന പ്രൈവസി നാടകം അവതരണ രീതിയിലെ കൃത്യതകളെ മിതപ്പെടുത്തിയാൽ പ്രേക്ഷകർ ഏറ്റെടുക്കത്തക്ക കരുത്തുറ്റ നാടകമാണ്. ഹരിയാനയിലെ ഡയറക്ടേഴ്സ് സ്റ്റുഡിയോയാണ് പ്രൈവസി ഇറ്റ് ഫോക്കിലെത്തിച്ചത്.

പോണ്ടിച്ചേരി ഇന്ത്യൻ ഓസ്ട്രംതിയറ്റർ അവതരിപ്പിച്ച 'കറുപ്പ്' ഫിസിക്കൽ തിയറ്ററിന്റെ മനോഹാരിത അവകാശപ്പെടാവുന്ന തരം നാടകമാണ്. വാക്കതീത നാടകങ്ങളുടെ ശ്രേണിയിൽ *കറുപ്പി*ന് മികവ് സ്വന്തമാണ്. കൗമാരൻ വലവാനാണ് സംവിധായകൻ.

മേളയിൽ ഏറ്റവും കൂടുതൽ വിമർശനം ഉന്നയിച്ചു കേട്ട നാടകമാണ് *ഡാർക്ക്തിങ്ക്സ്*. ദീപൻ ശിവരാമനും അനുരാധാ കപൂറും സംഘടിത

മായി സംവിധാനം ചെയ്ത *ഡാർക്ക്തിങ്സ്* ഏതുതരം നാടകാവബോധമാണ് സംഭവിപ്പിക്കുന്നതെന്ന വിമർശക സംശയമാണ് മുന്നോട്ടുവച്ചത്. വലിയ ക്രയിനും ജെ സി ബിയുമൊക്കെ ഉപയോഗിച്ച് വലിയ ക്യാൻവാസിൽ തൊഴിലാളി വർഗ്ഗ പ്രശ്നം അവതരിപ്പിക്കുന്നു എന്ന അവകാശത്തിനെതിരെ അക്ഷരാർത്ഥത്തിൽ മേളയിലെ നിരവധി പേർ കുറ്റം പറഞ്ഞുകേട്ടു. ഭാരിച്ച സാമ്പത്തികച്ചെലവ് വരുത്തി ഇത്തരത്തിലൊരു അവതരണം പ്രളയാനന്തരം നടത്തുന്ന ലളിതമേളയിൽ ആനയിച്ചതിന്റെ സാംഗത്യവും ചോദ്യം ചെയ്യപ്പെട്ടു. *സ്പൈനൽ കോഡും ഖസാക്കിന്റെ ഇതിഹാസ*വും മുന്നോട്ടുവച്ച വ്യത്യസ്തയുടെ വളർച്ച ഇപ്രകാരമോ എന്നു സങ്കടപ്പെട്ടവരും നിരവധിയാണ്.

ശ്രീലങ്കൻ യുവ സംവിധായകൻ രാസയ്യലോഹനാഥൻ സംവിധാനം ചെയ്ത *ബിറ്റർ നെക്റ്റാർ* പ്രമേയ സ്വീകരണത്തിൽ മികച്ചതെങ്കിലും വിമർശനം ഏറ്റുവാങ്ങിയ നാടകമായി തന്നെയാണ് അനുഭവപ്പെട്ടത്. തേയിലത്തോട്ടത്തിലെ അടിമപ്പണിക്കായി ഇന്ത്യയിൽനിന്നും വിശേഷേണ തമിഴ്നാട്ടിൽനിന്നും ശ്രീലങ്കയിലെത്തിച്ച മനുഷ്യരുടെ ജീവിതാവസ്ഥകളെ തുറന്നുകാട്ടാൻ ശ്രമിക്കുകയായിരുന്നു ഈ നാടകം. മരണത്തെ നിരന്തരം അഭിമുഖീകരിച്ചവരുടെയും പ്രകൃതിയാവാസ വ്യവസ്ഥകളോട് പ്രതികരിച്ചവരുടെയും വൈദേശികരുടെ ചൂഷണത്തിനു അടിപ്പെട്ടവരുടെയും ഒക്കെ ജീവിതം മുദ്രണംചെയ്യാൻ രാസയ്യ ശ്രമിച്ചിരിക്കുന്നു എന്ന പ്രത്യേകത ഈ നാടക വിഷയത്തിലുണ്ട്.

ഉദ്ഘാടനദിവസം തന്നെ അവതരിപ്പിച്ച ഇറാനിയൻ നാടകം *ദ വെൽ* എല്ലാത്തരം പ്രേക്ഷകരുടെയും ആദരംനേടി മികച്ചുനിന്നു. തനിമാനവികവും ലളിതവുമായ ജീവിത ലേഖനം *ദ വെല്ലി*നെ വ്യത്യസ്തമാക്കി. ഇറാനിയൻ സാമൂഹ്യാവസ്ഥയിൽ പ്രണയം, മതം, രാഷ്ട്രീയം എന്നിവ സാധാരണ ജീവിതങ്ങളെ അനാഥമാക്കുന്നതിന്റെ നേർസാക്ഷ്യം രചിച്ചുകൊണ്ട് അഭിനേതാക്കളുടെ മികവുകൊണ്ട് കൈയടി നേടിയ നാടകമായി *ദ വെൽ* പരിഗണിക്കാം. പ്രേക്ഷകരുടെ തള്ളിക്കയറൽ കൊണ്ട് നാല് അവതരണങ്ങൾ ഈ നാടകം നേടി. കവിയും അദ്ധ്യാപകനും സാമൂഹ്യ പ്രവർത്തകനുമായ ഖലീൽ മത ഭരണകൂടത്തിന്റെ തടവറയില്പെടുന്നതും അയാളുടെ ദുരിതങ്ങളും അഫ്സൂൺ നംദാരി എന്ന നടൻ മികവുറ്റതാക്കി അവതരിപ്പിച്ചപ്പോൾ ഖലീലിന്റെ പ്രിയതമയായ മറിയമായി അഹൗരഗോൽ അമോ പോർ ഒപ്പംനിന്നു. അരങ്ങുശീലങ്ങളിലെ പാശ്ചാത്യ വഴക്കങ്ങളെ അനുശീലിച്ച പതിവു രീതികളെ അനുസരിച്ചുകൊണ്ട് അരങ്ങിലെടുത്തു വച്ച നാടകീയ മുഹൂർത്തങ്ങളുടെ നല്ല മാതൃകകൾ നമ്മുടെയൊക്കെ നാടകക്കാഴ്ചയിൽ മുൻപും വന്നു തറച്ചിട്ടുണ്ട്. തറച്ചയമ്പുമായി ആസ്വാദകമനം വേദനയുടെ സുഖമറിഞ്ഞിട്ടുമുണ്ട്. അത്തരത്തിലൊക്കെ *ദി വെൽ* പ്രസക്തമാണ്.

കൗതുകങ്ങളുടെ രൂപക്കാഴ്ചയൊരുക്കിയ വിയറ്റ്നാമിന്റെ *വാട്ടർ പപ്പറ്റ്* പ്രേക്ഷകരെ സന്തോഷിപ്പിച്ച അവതരണമായിരുന്നു. വിയറ്റ്നാ

മിന്റെ കാർഷിക സംസ്കൃതിയുടെ ലാവണ്യവും രസനീയതയും നിറച്ച് ആകെപ്പാടെ നിറമുള്ള ചന്തമായിരുന്നു വാട്ടർ പപ്പറ്റ് ഷോ. വേറിട്ട യനുഭവം എന്നൊക്കെപ്പറയാം. കേരളീയന്റെ പാവക്കൂത്തിന്റെ വികസിത രൂപം പോലെ താളവും ഈണവും സംഭാഷണങ്ങളും ഇടകലർന്ന ഭാഷാതീത ദൃശ്യവിന്യാസമൊരുക്കിയ താങ് ലോങ് വാട്ടർ പപ്പറ്റ് തിയറ്റർ ഗ്രൂപ്പ് മികച്ച പ്രതികരണം ഏറ്റുവാങ്ങി.

മലേഷ്യൻ തിയറ്റർ ഗ്രൂപ്പായ പിറ്റാ പാറ്റ് അവതരിപ്പിച്ച *ദ മെയ്ഡ്സ്* വിഖ്യാതനാടകകൃതിയെ അവലംബിച്ചുകൊണ്ട് അരങ്ങിലെത്തി. തീവ്രമായ പ്രമേയം അവതരണത്തിലെ അമച്വർ രീതികൊണ്ട് വിമർശനം ഏറ്റുവാങ്ങിയെങ്കിലും സംവിധായകനും നടനുമായ സെങ് സൂ മിങ്ങിന്റെ പ്രകടനം ഊർജ്ജമുളവാക്കി. മലേഷ്യയിൽ നിന്നെത്തിയ ഈ ചെറിയ സംഘത്തിന് *മെയ്ഡ്സ്* എന്ന പരിചിത നാടകത്തിലൂടെ പുതുമകൾ ഒന്നും സമ്മാനിക്കാനായില്ല എന്നതൊഴിച്ചാൽ നന്മ അവകാശപ്പെടാവുന്ന സത്യം പ്രകാശിതമായി.

ഇറ്റലിയിൽനിന്നുള്ള ഇൻസ്റ്റാമ്പിലി വഗാന്റി സംഘത്തിന്റെ *ദ റിചൽ*, അന്ന ഡോറയും നിക്കോളപിയാസ്യുംലോയും അഭിനയിക്കുന്ന നാടകമാണ്. ജനനം, ജീവിതം, മരണം എന്നിങ്ങനെയുള്ള അവസ്ഥകളെ പ്രതിനിധാനം ചെയ്യുകയും വ്യർത്ഥമായ ജീവിതയാത്രകളെ ഓർമ്മിപ്പിക്കുകയും ചെയ്യുന്ന നാടകമാണ് *റിചൽ.*

ഷേക്സ്പിയറിന്റെ ശക്തമായ കൃതി *മിഡ്സമ്മർ നൈറ്റ് ഡ്രീംസി*ന്റെ ശ്രദ്ധേയമായ അവതരണവുമായി ലോകം ചുറ്റുന്ന നാടക സംഘമാണ് ഇറാനിയൻ മൊസ്താഗൻ തിയറ്റർ കമ്പനി. സവിശേഷമായ അരങ്ങു കാഴ്ചകൾക്ക് അവസരമൊരുക്കുന്ന ഈ നാടകം സംവിധാനം ചെയ്തത് മൊസ്തഫഖോഷ്കിയാണ്.

ഇറ്റ് ഫോക്കിന്റെ മേളക്കൊഴുപ്പിനിടയിൽ വിവിധ വിഷയങ്ങൾ സെമിനാറിലെത്തിച്ച് വേറിട്ട ചിന്തകൾ സൃഷ്ടിക്കുന്നതിൽ കേരള സംഗീത നാടക അക്കാദമി സെക്രട്ടറി എൻ രാധാകൃഷ്ണൻ നായർക്കും സാഹിത്യ അക്കാദമി ഭാരവാഹികൾക്കും സംഘത്തിനും സാധിക്കുന്നുണ്ട്. വിമർശനങ്ങൾ ഇത്തരം മഹാമേളകളിൽ സ്വാഭാവികമെങ്കിലും പക്വതയോടെയുള്ള സമീപനത്താൽ രാധാകൃഷ്ണൻ നായർ നടത്തുന്ന ഇടപെടലുകൾ പ്രശംസനീയമാണ്. മുൻകാലങ്ങളിൽ കലാമണ്ഡലത്തിനെ രാജ്യാന്തര പ്രശസ്തമാക്കുന്നതിൽ രാധാകൃഷ്ണൻ നായർ വിജയിച്ചിട്ടുണ്ട്.

മേളയുടെ നടത്തിപ്പുമായി ബന്ധപ്പെട്ടു ഓടിനടന്ന് ആത്മാർത്ഥമായി കൃത്യനിർവ്വഹണം നടത്തുന്ന നിരവധി പേരെ ഇറ്റ് ഫോക്ക് പരിസരങ്ങളിൽ നമുക്ക് കാണാം. അതിൽ എടുത്തുപറയത്തക്ക പേരുകളിൽ ഒന്ന് ശ്രീജിത്ത് രമണന്റേതാണ്. പരിമിതികളിൽ നിന്നുകൊണ്ട് ഉത്സാഹത്തോടെ ഒരു ടീമിനെ നയിക്കാൻ ശ്രീജിത്ത് അത്യദ്ധ്വാനം ചെയ്യുന്നുണ്ട്. പിന്നൊരാൾ സുജാതൻ മാഷാണ്. തികഞ്ഞ പരുവപ്പെടലോടെ

പോസ്റ്റ് മോഡേണും മോഡേണും പൗരാണികവും സവിശേഷവുമായ രംഗവിധാനമൊരുക്കുന്നതിൽ സുജാതൻ മാഷ് അഗ്രഗണ്യനാണ്. രംഗപടം സുജാതനിൽനിന്നും രംഗസംവിധായകനായി അദ്ദേഹം മാറ്റമറിയിച്ചു തുടങ്ങിയിട്ട് വർഷങ്ങളാവുന്നു എന്ന ആനന്ദവുമുണ്ട്. തൊഴിൽ എന്ന നിലയിൽനിന്നും അക്കാദമിയിലെ ജീവനക്കാർ ശീലമെന്ന തഴക്കത്തിലേക്ക് വളരേണ്ടത് നാടകലോകത്തിന്റെ, നാടകകാലത്തിന്റെ ആവശ്യകതയാണ്. കാലം എല്ലാം പുതുക്കുകയും പരുവപ്പെടുത്തുകയും ചെയ്യും എന്ന വാസ്തവം മുന്നിലുണ്ട്. ശുഭസൂചനകൾക്കു തന്നെയാണ് മുൻതൂക്കം.

നടൻ മുരളി ചെയർമാനായിരിക്കെ അന്നത്തെ മന്ത്രി എം എ ബേബിയുടെ നിശ്ചയദാർഢ്യത്തിലൂടെ നടപ്പിലായ ഇറ്റ് ഫോക്ക് അതിന്റെ എല്ലാവിധ വളർച്ചാസ്വഭാവങ്ങളും കാണിച്ചു മുന്നോട്ടുകുതിച്ചു എന്നൊന്നും പ്രശംസിക്കാനാവില്ലെങ്കിലും ഓരോ ഇറ്റ് ഫോക്കുകളും പ്രതിനിധാനം ചെയ്തതും മുന്നോട്ടുവച്ചതുമായ കാര്യങ്ങൾ കേരളത്തിലെ തിയറ്ററിന്റെ ശക്തിക്ക് കാരണമായിട്ടുണ്ട്. ദിശാബോധവും ഭാവനയുമുള്ളവർ ഇടപെട്ടപ്പോഴൊക്കെ സജീവമായ മേളയായിത്തന്നെയാണ് കേരളത്തിന്റെ സ്വന്തം രാജ്യാന്തര തിയറ്റർ മേള ലോകരാജ്യങ്ങളിൽ പ്രചരിക്കപ്പെട്ടിട്ടുള്ളത്. ആദ്യത്തെ ഫെസ്റ്റിവൽ ഡയറക്ടർ ശൈലജയിൽ തുടങ്ങി അഭിലാഷ് പിള്ളയിലൂടെ ശങ്കർ വെങ്കിടേഷിലൂടെ, ദീപനിലൂടെ വളർച്ചയുടെ പടവുകൾ കയറിയ ഈ മേളയ്ക്ക് ഇനിയും മുന്നേറാനുണ്ട്.

കാത്തിരിക്കാം നമുക്ക്. മനുഷ്യനോട് കൂടുതൽ നേരിലിടപെടുന്ന നേരിട്ടിടപെടുന്ന മറ്റൊരു നാടകകാലത്തിനായി, നിരാശരാവരുത്... പുതിയ കാഴ്ചപ്പെരുമയുടെ പെരുമ്പറ മുഴങ്ങുകതന്നെ ചെയ്യും. ഒരുമിച്ചൊരു കൂട്ടമായി മുന്നേറാനായാൽ നന്നായി...

നാടകങ്ങൾക്ക് ഫണ്ട് വേണ്ടേ?

ചുട്ടുപഴുത്തൊരു ഇരുമ്പുദണ്ഡിലേക്ക് ഒരു തുള്ളി വെള്ളമിറ്റിച്ചാൽ ഒറ്റനിമിഷത്തിൽ അതു അപ്രത്യക്ഷമാവും. വെള്ളത്തിന്റെ സ്വഭാവമേതുമവശേഷിപ്പിക്കാതെ അദൃശ്യമായിപ്പോകുന്ന ഈ പ്രതിഭാസം നമ്മൾ കണ്ടിട്ടുണ്ട്. എന്നാൽ താമരയിലയിൽ പതിക്കുന്ന ഒരു തുള്ളി വെള്ളം ചഞ്ചാടിത്തുള്ളിക്കളിക്കുകയും പ്രകാശ വീചിയെങ്ങാൻ നിപതിച്ചാൽ വജ്രസമാനമായ കാന്തിയോടെ ആ ഒറ്റത്തുള്ളി കാഴ്ചക്കാരനുമുന്നിൽ തിങ്ങിവിളങ്ങും, താഴെ വീണുടയും. ഇതേ തുള്ളി വെള്ളം മുത്തുച്ചിപ്പിക്കുള്ളിൽ പതിച്ചാൽ ക്രമേണയതു പവിഴമായി രൂപാന്തരപ്പെടും... അതുപോലെയാണ് നാടകമുൾപ്പെടെയുള്ള സകലകലകളുടെയും സൗന്ദര്യവും ആയുസ്സും ശുദ്ധതയും. എല്ലാ കലാതിശയങ്ങളുടെയും ചിന്ത ഇതു പോലെയാണ്. എല്ലാത്തരം നാടക കാര്യങ്ങളും ഇങ്ങനെ അപഗ്രഥിക്കേണ്ടതുണ്ട്.

ചുട്ടുപഴുത്ത ലോഹദണ്ഡിൽ വീണ ജലകണം പോലെയാണ് പലപ്പോഴും നമ്മുടെ നാടകലോകം.

മലയാള നാടകവേദി ധാരാളം പരിമിതികളെ നേരിടുന്നുണ്ട്. ഏതേത് ഇസങ്ങളെ അല്ലെങ്കിൽ ഏതേത് ശൈലിയെ പിൻപറ്റി സൃഷ്ടിച്ചെടുക്കുന്ന നാടകങ്ങളും പ്രായോഗികമായി ധാരാളം പരിമിതികളെയും പരാധീനതകളെയും മറികടന്നാലേ അരങ്ങു കാണാൻ സാധിക്കൂ എന്നതാണ് വാസ്തവം. പ്രധാനമായും നാടകസംഘങ്ങളും നാടകപ്രവർത്തകരും സാമ്പത്തികമായ വിഷമങ്ങളാണ് ആദ്യംതന്നെ അനുഭവിക്കുന്നത്. ഭാവനയുടെയും കഴിവിന്റെയും കാര്യത്തിൽ ഉന്നതിയിലെത്തിനില്ക്കുന്ന പ്രശസ്തർ പോലും പട്ടിണിയുടെയും അസ്വസ്ഥതകളുടെയും നടുവിലാണ്. നാടകത്തിന്റെ സാങ്കേതികമായ

മികവിനും അരങ്ങൊരുക്കത്തിനുമായി വേണ്ടിവരുന്ന തുക കണ്ടെത്തുകയും വിഷമം. സെറ്റ്, ലൈറ്റ്, മേക്കപ്പ്, മ്യൂസിക്ക്, കോസ്റ്റ്യൂംസ് തുടങ്ങി പരസ്യംവരെ ബന്ധിച്ചിരിക്കുന്നത് പണവുമായാണ്. ഇതൊക്കെ ഒപ്പിച്ചെടുക്കുന്നതിനുള്ള കായികവും സർഗ്ഗാത്മകവുമായ സകല കാര്യങ്ങളെയും പരിമിതിപ്പെടുത്തുന്നതും സാമ്പത്തികമാണ്. മലയാളിയുടെ നാടക ലോകം എക്കാലവും ഉഴന്നതും ഇതിനായി മാത്രമാണ്.

മറ്റേതെങ്കിലും സംസ്ഥാനത്തുള്ള നാടക പ്രവർത്തകരെ വച്ചു നോക്കുമ്പോൾ നമുക്കുള്ള പ്രതിഭ, പരീക്ഷണകുതുകം, കാഴ്ചപ്പാടുകൾ അവയിലുള്ള വ്യത്യസ്തതകൾ, വിദ്യാഭ്യാസ സൗഭാഗ്യം ഇവകളുടെയൊക്കെ നിലവാരം ഉന്നതമാണ്. ഇന്ത്യയിൽ ഏറ്റവും സജീവമായി നാടക പ്രവർത്തനം നടത്തുന്ന സംസ്ഥാനമാണ് കേരളം. എന്നാൽ ദീർഘനാൾ കളിക്കപ്പെടുന്ന അന്താരാഷ്ട്രതലത്തിൽ സമാദരിക്കപ്പെടുന്ന നമ്മുടെ നാടകങ്ങളുടെ പട്ടിക തീരെ ചെറുതാണ്. പട്ടികയില്പെട്ട നാടകങ്ങളാവട്ടെ കേരളത്തിനു പുറത്തു നാടകപ്രവർത്തനം നടത്തുന്ന മലയാളികളിൽനിന്നും ജനിച്ചതും. അല്ലാതെ പറയാവുന്ന ഒരേയൊരു പേര് കാവാലത്തിന്റേതും.

കെ രഘു എന്ന നാടകയോഗം രഘുവിനെ അനുസ്മരിച്ചുകൊണ്ട് ഇക്കഴിഞ്ഞ ദിവസം ഒരു സെമിനാറിൽ ഉയർന്ന ചില ചർച്ചകളും തുപ്പേട്ടന്റെ ദേഹവിയോഗവും അദ്ദേഹത്തിന്റെ നാടകലോകവും കൊച്ചിയിലെ ലോകധർമ്മി നാടകസംഘത്തിന് ധനമന്ത്രി ബജറ്റിൽ ഉൾപ്പെടുത്തി പ്രഖ്യാപിച്ച തുക സംബന്ധിച്ച് ഉയർന്നുവന്ന വിവാദങ്ങളുമാണ് ഇങ്ങനെയൊക്കെ ചിന്തിക്കാൻ പ്രേരിപ്പിക്കുന്നത്.

1972 ൽ സ്ഥാപിതമായ നാടകയോഗം തിരുവനന്തപുരത്ത് തെരുവോരനാടകങ്ങൾ പ്രചരിപ്പിക്കുന്നതിനും അഭിനേതാക്കളെ സൃഷ്ടിക്കുന്നതിലുമൊക്കെ സജീവമായിരുന്നു. കെ രഘു പല മിടുക്കന്മാരായ നാടക പ്രവർത്തകരെയും നാടകയോഗത്തിലൂടെ സൃഷ്ടിച്ചിട്ടുണ്ട്. അഭിനയയുടെ സ്ഥാപകരായ ഡി രഘൂത്തമൻ, എസ് അജയൻ എന്നിവരും സിനിമയിലൂടെയും പ്രശസ്തരായ എം ആർ ഗോപകുമാർ, അലൻസിയർ മുതലായവരും മഹേഷ് പഞ്ചു, വേണു കായ്പ്പാടി, എസ് രാധാകൃഷ്ണൻ ആകാശവാണി, രാജീവ് ഗോപാലകൃഷ്ണൻ, പി എ എം റഷീദ്, മുൻഷി ദിലീപ്, അനീഷ് രവി, ജി എസ് വിനോദ്, ടി ടി രാജേഷ്, സുധാകരൻ വിതുര തുടങ്ങിയവരും കെ രഘുവിലൂടെ നാടകവേദിയിലെത്തിയവരാണ്.

കെ രഘുവിന്റെ കാഴ്ചപ്പാടിൽ ശുദ്ധനാടകവേദി എന്നു ദൂരാർത്ഥം വരുന്ന Pristine theatre (മൂല്യവത്തായ നാടകവേദി) പരിപോഷിപ്പിക്കാനാണ് ശ്രമമുണ്ടായത്. അതിനു ദരിദ്ര നാടകവേദിയോടും തൊഴിൽ നാടകവേദിയോടുമാണ് ആഭിമുഖ്യമുണ്ടായിരുന്നത്. നാടകം ജനങ്ങളിലേക്ക് എല്ലായ്പ്പോഴും കടന്നു ചെന്നിടപെടാൻ ശ്രമിക്കുന്ന

തരം സമ്പ്രദായം. അതേ സമയം തെരുവിൽനിന്നും സമാഹരിക്കുന്ന തുക കൊണ്ടുള്ള ഉപജീവനം സാദ്ധ്യമാക്കണം എന്ന ബോധബോധനവും. ഏറെ നാളത്തെ പരിശ്രമങ്ങൾകൊണ്ട് ഒരു നാടകം പിറവിയെടുക്കുകയും പൂർണ്ണമായും നടനു പ്രാധാന്യമുള്ള അരങ്ങു വാഴ്ചയുമായിരുന്നു നാടക യോഗത്തിനുണ്ടായിരുന്നത്. അതിലെ അംഗങ്ങളിൽ ചിലരെങ്കിലും നാടകം ഉപജീവനവും ജീവനുമായി ഇന്നും കൊണ്ടുനടക്കുന്നുണ്ട്. പലരും പല തൊഴിലില്പോയി ചേർന്നവരും നാടകം വിട്ടകന്നവരും ഒക്കെയാണ്. രഘുവിന്റെ ശ്രമങ്ങൾ വിഫലങ്ങളായിരുന്നു എന്ന വിലയിരുത്തൽ അസ്ഥാനത്താണ്. കലാത്മകമായി നാടകത്തട്ടിന്റെ ചതുരവടിവിൽ കിടന്ന കഥാകഥനശീലത്തിനെ പൊതുജനത്തിന്റെ നേരിടത്തിലേക്ക് രഘു ചെണ്ടകൊട്ടിയിറക്കി വിട്ടു. പുതിയ വഴിവെട്ടാൻ ശ്രമിച്ചു. നമ്മുടെ അന്നത്തെ ഭരണാധികാരികളാരും രഘുവിനെ പ്രശംസിച്ചുകൊണ്ട് ഫണ്ട് അനുവദിച്ചതായി അറിവില്ല. എന്നാൽ ഫോർഡ്ഫൗണ്ടേഷൻ പോലൊരു വിദേശ ഏജൻസി അദ്ദേഹത്തിനു ഭീമമായ തുക അനുവദിക്കുകയും ചെയ്തു.

നാടകയോഗത്തിൽനിന്നും നാടകങ്ങൾ നിരവധിയുണ്ടായി. നാടകക്കാരും. ജനങ്ങൾ അപ്പാടെ അത് ഏറ്റെടുത്തതായോ മൂല്യത്തിനൊത്ത് പരിശോധന നടത്തി മെച്ചപ്പെടുത്താൻ കൂട്ടുനിന്നതായോ അറിവില്ല. ഇതിൽ ഏതെങ്കിലും നാടകം ഇന്നും അവതരിപ്പിക്കപ്പെടുന്നുണ്ടോ എന്നും സംശയം. പക്ഷേ, ഒന്നുറപ്പാണ്. നിരവധി കലാകാരർ അവിടെനിന്നും ഉദിച്ചുയർന്നു. അവർ സിനിമയിലൊക്കെ എത്തി. സിനിമക്കാരിൽ മോഹൻലാൽ ഉൾപ്പെടെ നാടകയോഗത്തിലെത്തിയെന്നും ഇന്നത്തെ നാടകയോഗക്കാർ അവകാശപ്പെടുന്നുണ്ട്! നല്ല കാര്യങ്ങൾ. അടിസ്ഥാനപരമായി നാടകരംഗം മറ്റേതെങ്കിലും പ്രൊഫഷണൽ മേഖലയെപ്പോലെ വിലയിരുത്തപ്പെട്ടോ? അന്തസ്സാരമുള്ള മേഖലയായി കൊണ്ടാടപ്പെട്ടോ? സംശയമാണ്. താമരയിലയിലെ ജലത്തുള്ളി പോലെ അത് തിങ്ങിവിളങ്ങി നിന്ന്... അടർന്നു മണ്ണിൽ വീണടിയുന്ന കാഴ്ചകളാണ് അധികവും.

നർമ്മത്തിലൂന്നി ശക്തമായ നാടകങ്ങൾ വ്യക്തമായിപ്പറഞ്ഞ തുപ്പേട്ടൻ അടുത്തിടെ ഓർമ്മയുടെ ലോകത്തിലേക്ക് അരങ്ങൊഴിഞ്ഞു. യഥാർത്ഥ ജനകീയ നാടക വേദിയുടെ സഹജമുഖമായി അദ്ദേഹത്തിന്റെ നാടകങ്ങൾ മലയാളി മറക്കാതെ ഇനിയും മനസ്സേറ്റും. സ്കൂൾ ചിത്രകലാദ്ധ്യാപകനായി തുടങ്ങി നാടകത്തിലൂടെ സാമാന്യജനത്തിനു ജീവിതാദ്ധ്യയനം നല്കുന്നതിൽ തുപ്പേട്ടൻ വിജയിച്ചു. അരുൺ ലാലും പാർത്ഥസാരഥിയും അവരവരായി വളർന്നത് തുപ്പേട്ടന്റെ ചിന്താ മഹത്ത്വത്തിന്റെ സഹായത്തോടെയാണ്. നരിപ്പറ്റ രാജുവെന്ന സകല കലാവൈഭവത്തിന്റെ കൈകളിലൂടെ തുപ്പേട്ടന്റെ രചനാ ലോകം കടന്നുപോയപ്പോൾ ഗ്രാമീണ ജനങ്ങൾ നാടുണർത്തുന്ന നാടകങ്ങളെ പ്രണയിച്ചു തുടങ്ങി. സഫലമാണ് തുപ്പേട്ടന്റെ രചനകൾ.

ചക്ക, ഡബിൾ ആക്ട്, ഭദ്രായണം, തനതു ലാവണം, സ്വാപാഹരണം അഥവാ എല്ലാരും അർജന്റീനയിലേക്ക്, മോഹന സുന്ദരപാലം, കാലാവസ്ഥ, വേട്ടക്കാരുപ്പയൽ തുടങ്ങി അദ്ദേഹത്തിന്റെ നാടകങ്ങൾ സകല സമ്മിശ്ര സമൂഹ നാടകങ്ങളാണ്. പല നാടകസംഘങ്ങൾ ഇവയെല്ലാം ഇനിയും അരങ്ങേറ്റും. തുപ്പേട്ടനെ സാഹിത്യ അക്കാദമി അവാർഡ് നല്കി ആദരിച്ചു. നമ്മളെ അതിശയിപ്പിച്ച ഈ മഹാനാടക പ്രേമിയെ അർഹമായ രീതിയിൽ അടയാളപ്പെടുത്തി ജന്മം സാർത്ഥകമാക്കാൻ എന്തുചെയ്തു എന്നതിലാണ് ആശങ്ക. നാടകത്തിന്റെ ഉലകിൽ വന്നുപെടുന്നവന്റെ ജീവിത പരിസരം ആകർഷകമാക്കി നിലനിർത്തിക്കൊണ്ട് മുന്നോട്ടുപോകാൻ നമ്മളെന്തു ചെയ്യുന്നു? ജീവനോദ്ദേശ്യശുദ്ധിയോടെ അവന്റെ കലകൊണ്ടു നടക്കാൻ തട്ടകമെവിടെ?

നാടകം സമരമാണ്, സഹനമാണ്, ആവേശമാണെന്നൊക്കെ പറയുമ്പൊഴും നാടകത്തിലിടപെടാൻ ചെറുപ്പക്കാരെ ഭയപ്പെടുത്തുന്ന സത്യങ്ങൾ എന്തൊക്കെയാണ്? സ്വതന്ത്രമേഖലയായി നാടകത്തെ വിശ്വസിച്ച് പെർഫെക്ഷനുള്ള പ്രൊഫഷണൽ കാഴ്ചപ്പാട് ഉണ്ടാവുന്നതെങ്ങനെ? സ്കൂൾ ഓഫ് ഡ്രാമ പോലുള്ള തിയറ്റർ സ്ഥാപനങ്ങളിൽ പഠിച്ചിറങ്ങുന്ന മിടുക്കന്മാർക്ക് സിനിമ നോക്കി അവസരം അന്വേഷിക്കേണ്ടി വരുന്നത് എന്തുകൊണ്ടാണ്? പ്രശസ്തി, പണം, ഇവയൊക്കെ കഴിവുള്ള ഒരാൾക്ക് കച്ചവട സിനിമ നേടിക്കൊടുക്കുന്നുണ്ട്. നാടകത്തിന് അങ്ങനെ ഒരു സാദ്ധ്യതയുണ്ടെന്നു പോലും നമ്മൾ ചിന്തിക്കാതിരിക്കുന്നതെന്താണ്? നാടകത്തിലിടപെടുന്ന ബഹുഭൂരിപക്ഷത്തിനും പ്രശസ്തിയും പണവും ആദരവും നേടിക്കൊടുക്കുന്ന വിദേശനാടുകളുണ്ട്. ഇന്ത്യയിലും ചിലയിടങ്ങളിൽ ഉണ്ടുതാനും.

ഒരിയ്ക്കൽ മോഹൻലാലുമായി സംസാരിക്കുമ്പോൾ അദ്ദേഹം പറഞ്ഞ ഒരു കാര്യം ഓർമ്മ വരുന്നു. യു എസിലെ സിനിമാ തിയറ്ററുകളിലെത്തുന്ന പ്രേക്ഷകരേക്കാൾക്കൂടുതലാണ് അവിടെ നാടകം കാണാനെത്തുന്നവർ. അവിടെ നാടകമേഖലയിൽ പ്രവർത്തിക്കുന്നവരെ നേരിൽ ക്കാണാൻ മുൻകൂർ അനുമതി തേടി കാത്തിരിക്കേണ്ടിയും വന്നേക്കാം. സകല സാങ്കേതിക വഴികളിലൂടെയും സഞ്ചരിച്ച് ചന്ദ്രനിലും ചൊവ്വയിലും എത്തി നില്ക്കുന്ന അമേരിക്കക്കാരന് മണ്ണിൽ നില്ക്കാനാണ് ഇന്ന് കൊതി. മണ്ണിന്റെ മണമുള്ള കലതേടിയവൻ ഭൗമ മണ്ഡലത്തിലെ പച്ചപ്പിന് കൊതിക്കുന്നുണ്ട്.

ഫ്രാൻസിലും മറ്റുമൊക്കെ സർക്കാർ ഖജനാവിൽനിന്നും നാടകസംഘങ്ങൾക്കു ഫണ്ട് അനുവദിക്കുന്നുണ്ട്. രംഗകലകളെ വീണ്ടെടുക്കാനും കലാകാരരെ സംരക്ഷിക്കാനും കലാപ്രവർത്തനവും വ്യക്തിജീവിതവും മെച്ചപ്പെടുത്താനുമുള്ള ശ്രമങ്ങളും നിരവധിയാണ്. തിയറ്റർ ഗ്രൂപ്പ് സ്വയം പര്യാപ്തമാവുന്ന കാലത്തോളമോ അല്ലെങ്കിൽ നിശ്ചിത വർഷത്തേക്കോ നിരന്തരം ഗ്രാന്റ് അനുവദിക്കുന്ന രീതികളും നിലവിലുണ്ട്. ഈ രീതി വലിയൊരു ശതമാനം വിജയവും അനുകരണീയ

വുമാണ്. നമ്മൾ നാടക ലോകത്തിനെ നോക്കിക്കാണുന്നത് ഗൗരവമായിട്ടു തന്നെയാണ് പക്ഷേ, നാടകകാരന്റെ ജീവിതത്തിനെ നോക്കിക്കാണുന്നത് ഉദാസീനമായിട്ടും. ഈ മനോഭാവത്തിന്റെ ഉറവിടം നാടകകാരൻ അവനോടു ചെയ്യുന്ന ചില അലംഭാവങ്ങളിൽ നിന്നുകൂടിയാണെന്നും നിരീക്ഷിക്കേണ്ടതുണ്ട്.

കാവാലത്തിനെപ്പോലെ സ്ഥിരോത്സാഹിയായ ഒരാൾ നിരന്തരം അറുപതാണ്ടിലേറെക്കാലം തിയറ്ററിൽ നിലനിന്നത് അദ്ദേഹത്തിലെ പ്രതിഭ മാത്രം കൊണ്ടെന്നു ചിന്തിക്കാമോ? നാടകങ്ങൾ ഉന്നത നിലവാരം പുലർത്തുമ്പോഴും ജീവിതം അനാഥമായവരുടെ എണ്ണം കാവാലം എഴുതിയ നാടകങ്ങളുടെ എണ്ണത്തിനേക്കാൾ നൂറിരട്ടിയുണ്ട്. നാടകത്തിൽ അഭിനയിച്ചവർ, അതിനു കോപ്പുകൂട്ടിയവർ, അരങ്ങൊരുക്കിയവർ, ചെണ്ട കൊട്ടിയവർ ഇവരുടെയൊക്കെ വർത്തമാനകാലവും ഭൂതകാലവും പരിശോധിക്കുമ്പോൾ കാവാലത്തിന്റെ നാടകസംഘം നിലനിന്നതും കാവാലത്തിന്റെ നാടകങ്ങൾ നിലനില്ക്കുന്നതും കേന്ദ്രസാംസ്കാരിക വകുപ്പിൽനിന്നും അനുസ്യൂതമായി ഫണ്ട് കിട്ടിയതിനാലും അതിനായി കാവാലം നിരന്തരം ശ്രമിച്ചതിനാലും മാത്രമാണ്. അവിടെയും തിയറ്റർ ഒരു വിശ്വാസയോഗ്യമായ പ്രൊഫഷനായി മറ്റുള്ളവർക്ക് തെരഞ്ഞെടുക്കാൻ സാധിച്ചില്ല. ജീവിതം മെച്ചപ്പെടാൻ പലർക്കും സിനിമ തേടിപ്പോകേണ്ട അവസ്ഥ ഉണ്ടായത് എന്തുകൊണ്ടാണ്? അർഹമായ രീതിയിൽ ചിലത് പ്രൊഫഷണലായി ചിന്തിക്കാത്തതുകൊണ്ടാണ്. നീണ്ട മുപ്പതു വർഷം തിയറ്ററിൽ വ്യാപരിക്കുന്ന ഒരു കലാകാരൻ അവശ കലാകാര പെൻഷന് അപേക്ഷ നല്കി കയറി ഇറങ്ങുന്ന കാഴ്ച നമ്മൾ കാണാൻ തുടങ്ങിയിട്ട് എത്ര വർഷങ്ങളായി?

ഇരുപതു കൊല്ലത്തോളമായി സാലറിഗ്രാന്റ് കൈപ്പറ്റുന്ന നാടക സംഘങ്ങൾ നമ്മുടെ നാട്ടിലുണ്ട്. കേന്ദ്രസർക്കാരിന്റെ സാംസ്കാരിക വകുപ്പിൽനിന്നും വകയിരുത്തി കിട്ടുന്ന തുക പ്രൊഡക്ഷൻ ഗ്രാന്റായും കേരളത്തിലുള്ള നാടക പ്രവർത്തകർ നേടിയെടുക്കുന്നുണ്ട്. ഇത്തരം ഫണ്ടുകിട്ടുന്നവർ പലരും നല്ല രീതിയിൽ പുതിയ സാങ്കേതങ്ങൾ പരീക്ഷിച്ച് നല്ല അരങ്ങു ശീലങ്ങളെ വാർത്തുവയ്ക്കുന്നുമുണ്ട്. ഇവിടെയെല്ലാം കലാകാരൻ അവന്റെ ആവശ്യം എന്ന നിലയിൽ അപേക്ഷയും അദ്ധ്വാനവുംകൊണ്ട് കൈക്കലാക്കുന്ന സാമ്പത്തിക സഹായങ്ങളാണ് അവയെല്ലാം.

കേരളത്തിലുണ്ടാവുന്ന നാടക ചലനങ്ങൾ തിരിച്ചറിയാൻ എന്തു സംവിധാനങ്ങളാണ് നമുക്കുള്ളത്. നാടകപ്രവർത്തകരെ ആദരിക്കുന്നത് അവാർഡ് നല്കുന്നതിലെ സാംസ്കാരിക പ്രവർത്തനം മാത്രമായി ചുരുങ്ങിപ്പോകുന്നുണ്ട്. അവാർഡിന് അർഹരാവാനുള്ള നാടകക്കാരെ വാർത്തെടുക്കാൻ പുതിയ കാലത്ത് നമ്മൾ എന്താണ് ചെയ്യേണ്ടത്? ചെറിയ നാടക നിഴലാട്ടങ്ങളുള്ള ഇടത്തുപോലും നോട്ടമെത്തേണ്ടതുണ്ട്.

പ്രൊഫഷണലായ സമീപനം ഇക്കാര്യത്തിൽ വേണ്ടിയിരിക്കുന്നു. വർഷങ്ങളായി തിയറ്ററിൽ വ്യാപരിക്കുന്ന മഹത്തുക്കളെ തേടിപ്പിടിച്ച് അവരെ സഹായിക്കുന്ന കർമ്മരീതി ഉടലെടുക്കേണ്ട കാലമായി എന്ന വാസ്തവം നമ്മൾ ഉൾക്കൊണ്ടേ മതിയാവൂ. യാചകരുടെ പാത്രം നീണ്ടുവന്നാൽ പണമെറിഞ്ഞു കൊടുക്കുന്ന നിലവിലെ രീതിയാണ് മാറേണ്ടത്.

സദാ നിരീക്ഷണ സംവിധാനമുള്ള ഒരു പുതുരീതി ഉടലെടുക്കുകയും വേണം. അമച്വർ എന്നൊക്കെപ്പറഞ്ഞ് ഗൗരവനാടകവേദിയെ കുറ്റിയിൽ പോറ്റുന്ന രീതിയും മാറണം. ഇവിടെ പ്രതിഭകൾ നിരവധിയുണ്ട്. നിരന്തരം പുതുമയും സത്യവും നിലനിർത്തി നാടകത്തിലേർപ്പെടുന്നവർ. പ്രൊഫഷണലായി നാടകത്തെക്കാണുന്നവർ. ദീപൻ ശിവരാമനും മറ്റും തുറന്നിട്ടുതരുന്ന പ്രൊഫഷണലിസം കൂടുതലായി ശ്രദ്ധിക്കണം. അഭിലാഷ് പിള്ളയിലുള്ള ലോകനാടകാവബോധം പ്രൊഫഷണലിസത്തിനും മുതൽക്കൂട്ടാണ്. റോയിസ്റ്റൺ ആബേലിനെ പോലുള്ള മലയാളികൾ കേരളത്തിനു പുറത്തു ഒരുക്കിയിറക്കുന്ന രംഗാത്ഭുതങ്ങളെ പരിചയപ്പെടണം. ജ്യോതിഷ് എം ജിയൊക്കെ കൈക്കൊള്ളുന്ന നവരംഗചിന്തകൾ ചർച്ചയിൽ വരണം. ഏറ്റവും കുറഞ്ഞ പക്ഷം കർണ്ണാടകസർക്കാർ ബി വി കാരന്ത് എന്ന ദീർഘദർശിയെ ആദരിച്ചുകൊണ്ട് നിർമ്മിച്ച രംഗായണയുടെ പ്രവർത്തന രീതിയെങ്കിലും പഠന വിധേയമാക്കണം.

സ്ഥിരം നാടകവേദി എന്ന കാഴ്ചപ്പാടിലുറച്ച് രംഗായണ എന്ന സ്ഥാപനം കർണ്ണാടകയിൽ വേരോടിയിട്ട് മുപ്പതു കൊല്ലത്തിലേറെയായി. മൈസൂർ, ധാർവാഡ്, ഷിമോഗാ എന്നിവിടങ്ങളിൽ സ്ഥിരം നാടകവേദികൾ പ്രവർത്തിക്കുന്നുണ്ട്. കാരന്തിന്റെ നേതൃത്വത്തിൽ രംഗായണ ഉടലെടുക്കുമ്പോൾ നടന്മാരെയും സാങ്കേതിക വിദഗ്ദ്ധരെയും സ്ഥിര ശമ്പളം നല്കി സർക്കാർ ജീവനക്കാരാക്കി നിയമിച്ചുകൊണ്ടാണ് സ്ഥിരം നാടകവേദി ഉടലെടുത്തത്. ഉത്തമമായ റെപ്പെട്ടറിസങ്കല്പം. വിദഗ്ദ്ധരായ നടീനടന്മാർ പരിശീലനം സിദ്ധിച്ച നാടകങ്ങൾ നാടിന്റെ നാനാഭാഗങ്ങളിലും കളിച്ചു നടക്കുന്ന രീതി മഹത്തരമാണ്. വർഷത്തിൽ രണ്ടിലേറെ നാടകങ്ങൾ... രാജ്യത്തിലെ വിവിധ ഭാഗങ്ങളിലുള്ള എഴുത്തുകാരെയും സംവിധായകരെയും ക്ഷണിച്ച് വരുത്തി നാടകം രൂപകല്പന ചെയ്ത് പ്രേക്ഷകസമക്ഷം അവതരിപ്പിക്കുകയാണ് രംഗായണ ചെയ്യുന്നത്. സ്ഥിരം ജീവനക്കാരായി കലാകാരർ മാറുന്നതോടെ ചില അപകടങ്ങൾ, അലസതകൾ വന്നുപെട്ടതിനെത്തുടർന്ന് കരാർ വ്യവസ്ഥയിൽ മൂന്നു വർഷം സർക്കാർ സ്കെയിലിൽ ശമ്പളം പറ്റുന്ന അഭിനേതൃ സംഘങ്ങളെയാണ് രംഗായണ ഇപ്പോൾ നിയമിക്കുന്നത്. മൂന്നു വർഷത്തെ അവരുടെ പ്രവർത്തനം വിലയിരുത്തി മെച്ചമെങ്കിൽ അഞ്ചു വർഷംവരെ ദീർഘിപ്പിക്കുന്ന സംവിധാനവും നിലവിലുണ്ട്.

നാഷണൽ സ്കൂൾ ഓഫ് ഡ്രാമയുടെ റെപ്രെട്ടറി കമ്പനിയും ശ്ലാഘനീയമായാണ് പ്രവർത്തിക്കുന്നത്. കുറഞ്ഞത് 40,000/ (നാല്പതിനായിരം രൂപ) ശമ്പളം പറ്റുന്ന കലാകാരരുണ്ട് എൻ എസ് ഡിയിൽ. സീനി

യോറിറ്റി പരിഗണനയിൽ വേതനവും വർദ്ധിപ്പിക്കുന്നുണ്ട്. നാടക കലയുടെ നിലനില്പിനും നല്ല നാടകങ്ങളുടെ നിർമ്മിതിക്കും ഉത്തമ മാതൃകകൾ ഉണ്ടായിരിക്കെ പ്രൊഫഷണലായ ഇത്തരം സമീപനം കേരളത്തിലെ നാടകകാര്യത്തിന് ആശ്രയിക്കത്തക്കതാണ്.

തിരുവനന്തപുരത്തും കൊച്ചിയിലും കോഴിക്കോട്ടും സ്ഥിരം നാടകവേദികൾ ഉദയം കൊള്ളുന്നതിന് നടപടിയുണ്ടായിട്ടുണ്ട് എന്ന ധന മന്ത്രിയുടെ പ്രസംഗം ഓർമ്മയിലെത്തുമ്പോൾ മലയാള നാടകവേദിക്ക് ഗുണകരമാക്കിത്തീരാവുന്ന സ്ഥിരം നാടകവേദി പ്രാവർത്തികമാക്കാൻ അമാന്തമരുത്. അത്രമേൽ തിയറ്റർ പ്രൊഫഷണലുകൾ കേരളത്തിൽ സുസജ്ജരാണ്. കഴിഞ്ഞ മുപ്പതിലേറെ വർഷമായി പ്രവർത്തിക്കുന്ന നാടകപാഠശാലകൾ കേരളത്തിലുണ്ട്. അവിടെ പരിശീലനം നേടി പുറത്തിറങ്ങിയവരുണ്ട്. പ്രത്യേകിച്ച് പരിശീലനം നേടിയില്ലെങ്കിലും നാടകം ശ്വാസവായുവായി കൊണ്ടു നടക്കുന്നവരുണ്ട്. അവരെയെല്ലാം നമുക്കിത്തരം സ്ഥാപനങ്ങളിലൂടെ ഒരളവുവരെ നിലനിർത്താൻ സാധിക്കും. പരിശീലനം നേടാത്തവർക്ക് അവസരവും പരിഗണനയും റിസർവ്വേഷനും രംഗായണയും എൻ എസ് ഡിയും ആനുപാതികമായി നല്കുന്നുണ്ട്. നാടക ലോകത്തിന്റെ ശക്തിഭദ്രതയ്ക്ക് മാറിച്ചിന്തിക്കാനും മാറ്റിമറിക്കാനും സാധിക്കുന്ന വിധത്തിൽ പുതിയത് പലതും കേരളത്തിൽ സംഭവിക്കേണ്ടിയിരിക്കുന്നു.

കൊച്ചിയിലെ ലോകധർമ്മി നാടക സംഘത്തിന് ബജറ്റിൽ വക യിരുത്തിയ 'ഭാരിച്ച' തുകയെച്ചൊല്ലി ഇപ്പോൾ വിവാദമുണ്ടായിരിക്കുന്നു. ഏതെങ്കിലുമൊരു കലാസംഘത്തിന് ഇത്തരത്തിൽ ഒരു ആവർത്തിത ഗ്രാന്റ് അനുവദിച്ച സംഭവം ഉണ്ടായിട്ടുണ്ടോ എന്ന് അന്വേഷിച്ചാൽ ധാരാളം സംഘങ്ങൾ ഇത്തരം ഫണ്ട് കൈപ്പറ്റുന്നുണ്ട്. മാർഗ്ഗി കഥകളി വിദ്യാലയത്തിനും മറ്റും ഇത്തരത്തിൽ ആവർത്തിത ഗ്രാന്റ് ലഭ്യമാകു ന്നുണ്ട്. നാടക പ്രവർത്തനം നടത്തുന്ന ഒരു സംഘം ഇത്തരത്തിൽ ഫണ്ട് കൈപ്പറ്റുന്നത് നടാടെയാണെന്നു വിശ്വാസിക്കാൻ വയ്യ.

ചന്ദ്രദാസൻ കഴിഞ്ഞ നാല്പതു കൊല്ലമായി നാടകം മാത്രം ചെയ്യുന്ന വ്യക്തിയാണ്. ചില നാടകങ്ങൾ രാജ്യമൊട്ടുക്കു കളിച്ചിട്ടുമുണ്ട്. ഗ്രീക്കിലും യൂറോപ്പിലും ചന്ദ്രദാസന്റെ നാടകങ്ങൾ അവതരിപ്പിക്കാൻ അവസരം കിട്ടിയിട്ടുണ്ട്. കളിച്ച നാടകങ്ങളിൽ കേരളീയമായ ചില അരങ്ങു ശീലങ്ങൾ പിന്തുടരാനും കാവാലത്തിന്റെ *പുറന്നാടി* പോലുള്ള നാടകങ്ങൾ നല്ല പ്രതികരണങ്ങൾ ഉണ്ടാക്കിയിട്ടുമുണ്ട്. ഭാസഭേരിയുടെ പേരിൽ ചന്ദ്രദാസൻ വർഷങ്ങൾക്കുമുൻപു സംഘടിപ്പിച്ച നാടകോത്സവം ശ്രദ്ധേയമായിരുന്നു. ലോകധർമ്മി എന്ന ബാനറിൽ സ്ഥിരം അരങ്ങും കലാകാരർക്കു പാർക്കാനിടവും നിർമ്മിച്ച രംഗകലകളുടെ പരിശീല നത്തിനും പരിപോഷണത്തിനുള്ള കാര്യങ്ങൾ പലതും ലോകധർമ്മി ചെയ്യുന്നുമുണ്ട്. ഇത്തരത്തിൽ പ്രവർത്തിക്കുന്ന സംഘങ്ങൾ കേരള ത്തിൽ ഉണ്ടാവേണ്ടതും ഉള്ളവ ഇതുപോലെ സർക്കാർ സഹായങ്ങൾ

കൂടി ലഭ്യമാക്കി നാടകവേദിയിൽ പ്രവർത്തിക്കുന്നവർക്ക് ശക്തി പകരേണ്ടതുണ്ട്. സർക്കാർ ഗ്രാന്റ് കൈപ്പറ്റി അതു വിനിയോഗിച്ച് ഓഡിറ്റിങ് പൂർത്തിയാക്കി ചിട്ടയായി ഒരു സംഘം പ്രവർത്തിക്കുന്നത് പ്രശംസനീയമായ കാര്യമാണ്. ബുദ്ധിമുട്ടുമാണ്. എന്നാൽ നല്ല നാടകങ്ങളും അതിലൂടെ ഉണ്ടായി വരണം. ഇപ്പോൾ ലോകധർമ്മിക്കു കിട്ടിയ തുക കേരളത്തിലുള്ള മറ്റു നാടക പ്രവർത്തകർക്കു വീതിച്ചു കൊടുക്കുക എന്നൊക്കെയുള്ള അഭിപ്രായപ്രകടനങ്ങൾ ഉയരുന്നുണ്ട്. ഇരുപത്തിയഞ്ചു ലക്ഷത്തിനെ കേരളത്തിലപ്പാടെയുള്ളവർക്കായി വീതിക്കുകയല്ല വേണ്ടത്. കൂടുതൽപേർക്ക്, സംഘങ്ങൾക്ക് ഇത്തരം ഗ്രാന്റുകൾ വലിയ തുകകൾ അനുവദിച്ചു നല്കണം. നാടകങ്ങളും നാടകപ്രവർത്തകരും കൂടുതൽ ഉണ്ടാവണം.

വർഷത്തിൽ മൂന്നെന്ന കണക്കിൽ സംവിധായകരെ കണ്ടെത്തി അവർക്കും നാടകം ചെയ്യാനുള്ള ചെറുതല്ലാത്ത ഗ്രാന്റുകൾ കൊടുത്തുവയ്ക്കണം. അനുവദിച്ച ഗ്രാന്റ് നാടകേതരമായ കാര്യങ്ങൾക്കു വിനിയോഗിക്കുന്നില്ല എന്നും ഉറപ്പുവരുത്തണം. ഒരിക്കൽ ഗ്രാന്റിന് അർഹരായവർ ഒരു പ്രത്യേക കാലാവധി വരെ വീണ്ടും പട്ടികയിൽ ഇടം നേടുന്നത് മറ്റൊരാളുടെ അവസരത്തെ ഹനിക്കാൻ ഇടവരരുത്. നാടകത്തിന് റിഹേഴ്സൽ ചെയ്യാൻ പറ്റിയ ഇടങ്ങൾ ഉൾപ്പെടെ നാടകങ്ങൾ ടിക്കറ്റെടുത്തു കാണാനുള്ള രംഗവേദികൾ കൂടുതൽ ഉണ്ടാവണം. പ്രേക്ഷകരെ സൃഷ്ടിക്കുന്ന നാടകങ്ങൾ പിറക്കണം. മലയാളിയുടെ കുടുംബ ബജറ്റിൽ നാടകം കാണാനും ആസ്വദിക്കാനുമായി ചെറുതെങ്കിലും ഒരു തുക മാറ്റിവയ്പിക്കാൻ ഇത്തരം കാര്യങ്ങളാൽ സാദ്ധ്യമായാൽ ഇപ്പോഴത്തെ ധനമന്ത്രി തുടങ്ങിവച്ച ദൗത്യം നാടകക്കാർക്ക് ഗുണം ചെയ്യും. അർഹരായവരുടെ കൈയിൽ അത് എത്തിപ്പെടുകയും അതിനർത്ഥമുണ്ടാവുകയും ചെയ്താൽ ഇരുപത്തിയഞ്ചു ലക്ഷമല്ല ഒരു കോടി അനുവദിക്കുന്നതിലും അസ്വഭാവികതയുണ്ടാവില്ല. നാടകങ്ങൾ ഉണ്ടാവട്ടെ. നന്മയുണ്ടാവട്ടെ.

നാടകക്കാർക്ക് പരിഗണന എവിടെ കിട്ടിയാലും അതാർക്കു കിട്ടിയാലും ഇപ്പോഴത്തെ സ്ഥിതിയിൽ നല്ലതാണ്. നമ്മുടെയൊക്കെ ഇടയിൽ നിന്നും ആത്മഹത്യ ചെയ്തിറങ്ങിപ്പോയ ഒരുപാടു മുഖങ്ങളുണ്ട് എന്നോർക്കണം. നാടകംകൊണ്ടു ജീവിക്കാനാവാത്തവർ, അസ്തിത്വ ദുഃഖം പേറി ജീവിതം എറിഞ്ഞുടച്ചവർ. ഒന്നല്ല ഒരുപിടി ഭാവനാശാലികളായവർ... സ്കൂൾ ഓഫ് ഡ്രാമയിൽ ഒന്നാം ബാച്ചിൽ പഠിച്ചിറങ്ങിയ ശിവകരനെപ്പോലെ പലരും ജീവിതത്തിനു മേൽ അസമയത്ത് തിരശ്ശീലയിട്ടവരാണ്.

അവനവനിഷ്ടപ്പെടുന്ന മേഖലയിൽ നാടകക്കാർക്ക് തടസ്സങ്ങളില്ലാതെ പ്രവർത്തിക്കാൻ വേണ്ടുന്ന സാഹചര്യമൊരുക്കുകയാണ് ഇപ്പോൾ വേണ്ടത്. വൈകിയ വേളയാണിത്. ബജറ്റിൽ ഉൾപ്പെടുത്തി പുറപ്പെടുവിച്ച ഉത്തരവ് റദ്ദാക്കുകയോ മരവിപ്പിക്കുകയോ ചെയ്യുകയല്ല

ചിക്കാഗോയിൽ ഒരു അവതരണം

വേണ്ടത്. വരും കാലങ്ങളിൽ പുതിയ പുതിയ സംഘങ്ങൾക്ക്, കൂടുതൽ കൂടുതൽ നാടകക്കാർക്ക് ഇത്തരത്തിൽ വലിയ ഫണ്ടുകൾ അനുവദിക്കാനുള്ള സാദ്ധ്യതകൾ പ്രേരണകൾ ഉണ്ടാവുകയാണു വേണ്ടത്. ആങ്ങള മരിച്ചിട്ട് നാത്തൂന്റെ കണ്ണീർ കാണുന്ന മനസ്സോടെ നാടക കാര്യങ്ങളെ നീചമാക്കിക്കളയരുത്. മാലോകരെ സ്നേഹിക്കാൻ പഠിപ്പിക്കുകയും സമചിത്ത സമരങ്ങൾക്ക് ആകൃഷ്ടരാക്കുകയും മാറ്റങ്ങൾക്കു ആഹ്വാനം ചെയ്യുകയും ചെയ്തുകൊണ്ട് സത്യപക്ഷം നില്ക്കേണ്ടുന്ന ആഗോള കലയാണ് നാടകം. സ്നേഹമാവട്ടെ നാടകപ്രവർത്തകരുടെ മുദ്രാവാക്യം. Ensemble art. സംഘകലയാണ് നാടകം. നാടകത്തിന്റെ പേരിൽ ഒരാൾക്കോ ഒരു പ്രസ്ഥാനത്തിനോ കിട്ടുന്ന ഏതുതരം പ്രോത്സാഹനങ്ങളെയും നമ്മൾ കൊണ്ടാടേണ്ടതുണ്ട്. കാരണം ചിന്ത കൊണ്ട് അത്രയും ധനികരായ് ഇരിക്കുമ്പൊഴും ജീവിതാവസ്ഥയുടെ കാര്യത്തിൽ ദരിദ്രരാണ് നാടകക്കാർ. ഉണ്ടാവേണ്ടത് മുത്തുച്ചിപ്പിക്കുള്ളിൽ വീണ ജലകണത്തിനു സംഭവിച്ച രൂപാന്തരണമാണ്.

നാടകമുണ്ട്; നാടകസാഹിത്യമോ?

"The Play can be both literature and theatre, not one at the expense of the other but each because of the other" (Drama in performance - Rymond Williams)

നമ്മുടെ നാടകവേദിയുടെ സവിശേഷമായ വളർച്ചാ കാലമാണിത്. സാങ്കേതികമായും സർഗ്ഗാത്മകമായും നിരവധി പുത്തനുണർവ്വുകൾ മലയാള നാടകവേദിയെ പുല്കുന്ന കാലം. രംഗവേദി അനുദിനം വളരുകയാണ്, നാൽമുറിച്ചുവരിൽ ഒന്നിനെ നീക്കം ചെയ്ത് പ്രേക്ഷകനെ നാലാമിടത്തെ ചുവരാക്കി മാറ്റി നാടകം കളിച്ചുകാണിക്കുന്ന യൂറോപ്യൻ മാതൃകയെ നമ്മൾ വെല്ലുവിളിച്ചു കഴിഞ്ഞു. ഏറക്കുറെ പ്രൊസീനിയം വിട്ടിറങ്ങിയിട്ടുണ്ട് കളിയിടങ്ങൾ. രംഗവേദി വളർന്നു വളർന്നു ദൃശ്യകലയെന്ന വ്യക്തിത്വം പ്രാപിക്കുമ്പോഴും മലയാളനാടക സാഹിത്യം എവിടെ എത്തി നില്ക്കുന്നു എന്ന് നമ്മൾ പരിശോധിക്കണം. മലയാളത്തിൽ നാടകങ്ങൾ അഥവാ ദൃശ്യകാവ്യങ്ങൾ എഴുതപ്പെടുന്നുണ്ടോ? പ്രൊപ്പഗന്റാ നാടകങ്ങൾക്കപ്പുറം നില്ക്കുന്ന ചിരകാല സമ്മതങ്ങളായ രചനകൾ വർത്തമാനകാല രചിതാക്കളിൽനിന്നും ഉണ്ടാകുന്നുണ്ടോ? പ്രശ്നനാടകങ്ങളിൽ വീണ് മുദ്രാവാക്യങ്ങളെ കൂട്ടുപിടിച്ച് താല്ക്കാലിക സമകാലിക ശ്രദ്ധ നേടി നമ്മുടെ നാടകങ്ങൾ എങ്ങോട്ടാണ് പോയി മറയുന്നത്? കൗതുക നാടകങ്ങളുടെ ഉന്മാദങ്ങൾ എന്നതിനപ്പുറം മനുഷ്യകഥാനുഗായകരായ കവികളിടപെടുന്ന നാടകങ്ങൾ നമുക്കുണ്ടായിരുന്നു. ഇന്നിന്റെ കലയിൽനിന്നും എല്ലാക്കാലത്തെയും കലയായി നാടകങ്ങൾ ലോകമെമ്പാടും വിലയിരുത്തപ്പെടുന്നുണ്ട് എന്നതു വിസ്മരിച്ചുകൂടാ. ഏതു ദേശത്തെയും കാലത്തെയും വിവക്ഷിക്കാൻ നാടകത്തിലൂടെ

സാധിക്കുമെന്നിരിക്കെ, മലയാളത്തിൽനിന്നും മനുഷ്യാവസ്ഥകളുടെ മറയില്ലാത്ത നാടക രചനകൾ ഉയർന്നുവരേണ്ടതുണ്ട്. മലയാളം സംസാരിക്കുന്ന നാടകങ്ങൾ എന്ന നിലയിൽനിന്നും മലയാളത്തിൽ ചിന്തിക്കുന്ന നാടകങ്ങൾ രചിക്കപ്പെടുക തന്നെ വേണം. ലോകമാനവികതയുടെ മുന്നിലേക്ക് ആനയിക്കാൻ പ്രാപ്തിയുള്ളതായിത്തീരുമ്പോഴേ നമ്മുടെ നാടകങ്ങൾക്ക് യുഗങ്ങളെ പിന്നിടാനുള്ള കാന്തി കൈവരൂ.

ഇന്ത്യൻ നാടകകൃത്തുക്കളിൽ പലരും അന്താരാഷ്ട്ര തലത്തിൽ തികവറിയിച്ചവരാണ്. ഭാവനയുടെയും മിത്തിന്റെയും പൗരസ്ത്യപുരാണ ദർശനങ്ങളുടെയും രസക്കൂടുകൊണ്ട് ലോകം സൃഷ്ടിച്ച ഭാസനിൽ നിന്നോ കാളിദാസനിൽനിന്നോ തുടങ്ങുന്ന നാടക രചിതാക്കളുടെ പട്ടികയാണത്. അത് രവീന്ദ്രനാഥ ടാഗോറിലൂടെ അടയാളപ്പെട്ട് ഇരുപതാം നൂറ്റാണ്ടിലെത്തി നില്ക്കുമ്പോൾ കാവ്യ നാടക സംസ്കൃതിയുടെ സമസ്ത ചൈതന്യങ്ങളും നിറഞ്ഞു തുളുമ്പി നില്ക്കുന്ന ആധുനിക നാടക രചനകളുടെ കാലം ആരംഭിക്കുകയായി.

ഭരതേന്ദുഹരിചന്ദ്രയുടെ നാടകങ്ങൾ ഹിന്ദിയിൽ രചിക്കപ്പെട്ട നവനാടകത്തിന്റെ ഇന്ത്യൻ കാവ്യങ്ങളാണ്. കാലികവും മാനുഷികവുമായ ചില നീതിബോധങ്ങൾ ജീവിതത്തിലുടനീളം നിഷ്ഠയാക്കിയ നാടക രചിതാവെന്ന ഖ്യാതിയാണ് ഭരതേന്ദു ഹരിച്ഛന്ദ്രയ്ക്കുള്ളത്. *അന്ധേർ നഗരി* പോലുള്ള നാടകങ്ങൾ കാലികമായ വായനയ്ക്കു കൂടി ഉപകാരപ്രദമാണ്. *നീൽദേവി, ഭാരത് ദുർദ്ദശ, വൈദിക് ഹിംസാ ഹിംസാ ന ഭവതി, സത്യ ഹരിച്ഛന്ദ്ര* എന്നീ നാടകങ്ങൾ ഗംഭീരമായ സാഹിത്യരചനകൾ കൂടിയായി വിലയിരുത്തി ഇന്ത്യൻ നാടക സാഹിത്യത്തെ പ്രൗഢമാക്കി, ബി വി കാരന്തും പ്രസന്നയും മറ്റും. നവരംഗചലനങ്ങൾ ഇദ്ദേഹത്തിന്റെ കൃതികളിലൂടെ പരിചയപ്പെടുത്തുക കൂടി ചെയ്തു.

ഭരതേന്ദു ഹരിചന്ദ്ര

നാടകാന്തംകവിത്വം എന്ന വാക്യത്തിനെ സാധൂകരിക്കുന്ന നിരവധി നാടകകൃത്തുക്കൾ പിറവിയെടുത്ത നാടാണ് ഇന്ത്യ. മോഹൻ രാകേഷിനെപ്പോലെ അരങ്ങുകാവ്യങ്ങളുടെ നവക്ലാസിക് സമീപനങ്ങളെ പുതുക്കി നിർണ്ണയിച്ചവരും മറ്റു ഭാഷകളിൽ നിരവധിയുണ്ട്. *ആധേ‌ആധുരെയും ആഷാഡ് കി ഏക് ദിനും* മലായാളിയുടെ നാടകക്കാഴ്ചകളിലും വന്നു നിറഞ്ഞവയാണ്.

അദ്വിതീയ നാടകങ്ങൾ എഴുതി ഇന്ത്യൻ നാടകവേദിയെ കൂടുതൽ സൗന്ദര്യാത്മകമായ വഴികളിലൂടെ നടത്തിച്ച വിജയ് ടെണ്ടുൽക്കർ മറാത്തി നാടക ലോകത്തിന്റെ ആദരനക്ഷത്രമായി ഇന്നും വിളങ്ങുന്നു. *സൈലൻസ്, ദ കോർട്ട് ഈസ് ഇൻ സെഷൻ, ഖാസിറാംകൊത്വാൾ, സഖാറാംബയ്ൻഡർ* തുടങ്ങിയ നാടകങ്ങൾ ഏറെ ഭാഷകളിൽ അവതരിപ്പിക്കപ്പെട്ടു. മലയാള നാടകവേദിയിലും ചില പുതിയ ചലനങ്ങൾ സൃഷ്ടിക്കാൻ വിജയ് ടെണ്ടുൽക്കറിന്റെ രചനകൾക്ക് സാധിച്ചിട്ടുണ്ട്.

നാണയ വ്യവസ്ഥയ്ക്കുമേൽ പരിഹാസങ്ങൾ ചൊരിഞ്ഞ ശക്തമായ ഇന്ത്യൻ നാടകമാണ് *ഹട്ടാമലനാടിനപ്പുറം*. ചക്ക പ്ലാവിലുണ്ടാവുന്നതാണെന്നും അത് എന്റെയോ നിന്റെയോ ആയിത്തീരാൻ ഒരു സാദ്ധ്യതയുമില്ലാത്ത പ്രകൃതി വിഭവമാണെന്നും സമർത്ഥമായി എഴുതപ്പെട്ട ഉജ്ജ്വലനാടകമാണത്. ബാദൽ സർക്കാർ എന്ന എക്കാലത്തെയും മികച്ച മനുഷ്യ സ്നേഹ കഥാനുഗായിയെ ഇന്ത്യൻ നാടകവേദിക്കെന്നല്ല നാടകം വികാരമായി വളർന്നിട്ടുള്ള ഒരു നാടിനും വിസ്മരിക്കാനാവില്ല. ബംഗാളി തിയറ്റർ ഇന്ത്യക്ക് കൊടുത്തുവച്ച എത്രയോ പേരെ നമുക്ക് ഇനിയും ഓർമ്മിച്ചെടുക്കാനാവും. *ഏവം ഇന്ദ്രജിത്തും ബാക്കി ഇതിഹാസും ത്രിംഗ്ഷ് ഷതാബ്ദിയും സ്പാർട്ടക്കസ്സും* തുടങ്ങി അൻപതിലേറെ നാടകങ്ങൾ ബാദൽ സർക്കാർ എഴുതി. ഇന്ത്യയിലെ വിവിധ ഭാഷകളുടെ രംഗവേദിയിൽ അവയൊക്കെ ശ്രദ്ധിക്കപ്പെട്ടു.

ഗോത്രസംസ്കൃതിയുടെ ആത്മാവിൽനിന്നും നാടകലോകത്തിനു പുതിയ ധൈര്യം നേടിത്തന്ന ഹബീബ്തൻവീറിന്റെ നാടകങ്ങൾ ഭാഷാതീതമായി ചർച്ച ചെയ്യപ്പെട്ടിട്ടുണ്ട്. അവയിൽ *ചരൺദാസ് ചോറും ആഗ്രാബസാറും ഗാവോംകാ നാം സസുരാലും അപ്നാ ബസന്ത് റിതുകാ സപ്നായും* ഹിന്ദി തിയറ്ററിന്റെ ശക്തി വെളിവാക്കി നമുക്കിടയിൽ വെളിച്ചപ്പെട്ടവയാണ്.

ഇന്ത്യയിൽ ഉടനീളം പതഞ്ഞുപൊങ്ങിയ നാട്ടുനാടക സങ്കല്പം ഗിരീഷ് കർണ്ണാടിന്റെ തൂലികയിലൂടെ അരങ്ങിനെ സാർത്ഥകമാക്കി. അത് നാടക സാഹിത്യത്തിനെ ഒരേ സമയം ദൃശ്യകാവ്യമെന്നും കാവ്യാത്മക നാടകമെന്നും വിവക്ഷിക്കാമെന്ന തലത്തിലെത്തിച്ചു. നാടകശരീരത്തിൽ സുന്ദരമായ മിത്തും ചരിത്രവും ആഭരണങ്ങളായി മിന്നി. *നാഗമണ്ഡല*യും *ഹയവദനയും തുഗ്ലക്കും* ഭാഷാതീതമായ അരങ്ങു ഭാഷയെ പ്രാപിച്ച് ഇന്ത്യയിലെ മിക്ക ഭാഷകളിലും അവതരിപ്പിക്കപ്പെട്ടു. മലയാളി യുവ സംവിധായകർ പലരും കർണ്ണാടിന്റെ നാടകങ്ങളിലൂടെ കേരളത്തിലും പ്രശസ്തരായി. രചിക്കപ്പെട്ട നാടകത്തിന്റെ അവതരണത്തിന് വേണ്ടുന്ന രംഗവ്യാഖ്യകൾ കണ്ടെത്തി. കന്നടയിൽ രചിച്ച അദ്ദേഹത്തിന്റെ നാടകങ്ങൾ ലോക നാടകവേദിയിൽ ചർച്ച ചെയ്യപ്പെട്ടു. മൊഴിമാറ്റത്തിലൂടെ പല നാടുകളിൽ പല വായനകൾക്കു വഴിമരുന്നിട്ട രചനകൾക്ക് ഉടമയാണ് ഗിരീഷ് കർണ്ണാട്. രാജ്യാന്തരമായ ആദരവ് നേടാൻ കഴിഞ്ഞ കർണ്ണാട് ഇന്ത്യൻ നാടകവേദിക്ക് വലിയ സംഭാവനങ്ങൾ ചെയ്തു.

കന്നഡ സാഹിത്യലോകത്ത് ശ്രദ്ധേയനായ ചന്ദ്രശേഖര കമ്പാറുടെ നാടകങ്ങളും വിവിധങ്ങളായ അരങ്ങു നിവേദനങ്ങൾക്ക് വഴിമരുന്നിട്ടിട്ടുണ്ട്. അവയിൽ *ഋഷ്യശൃംഗ*യും മറ്റും നാടക സാഹിത്യത്തിനും നാടകവേദിക്കും മുതൽക്കൂട്ടാണ്. ഹിന്ദിയിലേക്ക് മൊഴിമാറ്റിയതും അവതരണ സാദ്ധ്യത തേടുന്നതുമായ ഇരുപത്തിയഞ്ചിലേറെ നാടകങ്ങൾ അദ്ദേഹത്തിന്റെ തൂലികയിൽ പിറന്നു. *പുഷ്പറാണിയും തിരുക്കനകനസ്സ്*, *ശിവരാത്രി*യും തുടങ്ങിയ നാടകങ്ങൾ പുനർവായനയുടെ സാദ്ധ്യതകൾ നിലനിർത്തുന്നുണ്ട്.

ചന്ദ്രശേഖര കമ്പാർ

മൂകനർത്തകൻ നാടകം വായനയ്ക്കും അവതരണത്തിനുമുള്ള അനന്ത സാദ്ധ്യതകൾ നിലനിർത്തിയുള്ള രചനയാണ്. ആസിഫ് കരിം ഭായ് ഇംഗ്ലീഷിൽ കോറിയ *ഡംഡാൻസർ* എന്ന ഈ നാടകം കഥകളി കലാകാരന്റെ ഉയിരിൽ ഉന്മാദവും ഉണർവ്വും നിറച്ചു വയ്ക്കുന്ന ഉജ്ജ്വല നാടകകാവ്യമാണ്. വായനയുടെ കാണാപ്പുറങ്ങളിൽ ഭാവന ചാലിച്ച ഉത്തമ കാവ്യം. ഇന്ത്യയിൽനിന്നും അന്താരാഷ്ട്ര തലത്തിലേക്ക് എടുത്തു വയ്ക്കാൻ കെല്പുള്ള രചനകളാണ് കരിം ഭായിയുടേതായി പിറന്നിട്ടുള്ളത്. ആത്മഭാഷണ കാവ്യങ്ങളായ മുപ്പതോളം നാടകങ്ങൾ ആസിഫ് കരിം ഭായി എഴുതി.

ഭീഷ്മസഹാനിയുടെ *മാധവി* ഇന്ത്യൻ നാടക വേദിയിൽ ഉണർവ്വു സമ്മാനിച്ച കൃതിയാണ്. വർത്തമാനകാല നാടക പരിസരത്തിന്റെ പടിവാതിലിൽ കാണാവുന്ന സാഹിത്യ മാതൃക കൂടിയാണ് ഭീഷ്മസഹാനിയുടെ നാടകങ്ങൾ. *ഹനുഷ്*, *ഖബിരാഘ്ലാരബസാർ മേം* തുടങ്ങിയ നാടകങ്ങൾ അദ്ദേഹത്തിന്റേതാണ്.

ഇരുപതോളം നാടകങ്ങൾ എഴുതിയ മഹേഷ് എൽകഞ്ചുവർ ഇന്ത്യൻ നാടകവേദിയിലെ സാഹിത്യ സാന്നിദ്ധ്യമാണ്. ഗംഭീരമായ സംഭാഷണ നാടകകൃതികൾ എന്ന നിലയിൽ പ്രത്യേക സ്ഥാനം ഇദ്ദേഹത്തിന്റെ നാടകങ്ങൾ നേടിയിട്ടുണ്ട്.

പട്ടിക അങ്ങനെ നീളുകയാണ്, ഇന്ത്യയിലെ അന്യഭാഷാ നാടക കൃത്തുക്കളുടെ പട്ടിക. ബംഗാളി, മറാത്തി, ഉറുദു, ഹിന്ദി, കന്നഡ, തമിഴ്, തെലുങ്ക്, കശ്മീരി, ഗുജറാത്തി ഇങ്ങനെ ഇങ്ങനെ നീളുന്ന നാടക സാഹിത്യ ശാഖയിൽ എത്രയെത്ര ഇലകളെ നമുക്ക് തൊട്ടറിയാൻ കഴിയുന്നു. എത്രയെത്ര പ്രതിഭാധനരായ നാടകകൃത്തുക്കൾ. അര

ങ്ങിന്റെ അളവുകൾക്കുമീതേ കഥാപാത്രങ്ങളെ സൃഷ്ടിച്ച് ആശയങ്ങളുടെയും ആഹ്വാനങ്ങളുടെയും മന്ത്രമുരുവിട്ടവർ. കവികളായ നാടകകൃത്തുകൾ... ജനമനമറിയുന്ന വാഗ്പതികൾ, നാടക നട്ടുവർ.. മിഷേൽ മധുസൂദൻ ദത്ത, മോഹിത് ചതോപാദ്ധ്യായ, കുസുംഅഗ്രജ്, മനോന്മണീയം സുന്ദരൻ പിള്ള, കെ വി സുബ്ബണ്ണ, അമൃത ലാൽ ബസു, അജിതേഷ് ബന്ധോപാദ്ധ്യായ, ടി പി കൈലാസം, ചിലകമാർത്ഥി ലക്ഷ്മി നരസിംഹം, ബല്ലാരിരാഘവ, ഹുയിൽഗോൾ നാരായണസ്വാമി, മഖൻലാൽ ചതുർവേദി, ഗുരുസദാ അപ്പ റാവു, ശംഭുമിത്ര, കെ വി അക്ഷര, രാംബ്രിക്ഷ്ബനിപ്പുരി, സത്യദേവ് ദുബെ, കിരൺ നാഗ്കർകാർ, ബൽവന്ത്ഗാർഗ്ഗി, ഇന്ദിരാ പാർത്ഥസാരഥി, മനോരഞ്ജൻ ദാസ്, മൈഥിലി ശരൺ ഗുപ്ത, ഭഗത്ദത്താ, ആഖാഹസ്കർ കാഷ്മീരി, അരുൺ മുഖർജി, ജയശങ്കർ പ്രസാദ്, രത്തൻ തിയ്യം, പ്രതാപ് ശർമ്മ, ജാവേദ് സദ്ദിക്കി ഇങ്ങനെ നീണ്ടുനീണ്ടു പോകുന്ന പട്ടികയിൽ മലയാളത്തിന്റെ കലാഗണനയ്ക്ക് സ്ഥാനം കുറവു തന്നെ.

മലയാള നാടക സാഹിത്യ ശാഖ മേൽവിവരിച്ച പട്ടികയുമായി ഒത്തു നോക്കുമ്പോൾ എണ്ണത്തിൽ അത്ര ശുഷ്കമൊന്നുമല്ല. ഭാഷയുടെ ചിറകിലേറി അരങ്ങിന്റെ അരികിലിറങ്ങിയ നിരവധി പേർ നമുക്കുമുണ്ട്. അത് ആരംഭിക്കുന്നത് തമിഴ് സംഗീത നാടകങ്ങളെ അനുകരിച്ച് സാഹിത്യ വിവർത്തനം നടത്തിയവരിൽനിന്നുമാണ്. പക്ഷേ, ഭാഷയെ അതിലംഘിച്ച് അരങ്ങിന്റെ വെളിച്ചത്തിൽ ഇന്ത്യയിലുടനീളം പറന്നു നടന്നവർ എത്ര? വിവിധ ഭാഷകളിലേക്ക് മൊഴിമാറ്റമർഹിച്ച അല്ലെങ്കിൽ വിവർത്തിതമാകലിന്റെ അവകാശം സ്ഥാപിച്ച കൃതികൾ എത്രയെണ്ണമുണ്ട്? ജ്ഞാനപീഠത്തിനരികിലെത്തിയ മലയാള നാടകകൃത്തുക്കളുണ്ടോ? കേന്ദ്ര സാഹിത്യ അക്കാദമി കാലങ്ങളായി നല്കിവരുന്ന നാടക രചന പുരസ്കാരം ഏതെങ്കിലുമൊരു മലയാള നാടകത്തിന് കിട്ടിയിട്ടുണ്ടോ? വയലാറിന്റെ പേരിൽ നല്കിവരുന്ന സാഹിത്യ പുരസ്കാരപ്പട്ടികയിലും ഇന്നുവരെ ഉൾപ്പെട്ടിട്ടില്ലാത്ത ഏകവിഭാഗം നാടക സാഹിത്യമാണ് എന്ന് ഉറപ്പിച്ചു പറയാം. ഇത്രയും ശുഷ്ക സാഹിത്യ ശാഖയാണോ മലയാളിയുടെ നാടക സാഹിത്യം?

കവികളും കഥാകൃത്തുക്കളും നോവലിസ്റ്റുകളും ധാരാളമുള്ള നമുക്ക് ദേശീയവും അന്തർദ്ദേശീയവുമായി ഈടുള്ള നാടകരചനകൾ ഉണ്ടായിട്ടില്ലേ? വഴിയേ പോകുന്ന സിനിമാ നടൻ ചെണ്ടയെന്ന വാദ്യത്തിലേക്ക് കോലുവച്ചാൽ വച്ചു നീട്ടുന്ന 'പത്മ' പുരസ്കാരം മലയാള നാടകകൃത്തുക്കളെത്തേടി ഇന്നേവരെ വന്നിട്ടില്ല. കാരണം അന്വേഷിക്കേണ്ടിയിരിക്കുന്നു. കാവാലത്തിന് നാടക മേഖലയിൽനിന്നുള്ള പത്മഭൂഷൺ പുരസ്കാരം ലഭ്യമാക്കാൻ വേണ്ട ശുപാർശ നടത്തിയത് മദ്ധ്യപ്രദേശ് സർക്കാരാണെന്ന് ഓർക്കണം. അവിടെയും മലയാള നാടക രചിതാക്കളെ തിയറ്റർ ആക്ടിവിസ്റ്റുകളെ പുരസ്കരിക്കാൻ നമ്മൾ തന്നെ മടി കാണിക്കുന്നതിലെ മനഃശാസ്ത്രം നമ്മൾ മനസ്സിലാക്കണം.

മലയാള നാടക സാഹിത്യത്തിന് നിരൂപകരുടെ പരിലാളനം ലഭിക്കാതെയും പോയിട്ടുണ്ട്. ഗുപ്തൻ നായരെപ്പോലുള്ള സാഹിത്യ വിമർശകർ നാടക സാഹിത്യത്തിന് കല്പിച്ചുകൊടുത്തത് തീരെ വില കുറഞ്ഞ പ്രശംസകളും നീചമായ വിമർശവും മാത്രമായിരുന്നു. നമ്മുടെ തലയെടുപ്പുള്ള നാടക രചയിതാക്കളുടെ പട്ടിക പരിശോധിക്കൂ. ആദ്യകാല നോവൽ സാഹിത്യത്തിന്റെ കാരണവർ സി വി രാമൻപിള്ള മുതൽ ചരിത്രത്തിലുള്ളവർ. 1880 കളിൽ എഴുതപ്പെട്ട *ചന്ദ്രമതീ വിലാസം* അപ്രകാശിതമായി അവശേഷിക്കുന്ന സി വി രാമൻപിള്ളയുടെ നാടക കൃതിയാണ്. *ചെറുതേൻ കൊളമ്പസ്, മത്തവിലാസം, കുറുപ്പില്ലാക്കളരി, ഡോക്ടർക്കു കിട്ടിയ മിച്ചം, കൈമളാശാന്റെ കടശ്ശിക്കളി* ഇങ്ങനെ അദ്ദേഹം എഴുതിയ നാടകങ്ങൾ അദ്ദേഹത്തിന്റെ നോവലുകളുടെ എണ്ണത്തേക്കാൾ കൂടുതലാണ്. നാടകം സാഹിത്യാഭിമുഖം നിന്നു രചിക്കപ്പെട്ടതു തന്നെയാണീ കൃതികൾ എല്ലാംതന്നെ. 1922 ൽ അദ്ദേഹം മരിക്കുവോളം എഴുതിക്കൂട്ടിയ എഴുത്തോലകളുടെ കനം അത്രയ്ക്കുണ്ട്. ഇംഗ്ലീഷ് സാഹിത്യത്തിന്റെ ചുമലേറി സഞ്ചരിച്ചിരുന്ന സി വിയുടെ നാടകങ്ങൾ പുനർ വായനകൾ ആവശ്യപ്പെടുന്നുണ്ട്. പുതിയ രംഗസ്ഥലികളിൽ അവയ്ക്ക് മറ്റൊരു തരം സർഗ്ഗചാരുത കൈവരിക്കാനുമായേക്കും.

കൊടുങ്ങല്ലൂർ കൊച്ചുണ്ണിത്തമ്പുരാൻ മുതൽ 1880 കൾ തുടങ്ങി നാടകങ്ങൾ എഴുതിയവർ എത്രയോ പേർ നമുക്കിടയിൽ ജീവിച്ചിരുന്നു. കുഞ്ഞിക്കുട്ടൻ തമ്പുരാൻ, നടുവത്തച്ഛൻ നമ്പൂതിരി, ആട്ടക്കഥാകൃത്തു കൂടിയായ വയസ്കര മൂസ് തുടങ്ങിയവർ ഭാഷാ നാടകങ്ങൾ എഴുതിയവരിൽ പ്രമുഖരാണ്. കെ സി കേശവപിള്ളയുടെ *ലക്ഷ്മീ കല്യാണം* മുതൽ കുറച്ചു കൂടി കാലിക ചിന്തകൾ നാടക രചനയിൽ ഉണർന്നു തുടങ്ങി. കണ്ടത്തിൽ വർഗ്ഗീസ് മാപ്പിളയുടെ *അബ്രായക്കുട്ടി* ആ ശ്രേണിയിലെ നല്ല മാതൃകയാണ്. *മറിയാമ്മ* നാടകത്തിന്റെ തുടർച്ചകളും വന്നു തുടങ്ങി. കഥിക്കപ്പെടുന്നതിൽനിന്നും കളിക്കപ്പെടുന്നതിലേക്ക് മലയാള നാടകം അന്നും എത്തിച്ചേർന്നില്ല. പാട്ടും കൊട്ടും ആട്ടവും ചുട്ടിയുമായി ചമ്പുക്കളുടെ കൂട്ടത്തിൽ ഉൾപ്പെടുത്തിക്കൊണ്ട് കളിച്ചു കാണിച്ച നാടകത്തിനെ നമ്മൾ കഥകളിയെന്നും വിളിച്ചു.

അടുക്കളയിൽ വേറെ ജോലിയുള്ളതുകൊണ്ട് നാടകത്തിന് സമയമില്ലെന്ന് നാടകക്കാരെ പരിഹസിക്കുന്ന നാടകമെഴുതിയ മുൻഷി രാമക്കുറുപ്പ് പ്രാകൃത നാടക രീതികളുടെ വിമർശകനായി മാറിയ ചരിത്രവും നമ്മൾക്കുണ്ട്. *ചക്കീചങ്കരം* അത്രമേൽ മലയാള നാടക സാഹിത്യ മേഖലയ്ക്കുള്ള ചൂണ്ടുപലകയായ് പ്രവർത്തിച്ചിരുന്നതിനും രേഖയുണ്ട്. തമിഴ് സംഗീത നാടകങ്ങളുടെ വികലാനുകരണങ്ങളെ വിമർശിച്ചും നാടകങ്ങളുണ്ടായി. എന്നാൽ വിദ്വാൻ പി കേളുനായർ സുന്ദരമായ സംഗീത നാടകങ്ങളെ പ്രണയിച്ചു കൊണ്ടേയിരുന്നു. പി എസ് വാര്യരും കോട്ടയ്ക്കൽ നാടക സംഘവും ഗൗരവത്തോടെ കാവ്യ നാടകങ്ങൾ എഴുതി അരങ്ങേറ്റി. തുടർന്നിങ്ങോട്ട് പ്രഹസനങ്ങളുടെ രചിതാക്കൾ നിരവധി വന്നു.

ഇ വി കൃഷ്ണപിള്ള, എൻ പി ചെല്ലപ്പൻ പിള്ള മുതല്പേർ. കവിതക്കേസും പെണ്ണരശുനാടും ഇ വിയിൽനിന്നും ജനിച്ചു. ഭാഷകൾ

കൈമാറ്റപ്പെടാനും വിദേശീയ ഇസങ്ങൾ നമുക്കു മുൻപിലേക്ക് ആനയിക്കാനും തുടങ്ങിയതു മുതൽ സാഹിത്യ കൃതിയായിത്തന്നെ ധാരാളം നാടകങ്ങൾ എഴുതപ്പെട്ടു. അവയിൽ വ്യക്തിത്വമുള്ള കവികളും ഉൾപ്പെട്ടിരുന്നു. ചങ്ങമ്പുഴയുടെ ഇടയനാടകമായ *രമണൻ* ഭാവനയുടെ നറുസുഗന്ധം പരത്തി മലയാളക്കരയിൽ പരന്നു. നാടകമായി *രമണൻ* നമ്മൾ ഏറ്റുവാങ്ങിയില്ല. കാവ്യശീലത്തിന്റെ കൊടുമുടിയിൽ വച്ചു സംഭവിച്ച കാവ്യനാടകമാണ് രമണൻ. എൻ കൃഷ്ണപിള്ളയെ കേരള ഇബ്സൺ എന്നു വാഴ്ത്തിയപ്പൊഴും അദ്ദേഹത്തിന്റെ *പ്രതിപാത്രം ഭാഷണഭേദം* എന്ന നിരൂപണ ഗ്രന്ഥമാണ് ദേശീയ ശ്രദ്ധ കൈവരിച്ചത്. *ഭഗ്നഭവനം* പോലുള്ള നല്ല നാടകങ്ങൾ ചർച്ചയ്ക്ക് എടുത്തില്ല. പിന്നീടെപ്പോഴോ അക്കാദമിക് തലത്തിലൊക്കെ *കന്യകയും* *ബലാബല*വും പഠിപ്പിച്ചിരുന്നു എന്നതൊഴിച്ചാൽ അദ്ദേഹത്തിന്റെ പല ശ്രമങ്ങൾക്കും ഭാഷാതീത വ്യക്തിത്വം കിട്ടാതെയും പോയി.

കൈനിക്കര സഹോദരന്മാരും ജഗതി എൻ കെ ആചാരിയും തുടങ്ങി ടി എൻ ഗോപിനാഥൻ നായർ വരെയുള്ളവരുടെ നാടകങ്ങൾ പ്രത്യേക സാമൂഹികമാനമുൾക്കൊണ്ട് നിലയുറപ്പിച്ചെങ്കിലും കൃതികളുടെ കനത്തിന്റെ കാര്യത്തിൽ നമ്മൾ സംശയം പ്രകടിപ്പിച്ചു.

മലയാള നാടകരചനയുടെ വരിഷ്ട കാലമായി നമ്മൾ കാത്തുവയ്ക്കുന്നത് സി എൻ ശ്രീകണ്ഠൻ നായരും സി ജെ തോമസും ഉൾപ്പെടുന്ന കാലഘട്ടത്തിനെയാണ്. അവിടെയും ഭാഷയുടെ അതിരുകളെ ലംഘിച്ച് ഇവരുടെ നാടകങ്ങളും അരങ്ങു വാണില്ല. പതിനഞ്ചു കൊല്ലത്തിനിപ്പുറം എപ്പോഴോ *ലങ്കാലക്ഷ്മി* ദേശീയ തലത്തിൽ ശ്രദ്ധിക്കപ്പെട്ടതു പോലും അഭിലാഷ് പിള്ളയിലൂടെയാണ്. നാഷണൽ സ്കൂൾ ഓഫ് ഡ്രാമയുടെ അനന്ത സാദ്ധ്യതകൾ ഉപയോഗിച്ച് രാവണരൂപം അരങ്ങു വാണു. *സാകേതവും* അഭിലാഷ് പിള്ള സംവിധാനം ചെയ്തു. ജപ്പാനിലും മറ്റും കൊണ്ടുപോയി കളിക്കുക വഴി സി എൻ ശ്രദ്ധയനായി. സി ജെ തോമസിന്റെ നാടകങ്ങളെയും അഭിലാഷ് പിള്ളയാണ് കേരളത്തിനു പുറത്ത് പരിചയപ്പെടുത്താൻ ശ്രമിച്ചതെന്നു പറയാം.

ലങ്കാലക്ഷ്മി

എഴുതിയതുകൊണ്ടാണ് ഈഡിപ്പസ് ഉണ്ടാവുന്നത്!

വി ടി ഭട്ടതിരിപ്പാട്

അരങ്ങുസാഹിത്യം മറ്റേതു സാഹിത്യരചനാ രൂപത്തേക്കാളും വ്യത്യസ്തമാണ്. പ്രത്യേകിച്ചും നാടകസാഹിത്യം. സ്ഥലം, കാലം, ക്രിയ എന്നിവയിലുള്ള അനന്ത സാദ്ധ്യതകളെ രചിതാവിന്മനക്കണ്ണിൽ കാണേണ്ടിവരുന്നു. പ്രതിപാദ്യവിഷയം സംഘർഷാത്മകമോ അല്ലാത്തതോ, കഥാപാത്രകേന്ദ്രീകൃതമോ വസ്തു (Plote) കേന്ദ്രീകൃതമോ ആയിക്കോട്ടേ. അനുവാചകന്റെ ആസ്വാദനമേഖലയ്ക്കും അപ്പുറം നില്ക്കേണ്ടുന്ന ചില സൂക്ഷ്മാംശ പ്രചോദനങ്ങളാണ് രചിതാവിനെ നയിക്കേണ്ടത്. സീമാതീതമായ മേച്ചില്പുറമാണ് അയാൾക്കു മുന്നിലുള്ളത്. നിയതമായനിയമങ്ങളോ സങ്കുചിതസൃഷ്ടിശീലങ്ങളോ അയാളെ ഭരിക്കേണ്ടതില്ല. അയാളുടെ സർഗ്ഗലോകം രചനയോടുകൂടി അവസാനിക്കുകയല്ല ആരംഭിക്കുകയാണ് ചെയ്യുന്നതെന്ന മഹത്തായ അറിവാണ് അയാളിൽ ഉളവാകേണ്ടത്. ഇവിടെ രചിതാവ് സ്വയംവേഷം കെട്ടി അയാൾ സൃഷ്ടിക്കുന്ന അരങ്ങിടത്തിൽ (Spae) അഥവാ കളിയിടത്തിൽ നില്ക്കേണ്ടതായുണ്ട്. ആത്യന്തികമായി അയാളുടെ ലക്ഷ്യം (Super objective of an author) അഭിനേതാവിൽനിന്നും സംവിധായകനിൽനിന്നും

തോപ്പിൽ ഭാസി

വളരെ വ്യത്യസ്തമാണ്. രചിതാവ് നാടകശരീരത്തെ അപ്പാടെ തോളിൽ കൈയിട്ട് നടത്തിയേ മതിയാവൂ. ഉടയാടകൾ അണിയലങ്ങൾ വിജ്ഞാനീയങ്ങൾ രസനീയതകൾ വ്യാഖ്യാനരീതികൾ ശാസ്ത്രിയ അപഗ്രഥനങ്ങൾ എല്ലാമെല്ലാം രചിതാവിന് നിർദ്ദേശിക്കാം. നാടകത്തിന്റെ ലിഖിത സ്വരൂപം വേദിയിലേക്കുള്ള ചൂണ്ടുപലകയും ഉത്തേജന സാമഗ്രിയുമാണെന്ന കാര്യമാണ് രചിതാവ് ഉൾക്കൊള്ളേണ്ടത്.

സാമൂഹ്യവിപ്ലവത്തിന്റെ പാതയൊരുക്കിയ വി ടി ഭട്ടതിരിയും കെ ടി മുഹമ്മദും തോപ്പിൽ ഭാസിയും പ്രേംജിയും എസ് എൽ പുരവും താന്താങ്ങളുടെ വ്യവസ്ഥകളിലെ മലിനതകളെ പുറന്തള്ളാൻ നാടക രചനകളിലൂടെ നിരന്തരം ശ്രമിച്ചു. സമത്വവാദിയിലൂടെ പുളിമാനപരമേശ്വരൻ പിള്ള പുതിയ രചനാ വഴി വെട്ടി. പിന്നീടുണ്ടായ നാടക രചിതാക്കളിൽ സാഹിത്യവും നാടകവും പരിരക്ഷിച്ചുകൊണ്ട് നാടകരചന നിർവ്വഹിച്ചവരാരൊക്കെയാണ്? വൈക്കം മുഹമ്മദ് ബഷീർ എഴുതിയ *കഥാബീജം*, ജി ശങ്കരപ്പിള്ളയുടെ *സ്നേഹദൂതൻ* പോലുള്ള നാടകങ്ങൾ, കാവാലത്തിന്റെ കരിങ്കുട്ടി, കലിവേഷം, ഋതംഭര തുടങ്ങിയ ഡസനിലേറെ കൃതികൾ.

പ്രേംജി

നരേന്ദ്രപ്രസാദ് മറ്റൊരദ്ധ്യായം രചിക്കുന്നതിൽ മനസ്സുവച്ചു. സൗപർണ്ണികയും മറ്റും പുനരവതരണത്തിന്റെ പുതു ദൃശ്യഭാവുകത്വം നേടേണ്ടതുണ്ട്. ടി എം ഏബ്രഹാമിന്റെ രചനകൾ സി ജെ തോമസിന്റെ *നാടകങ്ങൾ* വായിക്കുന്ന അവധാനതയോടെ പഠന വിധേയമാക്കേണ്ടതുണ്ട്. വയലാവാസുദേവൻ പിള്ളയുടെ *അഗ്നി* മലയാള നാടക സാഹിത്യത്തിന്റെ പ്രത്യേക ദശാസന്ധിയെ അനുസ്മരിപ്പിക്കുന്നുണ്ട്. പിന്നീടിങ്ങോട്ടുള്ള ഈടുവയ്പുകൾ പരിശോധിക്കേണ്ട കാലം അതീതമായിട്ടുണ്ട്. കവി സച്ചിദാനന്ദന്റെ രണ്ടു നാടകങ്ങളും

കെ ടി മുഹമ്മദ്

ഭാഷാ സഹിതമായതും രംഗപരീക്ഷണത്തിന് അർഹമായതുമാണ്. എൺപത്തിമൂന്നിലെഴുതിയ *ശക്തൻ തമ്പുരാൻ* തൊണ്ണൂറുകളുടെ മദ്ധ്യത്തിൽ എഴുതിയ *ഗാന്ധി.*

അപ്രകാശിതങ്ങളായ നിരവധി നല്ല നാടകകൃതികൾ മലയാളത്തിലുണ്ട്. ജയപ്രകാശ് കുളൂരിന്റെ കൗതുക നാടകങ്ങൾ മാത്രമേ നമുക്ക് പരിചയമുള്ളൂ. ആ നാടകകൗതുകങ്ങളിൽ കുഞ്ഞുണ്ണിക്കവിതയുടേതു പോലുള്ള കാമ്പുംകനലുമുണ്ട്. പക്ഷേ, കനമേറിയ ഒരു നാടകകൃതി അദ്ദേഹത്തിന്റേതായി എഴുതപ്പെട്ടിട്ടുണ്ട്. *നാമമാത്രം അശോകൻ.* രൂപരഹിതമായ രചനാരീതിയെ ആശ്രയിച്ചുള്ളത്. അശോകചക്രവർത്തിയുടെ ജീവിത സമസ്യയാണ് ഇതിവൃത്തം. *രസായനം, നിയന്ത്രണം* തുടങ്ങിയ രചനകളും കുളൂരിന്റെ മുഴുനീള നാടക സ്വഭാവത്തിലുള്ളവയാണ്.

ഡോ. എസ് ജനാർദ്ദനന്റെ *അലി ബാബയും നാല്പതുവർഷത്തെ കള്ളന്മാരും* എന്നൊരു നാടകവും അച്ചടിക്കും അവതരണത്തിനും ഭാഗ്യമില്ലാതെ വിശ്രമിക്കുന്നുണ്ട്. ഇന്ത്യയുടെ ചരിത്രലേഖനമാണ്. സ്വാതന്ത്ര്യപൂർവ്വ ഇന്ത്യയും സ്വാതന്ത്ര്യാനന്തര ഇന്ത്യയും. യഥാർത്ഥ്യവും ചരിത്രവും പരിശോധിക്കുന്ന നാടകം.

ഇരുപതു വർഷംമുൻപ് *അന്ത്അനന്ത്* എന്നൊരു നാടകം പി ജെ ഉണ്ണികൃഷ്ണൻ എഴുതിയത് ഓർമ്മയിൽ വരുന്നു. അത് മലയാളത്തിലെഴുതി ഹിന്ദിയിലേക്ക് മൊഴിമാറ്റം ചെയ്യപ്പെട്ടിട്ടുണ്ട്. പി ജെ ഉണ്ണികൃഷ്ണന്റെ നാടകകൃതികൾ പരിശോധിക്കേണ്ടുന്ന മാനങ്ങൾ ഉള്ളവയായി തോന്നിയിട്ടുണ്ട്. *പകയുടെ ഈശ്വരൻ* എന്നൊരു അരങ്ങു സാഹിത്യകൃതി ഇനിയും അച്ചടിമഷി പുരണ്ടതായി അറിവില്ല. നിരവധി വേദികളിൽ ഇത് പ്രശംസാർഹമായി അവതരിപ്പിച്ചു. വർത്തമാനകാല സമസ്യകളിൽ 'പക' വരുത്തിവയ്ക്കുന്ന മുറിവുകൾ എത്ര കടുത്തതാണ് എന്നും ഓരോ രാഷ്ട്രീയ കൊലപാതകങ്ങളും പകയുടെ പട്ടടയിൽ അടങ്ങാപ്പകയുടെ പ്രതിഫലനമാണെന്നും ശക്തമായി പറഞ്ഞു വയ്ക്കുന്നുണ്ട് ഈ നാടകം.

രമേഷ് വർമ്മയുടെ ഒരു *സ്ത്രീ വേഷക്കാരന്റെ മറുപടി പ്രസംഗം, ഇളക്കി വച്ചുറപ്പിച്ചേൻ* എന്നീ നാടകങ്ങൾ ഒരേ സമയം സാഹിത്യകൃതിയും അരങ്ങു കൃതിയുമാണ്.

ദയാ നദിയുടെ ഗീതം എന്നൊരു നാടകം മുപ്പതു കൊല്ലം മുൻപ്

ഞങ്ങൾ ചെറുപ്പക്കാർ ധാരാളം വേദികളിൽ കളിച്ചിരുന്നു. കവി സി വി പിയുടെ രചനയാണ് *ദയാ നദിയുടെ ഗീതം*. ആത്മപീഡയുടെ കാരാഗാരത്തിൽ സ്വയം അടയ്ക്കപ്പെട്ട അശോകചക്രവർത്തിയുടെ മാനസാന്തരത്തിന്റെ വഴിരേഖകൾ കൊളാഷ് പോലെ എഴുതിയ നാടകമായിരുന്നു അത്. അസാമാന്യ സാഹിത്യ ഗുണവും അതിലേറെ അരങ്ങു സാദ്ധ്യതകളും മുന്നോട്ടുവയ്ക്കുന്ന ആ നാടകവും അപ്രകാശിതമാണെന്നാണ് അറിവ്.

യുവ നാടകകൃത്തുക്കളിൽ തനിവഴി തിരയുന്ന എം യു പ്രവീണിന്റെ നാടകങ്ങൾ വലിയ ചർച്ച ആവശ്യപ്പെടുന്നുണ്ട്. *സുഹറയും കറുത്ത കോപ്പയും* മറ്റും സാഹിത്യരൂപമായിക്കൂടി പരിഗണിക്കപ്പെടേണ്ടതുണ്ട്. അരുൺ പി ആർ എഴുതിയ നാടകങ്ങൾ പലതും ക്ലാസിക് മാനങ്ങൾ തുറന്നിടുന്നുണ്ട്. അതിൽ ഏറ്റവും ശ്രദ്ധേയം *ഫെറോൺ* എന്ന നാടകമാണ്.

സ്കൂൾ ഓഫ് ഡ്രാമ അദ്ധ്യാപകൻ എസ് സുനിലിന്റെ *അക്വേറിയം* പോലുള്ള നാടകങ്ങൾ അല്പായുസ്സാണെന്നു സന്ദേഹപ്പെടുന്നവരുണ്ടെങ്കിലും ഭാവിയിൽ ചില അത്ഭുതങ്ങൾക്കു കോപ്പുകൂട്ടാൻ തക്കമരുന്നുള്ള രചനകൾ അദ്ദേഹത്തിൽനിന്നും പിറവിയെടുക്കുന്ന സൂചനകൾ മുന്നോട്ടുവയ്ക്കുന്നുണ്ട്.

വരുംകാല മലയാള നാടകം, സാഹിത്യ രൂപമാർന്നു വിലസുന്നതും രംഗവേദിയിൽ നവഭാവുകത്വം പ്രദാനം ചെയ്യുന്നതും ആയിത്തീരണമെങ്കിൽ 1980 കൾക്കു ശേഷം നാടകം എഴുതിയവരെ കണ്ടെത്തി വലിയ പഠനങ്ങൾ നടത്തേണ്ടതുണ്ട്. പഠനത്തിലുൾപ്പെടാൻ സാദ്ധ്യതയുള്ള ജീവിച്ചിരിക്കുന്നവരെ സമീപിച്ച് സകല വിവരങ്ങളും ശേഖരിക്കേണ്ടതുണ്ട്. രചനകൾ ക്ഷണിച്ച് വിലയിരുത്തി അവാർഡ് കൊടുക്കുന്നതിനേക്കാൾ പ്രധാനമാണ് ഇറങ്ങിയുള്ള അന്വേഷണം. കലാത്മകമായി നാടകമെഴുതുന്ന ചിലരെങ്കിലും മൗനികളാണ്. മലയാള നാടകവേദിയുടെ സമഗ്രമായ മുന്നേറ്റത്തിന് ആരെയും വിട്ടു കളഞ്ഞുകൂട. ഓരോരുത്തരുടെയും രചനകളിൽ അവരവരുടെ കാലത്തിന്റെയും ശീലത്തിന്റെയും കൈയൊപ്പുണ്ടായിരിക്കും. ഇന്ന് അപ്രസക്തമെന്ന് തോന്നിക്കുമെങ്കിലും അവയിലെവിടെയെങ്കിലും നാളെയുടെ നോട്ടമെത്തുന്ന പലതും ഒളിഞ്ഞിരിപ്പുണ്ടാവും. അങ്ങനെയുള്ളവരെ കണ്ടെത്തി നാടകരചനാ പരിചയ ശിബിരങ്ങൾ സംഘടിപ്പിക്കണം. ആനുകാലികങ്ങളും പ്രസിദ്ധീകരണ ശാലകളും നാടകങ്ങൾ അച്ചടിക്കാൻകൂടി മനസ്സുവച്ചാൽ മലയാള നാടകവേദിക്ക് കൂടുതൽ ശക്തി കൈവരും.

നിരവധി നാടകകൃത്തുകളുടെ പേര് ഇനിയും കുറിക്കാനുണ്ട്. അരങ്ങു കാണാത്ത നാടകങ്ങൾ അക്കൂട്ടത്തിലുണ്ട്. അരങ്ങു കണ്ടിട്ടും ആളു കാണാത്ത നാടകങ്ങൾ അവയിലുണ്ട്. ആളു കണ്ടിട്ടും അച്ചടിക്കു ഭാഗ്യം കിട്ടാത്തവയുണ്ട്. അച്ചടിച്ചിട്ടും വായിക്കപ്പെടാതെയും പഠിക്കപ്പെടാതെയും പോകുന്നവയും നിരവധിയാണ്. പഠിച്ചാലും ഉള്ളറിഞ്ഞു പഠി

ക്കാതെ വിട്ടുകളഞ്ഞ പല കൃതികളും മലയാളത്തിലുണ്ട്. പാഠപുസ്തകമായിട്ടും നാടക നിരൂപകരും പ്രവർത്തകരും കണ്ടുവെന്നു നടിക്കാത്തവയും അവയിലുണ്ട്. ദേശീയ നാടകവേദിയിലും ലോകോത്തര നാടക രംഗത്തും മൊഴിമാറ്റിയാൽ മുത്തായി മാറുന്ന മാന്ത്രിക രചനകളും മലയാളത്തിലുണ്ടായിട്ടുണ്ട്. പക്ഷേ, ആത്മാഭിമാനത്തോടെ നമ്മുടെ നാടക സാഹിത്യശാഖയെ നിരീക്ഷിക്കണമെന്നു മാത്രം. നമ്മുടെ കച്ചവട നാടകവേദിയില്പോലും ചില കാവ്യ നാടകങ്ങൾ ലിഖിതമായിട്ടുണ്ട്. വലിയ പഠനം വേണ്ടിവരും, അദ്ധ്വാനവും...

ക്ഷമയും ഉത്സാഹവും കൈവിടാത്ത പ്രതിഭാശാലികളായ ഗവേഷകർക്കു മാത്രം വളരെക്കാലമെടുത്തു ചെയ്തു തീർക്കാനുള്ള ജോലിയാണത്. മലയാളത്തിൽ ചിന്തിക്കുന്ന നാടകങ്ങൾ ഭാഷാതീതമായി പുരസ്കരിക്കുന്ന കാലംവരും. അന്ന് വാക്കും അർത്ഥവും അറിവും ആംഗ്യവും ദൃശ്യവും ഭാവവും വലിയ വലിയ ക്യാൻവാസുകളെ പ്രേക്ഷക സമക്ഷം കൊണ്ടുവയ്ക്കും.

കവിതയും പാട്ടും ഇടകലർന്നതും വാസ്തുവിദ്യ മുതൽ ചിത്രകല വരെയുള്ളവ ഉൾപ്പെട്ടതും ഗദ്യ ഗരിമയും അഭിനയവും എല്ലാമെല്ലാം ഇഴുകിച്ചേർന്ന കലാരൂപമാണ് നാടകം. എല്ലാ കലകളുടെയും സംയോഗ സ്ഥലം. നാടകേതരമായി ഒരു കലാരൂപവും അതിൽ മുഴച്ചുനില്ക്കാൻ പാടില്ലെന്നു മാത്രം. അമിത സാങ്കേതിക വിദ്യകളെ ആശ്രയിച്ചുള്ള ചെപ്പടിവിദ്യകളുടെ തിരശ്ശീല അഴിച്ചുമാറ്റി അക്ഷരത്തിന്റെ വെളിച്ചം കെട്ടടങ്ങാത്ത രംഗവേദിയാണ് അർത്ഥപൂർണ്ണമായ നാടകവേദി ലക്ഷ്യം വയ്ക്കേണ്ടത്.

ഇന്നിപ്പോൾ എത്ര സംവിധായകർ നമ്മുടെ നാടകരൂപത്തിലെഴുതിയ കൃതികൾ സംവിധാനത്തിന് ആവശ്യപ്പെടുന്നുണ്ട്? മൊഴിമാറ്റിയും കൃതി മാറ്റിയും അരങ്ങിലേക്ക് ആനയിക്കുന്ന മറ്റു സാഹിത്യരൂപങ്ങൾ ഇന്നിന്റെ നാടക ശീലങ്ങളെ നമുക്ക് നാടക ചരിത്രമെന്ന് അടയാളപ്പെടുത്തേണ്ടിവന്നേക്കാം. കാരണം *ഖസാക്കിന്റെ ഇതിഹാസം* മറ്റൊരു സാഹിത്യശാഖയിൽ സ്വകീയ വ്യക്തിത്വത്താൽ പ്രചാരമേറിയ ക്ലാസിക്കാണ്. നോവലുകളും ചെറുകഥയും കവിതകളും നാടകരൂപത്തിൽ നമ്മൾ ആസ്വദിക്കുന്നുണ്ട്. നാടക കലയുടെ അനന്തസാദ്ധ്യതകൾക്ക് പരീക്ഷിക്കാൻ തക്ക നാടക രചനകൾ മലയാളത്തിൽ ഉണ്ടായി വരാത്തതിൽ ആശങ്കപ്പെടേണ്ടിയിരിക്കുന്നു. കാരണം നാളെയൊരു കാലത്തിന് ഇന്നിന്റേതായി കൊടുത്തുവയ്ക്കുന്ന ഒരു നാടകകൃതിയും നമ്മൾക്കിടയിൽ ചർച്ചയാവുന്നില്ല. അവ നമ്മൾ കണ്ടെത്താൻ പരിശ്രമിക്കുന്നില്ല.

നാടകരൂപത്തിലെഴുതപ്പെടുന്ന പ്രൊസീനിയം സ്റ്റേജിലോ മറ്റേതെങ്കിലും അരങ്ങുരീതിക്കോ വിപുലപ്പെടുത്താവുന്ന നാടക കൃതികൾ മലയാളത്തിൽ നിരവധി ഉണ്ടാവേണ്ടതുണ്ട്. വിഭ്രമിച്ചു പോകുന്ന കാഴ്ചയ്ക്കപ്പുറം ആത്മാവിനെ തൊട്ടുണർത്തുന്ന ദാർശനിക മാനങ്ങളുള്ള പ്രൊസീനിയമോ, സാൻവിച്ചോ, അരീനയോ, തുറസ്സോ ആയ ഏതു

വിധവുമുള്ള വേദിക്കും പരീക്ഷിക്കാവുന്ന നാടക രചനകൾ മലയാള ത്തിൽ ഉണ്ടാവേണ്ടിയിരിക്കുന്നു.

കിഴക്കോട്ടു വന്നാൽ ഭാസനിൽ തട്ടി വീഴുകയും കാളിദാസനിലോ ഭവഭൂതിയിലോ ശൂദ്രകനിലോ മുങ്ങിനിവരുകയും ചെയ്യാം, സി എന്നും സി ജെയും വിരൽനീട്ടി തൊട്ടറിയാൻ പാകത്തിനു ഭാഷയെ അരങ്ങി ലേക്കയച്ചതുകൊണ്ട് നമുക്ക് അവരെയും വ്യക്തമായി കണ്ടെടുക്കാം. പടിഞ്ഞാട്ടു നോക്കിയാൽ ഷേക്സ്പിയറിൽ കുടുങ്ങി അരിസ്റ്റോട്ടിലിയൻ കാട്ടിലൂടെ ബ്രഹ്റ്റും കഴിഞ്ഞ് ആശയക്കുഴപ്പത്തിന്റെ വെളിമ്പറമ്പിലേക്ക് മലയാളിക്ക് തുറിച്ചുനില്ക്കാനായേക്കും. ഇബ്സണും ചെക്കോവും ഒനീലും ഷെനേയും ഒട്ടൊക്കെ ആശ്വാസത്തിന്റെ ശീതളഛായയും തന്നേക്കാം.. പിന്നെയെല്ലാം സിദ്ധാന്തങ്ങളാണ്... പരീക്ഷണങ്ങളാണ്... അവയിൽ വിജയിച്ച് നിലനില്ക്കുന്നതു വിരലിലെണ്ണാവുന്ന രചനകൾ മാത്രമാണ്. നമ്മുടെ രംഗരചനകൾ പലതും വിജയിക്കുന്നുണ്ട്, കളിക്കപ്പെട്ട നാടകങ്ങളിൽ എഴുത്തിന്റെ ഔന്നത്യം ഉള്ളവ വിരളമത്രേ.

നാടകരചന സൈദ്ധാന്തികവും പ്രായോഗികവുമായ വഴികളിലൂടെ പരസ്പരം കൈകോർത്ത് സഞ്ചരിക്കുമ്പോഴേ രംഗവേദിയുടെ ഈടു വയ്പ് പൂർണ്ണമാവുന്നുള്ളൂ. എല്ലാത്തരം അക്ഷരശീലങ്ങളും കൈകോർ ക്കണം. പാരമ്പര്യവും ഉത്തരാധുനികതയും അനുഷ്ഠാന സാഹിത്യവും നാടോടി സംസ്കാരവും ഒരുമിച്ചിരുന്ന് വർത്തമാനകാലവുമായി സംവദി ക്കണം. ചേരാത്തതെന്നു കരുതുന്നതുകൾ കൂടി ചങ്ങാത്തപ്പെട്ടു നോക്കണം. അതിനു കവിത്വവും ഭാവനയുമുള്ളവർ മുന്നിട്ടിറങ്ങണം. കവികളും കഥാകൃത്തുക്കളും നോവലിസ്റ്റുകളും നാടകരൂപക രചനയിലേക്ക് കൂടി ഇടപെടണം. എങ്കിൽ ഭാഷാതീത നാടകങ്ങളുടെ വിത്തിടമായി നമ്മുടെ നാടകങ്ങൾക്ക് വളരാനാവും. പക്ഷേ, അതിനെന്തു തയ്യാറെടുപ്പുകളാണ് നമ്മൾ ചെയ്യേണ്ടത്? സംഗീത നാടക അക്കാദമി പോലുള്ള സ്ഥാപനങ്ങൾ സകല കലാരൂപ പ്രയോക്താക്കളെയും സാഹിത്യകാരെയും ഉൾപ്പെടുത്തി നിരന്തരം നാടക രചനാക്യാമ്പുകൾ സംഘടിപ്പിക്കണം. പഴയകാല രചനകളെ പരിചയപ്പെടാൻ അവസരമു ണ്ടാക്കണം. നാടക പാഠശാലകൾ വിധി നിർണ്ണയങ്ങൾക്ക് മിനക്കെട്ട് എല്ലാം അറിഞ്ഞെന്ന ഭാവത്തിൽനിന്നും എന്താണെന്നറിയാനുള്ള ഭാവ ത്തിലേക്ക് പ്രവർത്തന രീതി മാറ്റണം. നാടകത്തിന്റെ എല്ലാത്തരം പ്രയോ ഗങ്ങളും ക്ഷമയോടെ ആഴത്തിൽ പഠിച്ചു വിമർശിക്കാൻ പ്രാപ്തിയുള്ള വിമർശകർ ഉണ്ടായിവരണം.

ക്ലാസിക്കൽ പൗരസ്ത്യ മഹത്ത്വങ്ങളായി പാരമ്പര്യ സംസ്കൃത നാടകങ്ങളെ വിലയിരുത്താം എങ്കിലും അതുപോലെ എക്കാലവും നില നില്ക്കുന്ന നാടകങ്ങൾ രചിക്കപ്പെടുന്നുണ്ടോ എന്നു നിരന്തരം അന്വേ ഷിക്കണം. അവതരണത്തിലൂടെ സംഭവിക്കുന്ന ആസ്വാദന പരിസരം മാത്രമല്ലല്ലോ നാടകകലയ്ക്ക് അവകാശപ്പെടാനുള്ളത്. അവതരണം കണ്ടു രസിക്കുന്നതുപോലെ തന്നെ വായിച്ച് ആസ്വദിക്കാനുമുള്ള ഗുണം

നാടകങ്ങൾക്ക് ഉണ്ടാവേണ്ടതുണ്ട് എന്നു നിരീക്ഷിച്ചുകൊണ്ട് നാടക രചനയെ പ്രോത്സാഹിപ്പിക്കണം. ആരെഴുതിയ നാടകത്തിനും അരക്കണ്ണ് നല്കാനുള്ള വിശാലതയെങ്കിലും നമ്മളിൽ ഉണ്ടായേപറ്റൂ. ആരു ചെയ്യുന്ന നാടകവും കണ്ടിരുന്നു പ്രശംസിക്കാനും പുച്ഛിക്കാതെ വിമർശിക്കാനും സാധിക്കണം. കരുതി വയ്ക്കേണ്ടുന്ന ഭാഷയെ വിസ്മരിച്ചുകൊണ്ടു സഞ്ചരിക്കാതിരിക്കാനും നാടക രചിതാക്കൾക്കു സാധിക്കണം.

നാടക സാഹിത്യം മറ്റു സാഹിത്യ ശാഖകൾ പോലെ ഇന്ന് ഒരു പ്രത്യേകതരം വ്യക്തിത്വം അനുഭവിക്കുന്നുണ്ടോ എന്ന് ഉറക്കെ ചിന്തിക്കണം? നാളെയുടെ വായനക്കാരന് നാടകപ്രവർത്തകന് പുനരാവിഷ്കരിക്കാനുള്ള സാദ്ധ്യതകളെ അത് കരുതി വയ്ക്കുന്നുണ്ടോ എന്നൊക്കെ കൂടിയുള്ള ഇല്ലായ്മകളിൽ ലജ്ജിക്കണം...

ലോക സാഹിത്യ രംഗത്ത് നാടക സാഹിത്യം എത്രയോ ഉന്നതമായി പുരസ്കരിക്കപ്പെടുന്നുണ്ട്. ഇന്ത്യയിൽത്തന്നെ മറ്റു ഭാഷാ നാടകങ്ങൾ ജ്ഞാനപീഠത്തോളം അടയാളപ്പെട്ടതുപോലെ മലയാളത്തിൽ എഴുതപ്പെട്ട ഉന്നതമായ ഒരു നാടകവും പരിഗണന കിട്ടാതെ പോകരുത്. മലയാള നാടക സാഹിത്യ ശാഖയുടെ ചരിത്രവും വർത്തമാനവും ഭാവിയും ഗൗരവത്തോടെ ഇനിയും ചർച്ചചെയ്യേണ്ടതിന്റെ ആവശ്യമുണ്ട്.

പോസ്റ്റ് ടെക്സ്റ്റ് കാലമെന്നൊക്കെ നമുക്ക് പറയാം, അത് ഒന്നാന്തരം തിയറ്റർ സങ്കലന സങ്കല്പവുമാണ്. എന്നാൽ നാടകീയ കലകൾ നാളെയുടെ കൂടി മുതൽക്കൂട്ടാക്കിത്തീർക്കാൻ നമുക്ക് കഴിയേണ്ടതുണ്ട്. പോസ്റ്റ് ടെക്സ്റ്റ് കാലമായതിനാൽ കരുതൽ കൃതികളോ ഭാഷാ വിചാരമോ സംരക്ഷണമോ വേണ്ടതില്ല എന്നുള്ള ചിന്ത അനാവശ്യമാണ്. ജീവിതാനന്തര കാലം എന്നൊന്നിനെക്കുറിച്ചു കൂടി നമ്മൾ ചിന്തിക്കണം. നമുക്കു ശേഷവും ഇവിടെ ലോകമുണ്ട്. എല്ലാക്കാലത്തും കാലാതീത നാടകങ്ങളുടെ അടയാളങ്ങൾ ആവശ്യംതന്നെ. ലിഖിതപാഠവും രംഗപാഠവും ഏതൊരു അരങ്ങവതരണത്തിനും ഉണ്ടായി വന്നേ കഴിയൂ. ഒരു പക്ഷേ, അത് അവതരണത്തിനും മുൻപ്രചിതാവെന്ന സൂചകം എഴുത്തിന്റെ മാദ്ധ്യമത്തിലൂടെ സംവിധായകനിലേക്കും അതുവഴി അഭിനേതാവിലൂടെ പ്രേക്ഷകനിലേക്കും എത്തിക്കുന്നതാവാം. ത്രീ എ കൺസെപ്റ്റ് പോലെ. (A= Auther A= Actor A= Audient) അല്ലെങ്കിൽ രംഗപാഠം മനോധർമ്മത്തിലൂടെ ഉരുത്തിരിച്ച് എടുത്തിട്ട് അതു രേഖപ്പെടുത്തി വയ്ക്കുന്നതുമാവാം. അതുമല്ലെങ്കിൽ പ്രൊഡക്ഷൻ ടെക്സ്റ്റ് തന്നെയും കൃതിയായി പരിഗണിച്ച് നാളേക്കായി സൂക്ഷിക്കുന്ന സംവിധാനമെങ്കിലും അവശ്യം ആവശ്യമാണ്. മലയാളത്തിൽ വിശദമായ പ്രൊഡക്ഷൻ സ്ക്രിപ്റ്റുകൾ അച്ചടിക്കേണ്ടിയിരിക്കുന്നു. കാരണം ഒരു നൂറു കൊല്ലങ്ങൾക്കുശേഷവും മലയാള മണ്ണിൽ വിരിയുന്ന ഓരോ നാടക കർമ്മങ്ങൾക്കും രേഖപ്പെടുത്തലിന്റെ കരുതൽ വേണം. വരുംകാല

തലമുറയ്ക്ക് നമ്മൾ എന്താണ് കൊടുത്തുവയ്ക്കാൻ പോകുന്നതെന്നു കൂടി ചിന്തിക്കണം. ഇന്ത്യൻ രംഗകലകളുടെ പാരമ്പര്യത്തിനെ സമൂലം നിരാകരിക്കുവാൻ നമുക്ക് സാധിക്കും. പക്ഷേ, സംരക്ഷിക്കേണ്ടുന്നതിനെ സംരക്ഷിക്കുക തന്നെ വേണം. *ഈഡിപ്പസ്* എന്ന കൃതി അവശേഷിക്കുന്നതിനാലാണ് അതിനെ എവ്വിധവും നമുക്ക് ഇന്നും അരങ്ങത്ത് വ്യാഖ്യാനിക്കാൻ സാധിക്കുന്നത്. നിലവിലുള്ളതും ഇനിയെഴുതപ്പെടുന്നതും തയ്യാറാക്കുന്നതുമായ നാടകസാഹിത്യരൂപത്തെ അപ്പാടെ തള്ളിക്കളയുകയല്ല വേണ്ടത്, സമാദരിച്ചു സ്വാംശീകരിക്കുകയും നവ രംഗവ്യവസ്ഥകൾ, വ്യാഖ്യാനങ്ങൾ എന്നിവ രൂപപ്പെടുത്തുകയുമാണ് വേണ്ടത്.

ആബേലിന്റെ സഞ്ചാരങ്ങൾ

ട്രാവലിങ്ങ്തിയറ്റർ, വാഗൺ തിയറ്റർ, അഗ്രിക്കൾച്ചർ തിയറ്റർ, പൊളിറ്റിക്കൽ തിയറ്റർ, ബോഡി തിയറ്റർ, മിത്തോളജിക്കൽ തീയറ്റർ എന്നിങ്ങനെയുള്ള ചില തീയറ്ററുകളെപ്പറ്റി നമ്മുടെ നാടകപ്രവർത്തകർ ഇടയ്ക്കിടെ പറയുന്നതു കേൾക്കാം. എന്താണിവയൊക്കെ? മലയാള നാടക വേദിയിൽ നമ്മൾ കേട്ടുകൊണ്ടിരിക്കുന്ന തിയറ്റർ ചേർത്തുള്ള പലതരം പേരുകളും ആലങ്കാരികമായി പറയുന്നു എന്നല്ലാതെ കൃത്യമായ നിർവ്വചനമോ പ്രവർത്തനരീതിയോ സൗന്ദര്യശാസ്ത്രമോ സങ്കേത രൂപീകരണമോ ഒന്നുമില്ല. ബുദ്ധികൊണ്ടുള്ള ജല്പനങ്ങളുടെ ഉത്സാഹങ്ങളാണ് അവ. മനുഷ്യന്റെ കാർഷിക സംസ്കൃതിയെ അപ്പാടെ നിരാധാരമാക്കിക്കളഞ്ഞിട്ട് കാർഷിക നാടകവേദി എന്നു പേരിട്ട് ചില കെട്ടുകാഴ്ചകൾ നമ്മൾ സംഘടിപ്പിക്കും. കൃഷിയുമുണ്ടാവില്ല നാടകവും ഉണ്ടാവില്ല. കൃഷിക്കാരൻ നാടകം കാണുന്നുമുണ്ടാവില്ല, കളിക്കുന്നുമുണ്ടാവില്ല. അതാണ് അഗ്രിക്കൾച്ചർ തിയറ്റർ. കഷ്ടമെന്നല്ലാതെ എന്തു പറയാൻ. ഏറ്റവും ഒടുവിൽ കേട്ടത് ട്രാവലിങ്ങ്തിയറ്റർ എന്നുള്ള ഒന്നാണ്. സഞ്ചരിക്കുന്ന നാടകവേദിക്ക് ഉദ്ഘാടന സമ്മേളനവും സമാപന സമ്മേളനവും സംഘടിപ്പിക്കുന്ന വെറും 'ചടങ്ങുകൾ.'

ലോകം മുഴുവൻ ചുറ്റി നാടകം അവതരിപ്പിക്കുക. അത് ഭാഷാതീതമായി ആസ്വദിക്കപ്പെടുക. രാജ്യങ്ങളുടെ വ്യത്യസ്ത സംസ്കാര പരിസരത്തിലെ ആസ്വാദനശീലങ്ങളെ മറികടന്നുകൊണ്ട് ആ നാടകങ്ങൾ ചർച്ച ചെയ്യപ്പെടുക. ഇതൊക്കെയും ട്രാവലിങ്ങ് തിയറ്ററിന്റെ പ്രയോഗ വെല്ലുവിളികളാണ്. സംവേദനക്ഷമതയ്ക്കും അപ്പുറമുള്ള അനുഭവപരതയും പുതുമയുമില്ലാതെ ഇത്തരമൊരു സഞ്ചാര നാടക സംസ്കാരം വിലമതിക്കപ്പെടും എന്നു തോന്നുന്നില്ല. അനിതര സാധാരണമായ

ആർജ്ജവത്തോടെ സഞ്ചാര നാടകവേദിയെ (Travelling theatre) സമീപിക്കുന്ന നിരവധി പേർ ലോകത്താകമാനമുണ്ട്. അതിൽ ചില കമ്പനികൾ വിശ്വവിഖ്യാതമാണ്. അവയുടെ സൂത്രധാരരാകട്ടെ സ്ഥിരോത്സാഹികളും മികച്ച കലാകാരരും അതേ സമയം മികച്ച സംഘാടകരുമൊക്കെയാണ്.

ആസ്ട്രേലിയയിൽനിന്നുള്ള സ്ട്രയ്ഞ്ച്ഫ്രൂട്ട്സ് തിയറ്റർ കമ്പനി (Strange fruits theatre Company, Australia), കാറ്റലോണിയൻ ഡേവിഡ് ബർഗാമാനേജ്മെന്റ് (David Berga Management, Cataloniya), ജർമ്മനിയിലെ റിംനിപ്രോട്ടോക്കോൾ (RimniProtokoll, Germany), പോളണ്ടിൽ നിന്നുള്ള തിയറ്റർ ബ്യൂറോ പോഡ്രോസ്കി (Theatre BuiroPodroski, Poland), സ്പാനിഷ് സംഘമായ ലാ ഫേറാഡെൽസ്ബവുസ് (LaFaraDelsBaus, Spain), സൈമൺ മഗ്ബാനിയുടെ തിയറ്റർ കോംപ്ലിസിറ്റി (Thetare complicite- Simon MaCburney) തുടങ്ങിയവയൊക്കെ ലോകോത്തരമായ ശ്രദ്ധ നേടിയ സഞ്ചാരസംഘങ്ങളാണ്. ഒരു രാജ്യത്തു നിന്നും മറ്റൊരു രാജ്യത്തേക്ക് യാത്രചെയ്യുന്ന സജീവ സംഘങ്ങൾ. ഈ സംഘങ്ങൾ ആഹാരസാധനങ്ങൾ ഉൾപ്പെടെ പാചകക്കാരും സകലവിധ സംവിധാനങ്ങളോടും കൂടി യാത്ര ചെയ്തുകൊണ്ടേയിരിക്കുകയാണ്. അഭിനേതാക്കളും സാങ്കേതിക വിദഗ്ദ്ധരും നാടക സാമഗ്രികളുമായി ദേശാന്തരസഞ്ചരണം നടത്തുന്ന ഇത്തരം സംഘങ്ങൾ ഇന്ത്യയിൽ ഉണ്ടോ? അതിനു ചുക്കാൻ പിടിക്കുന്ന വ്യക്തികളുണ്ടോ?

റോയിസ്റ്റൺ ആബേൽ

തേടിപ്പിടിക്കുമ്പോൾ ഇന്ത്യയിൽ ഒരാൾ നമ്മുടെ കണ്ണില് പെടും. അതൊരു മലയാളി കൂടിയാണെന്ന തിരിച്ചറിവ് നമ്മളെ അമ്പരപ്പിച്ചേക്കാം. റോയിസ്റ്റൺ ആബേൽ. 1990 ൽ തുടങ്ങിയ ജൈത്രയാത്രയാണ്. ഷേക്സ്പിയറിനെയും ലോർക്കയേയും നെഞ്ചേറ്റി നാടകങ്ങൾ ചെയ്തു തുടങ്ങിയ റോയ്സ്റ്റൺ ഇരുപത്തിരണ്ടോളം രാജ്യങ്ങളിൽ സ്വകീയ നാടകങ്ങളുമായി നിരന്തരം പിന്തുടർന്നയാൾ. തിയറ്ററിന്റെ വിശാലമായ ലോകത്ത് സഞ്ചരിക്കുകയാണിയാൾ.

അടുത്തിടെ കേരളത്തിൽ റോയ്സ്റ്റൺ ആബേൽ വന്നു. സംവദിക്കാൻ അവസരം കിട്ടുമെന്നൊന്നും വിചാരിച്ചില്ലെങ്കിലും സുദീർഘമായ സംഭാഷണത്തിന് വഴിതുറക്കുകയായിരുന്നു. *ഇൻ ഒഥല്ലോക്ക്* ശേഷം

മറ്റൊരു സിനിമ സംവിധാനം ചെയ്യുന്നതിലുള്ള പണിപ്പുരക്കാലത്തിനിടയ്ക്കും ഞങ്ങൾ സംസാരിച്ചു. അത്ഭുതപ്പെടുത്തുന്ന കാര്യങ്ങൾ അദ്ദേഹം പങ്കുവച്ചു. തന്നെ മാറ്റിമറിച്ച ലണ്ടനിലെ നാടകക്കാലത്തിന് അദ്ദേഹം നന്ദി പറയുന്നുണ്ടായിരുന്നു.

ആകെക്കൂടിയുള്ള ചെറിയ ഈ ജീവിതത്തിൽ നമ്മൾ എല്ലാവരും വളരെ ചെറിയ ചെറിയ കാര്യങ്ങളാണ് ചെയ്തുകൊണ്ടിരിക്കുന്നത്. ലോകം പക്ഷേ, വളരെ വിശാലമാണ്. സന്തോഷിക്കാൻ കാരണങ്ങൾ ഉണ്ടാകണം നമുക്ക്, നമ്മുടെ ചുറ്റാകെയുള്ളവർക്കും സന്തോഷമായിരിക്കാൻ അവസരമുണ്ടാകണം. സന്തോഷമന്വേഷിക്കലാണ് ഈ ലോകത്തെ ഓരോ മനുഷ്യനും ചെയ്തുകൊണ്ടിരിക്കുന്നത്. ആനന്ദാന്വേഷണം. സന്തോഷം കിട്ടുന്നിടത്ത് ആളുകൾ ഇടപെട്ട് നില്ക്കും. അങ്ങനെ തെരഞ്ഞെടുത്തതാണ് ഈ പ്രൊഫഷൻ, റോയ്സ്റ്റൺ പറഞ്ഞുതുടങ്ങുകയായിരുന്നു. വലിയ വലിയ ബിസിനസ്സുകൾ ചെയ്യാൻ വേണ്ടുന്ന കുടുംബ പശ്ചാത്തലം ഉപേക്ഷിച്ചത് ഈ ആനന്ദാന്വേഷണത്തിന്റെ ഭാഗമായിട്ടാണ്. തൃശൂർ സ്കൂൾ ഓഫ് ഡ്രാമയിൽ ഒരു വർഷം പഠിച്ചു.

പ്രൊഫസർ രാമാനുജം പകർന്നുതന്ന ഊർജ്ജം ചെറുതായിരുന്നില്ല. അപാരമായിരുന്നു അദ്ദേഹത്തിന്റെ ദർശനപാടവം, ലാളിത്യവും. ഊട്ടി സ്കൂളിലിലും ദുബായിലുമായി ചെലവഴിച്ച വിദ്യാഭ്യാസ കാലത്ത് ആകെ പരിചയമുള്ള നാടകങ്ങൾ ഷേക്സ്പിയറിന്റേതായിരുന്നു. ആ പരിചയം മാത്രംകൊണ്ട് പിടിച്ചു നില്ക്കാനാവുന്ന ഇടമായിരുന്നില്ല തൃശൂർ സ്കൂൾ ഓഫ് ഡ്രാമ. സീനിയേഴ്സൊക്കെ വിരട്ടും. ബുദ്ധി പരിശോധിക്കും. നിന്ദിക്കും, എന്നിരുന്നാലും മാജിക്കലായ ചിലതൊക്കെ അവിടെവച്ചു സംഭവിച്ചു. സ്കൂൾ ഓഫ് ഡ്രാമയിൽ ആദ്യം കണ്ടത് പ്രൊഡക്ഷൻ ഫ്രോഗ്സാണ്. കോഴിക്കോട് ശശിയാണ് ഡിപ്ലോമ പ്രൊഡക്ഷനായി അതു സംവിധാനം ചെയ്തത് എന്നോർക്കുന്നു. ശരിക്കും ആസ്വദിച്ച നാടകമാണത്.

പരാധീനമുഖങ്ങൾ ചുറ്റിലും കഷ്ടപ്പെടുന്നത് ഞാനവിടെ കണ്ടു. ആ കഷ്ടപ്പാടിൽ പാതിരാത്രിയിലും വലിയ വലിയ ലൈറ്റും തലയിൽ ചുമന്നു നടന്നു. ഇന്നോർത്തെടുക്കുമ്പോൾ സന്തോഷമുണ്ട്. ശീലമില്ലാതിരുന്ന ജീവിത ശൈലികളാണ് അവിടെ കണ്ടതു മുഴുവൻ. കടം വാങ്ങിയും ബുദ്ധിയുദ്ധം നടത്തിയും പരിചയമില്ലാതിരുന്നിട്ടും പതുക്കെ ഞാനുമവിടെ പരുവപ്പെട്ടു വന്നു. വീട്ടുകാരെതിർത്തിട്ടും തെരഞ്ഞെടുത്ത നാടകമേഖല എന്നെയും അക്കാലത്തു ദരിദ്രനാക്കിക്കഴിഞ്ഞിരുന്നു. പക്ഷേ, തൃശൂർ സ്കൂൾ ഓഫ് ഡ്രാമയിൽനിന്നും പെട്ടെന്നാണ് നാഷണൽ സ്കൂൾ ഓഫ് ഡ്രാമയിൽ അഡ്മിഷൻ കിട്ടിയത്. കാഴ്ചപ്പാടുകൾ മാറുകയായിരുന്നു. അവിടെ കഠിനമായി പ്രവർത്തിച്ചു. ഓർമ്മകൾ കാൽ നൂറ്റാണ്ടു പിന്നിലേക്ക് പോകുന്നുണ്ട്. സ്മരണകളിൽ നിരവധി പേരെ

അദ്ദേഹം ഓർത്തെടുത്തു. വക്കത്തെ സുനിലിനെയും കൊല്ലത്തു നിന്നുള്ള ജേപ്പിയേയുംപറ്റി പറഞ്ഞു. ജേപ്പിയാണ് നാഷണൽ സ്കൂൾ ഓഫ് ഡ്രാമ അഡ്മിഷൻ നോട്ടിഫിക്കേഷൻ അച്ചടിച്ച പത്രമെത്തിച്ചു തന്നത്. നന്ദിസ്മേരം!!!.

എൻ എസ് ഡിയിലെ ക്ലാസ്റൂമുകൾക്കും പ്രാക്ടിക്കൽ ക്ലാസുകൾക്കും ഇടയിലൂടെ ഇടതടവില്ലാതെ നടക്കുമ്പോഴും ഒന്നാന്തരമൊരു സ്വപ്ന സാക്ഷാൽക്കാരത്തിനുള്ള ഒരുക്കങ്ങൾ റോയ്സ്റ്റൺ ആബേൽ നടത്തി. ഷേക്സ്പിയറിന്റെ *മർച്ചന്റ് ഓഫ് വെനീസ്* സംവിധാനം ചെയ്യുക വഴി ഡൽഹിയിൽ പുതിയ ചരിത്രമെഴുതുകയായിരുന്നു.

നാഷണൽ സ്കൂൾ ഓഫ് ഡ്രാമയിലെ ഒരു വിദ്യാർത്ഥിയുടെ നാടകത്തിനെപ്പറ്റി ഒരു പ്രമുഖ പത്രം റിപ്പോർട്ട് ചെയ്യുന്നത് ചരിത്രത്തിൽ ആദ്യമായാണ്. തിയറ്റർ ക്രിട്ടിക്കിന്റെ ഗംഭീര അഭിപ്രായം നേടിയ ഈ നാടകം അവതരണത്തോടെ വിവാദമായി. എൻ എസ് ഡിയിലെ അധികൃതരിൽ ചിലർ ഇയാളെ പിരിച്ചുവിടണമെന്ന് ആക്രോശിച്ചു. കീർത്തിജയ്നിനെ പോലുള്ള ചിലർ പിന്തുണച്ചതിനാൽ പഠനം പൂർത്തിയാക്കി പുറത്തിറങ്ങാനായി. തിയറ്ററിന്റെ ശക്തിദുർഗ്ഗങ്ങൾ നമ്മൾ വാഴ്ത്തുമ്പോഴും നാഷണൽ സ്കൂൾ ഓഫ് ഡ്രാമയും മറ്റുമുണ്ടാക്കുന്ന ആശയക്കുഴപ്പങ്ങൾ ചെറുതല്ല. അവിടെ ചേർന്നു പരിശീലനം നേടുന്ന പലരും അസന്തുഷ്ടരാണ്. ആശങ്കാകുലരാണ്. പഠിച്ചിറങ്ങി പണിയില്ലാതെയായിപ്പോകുന്നുണ്ട് പലരും. പലതും പഠിച്ച് ഒന്നും ചെയ്യാനില്ലാത്തവർ. ഞാനുമീ അവസ്ഥ നേരിട്ടു. മനസ്സിന് ഉല്ലാസമില്ലാത്ത നേരങ്ങളിൽനിന്നും മോചിതനായേ മതിയാവൂ എന്നു മനസ്സു പറഞ്ഞു. അങ്ങനെയാണ് ഇന്ത്യയിൽനിന്നും ഇംഗ്ലണ്ടിലേക്ക് പോയത്.

എൻ എസ് ഡിക്കാലത്തിനു ശേഷം സ്കോളർഷിപ്പ് നേടി ലണ്ടനിലെത്തിയതോടെ തിയറ്ററിനോടുള്ള സമീപനം അടിമുടി മാറി. റോയ്സ്റ്റൺ അഭിപ്രായപ്പെട്ടു.

നാടകം (Drama) ഒരു ചെറിയ വാക്കാണ്. തിയറ്റർ (Theatre) എന്ന വാക്കു തന്നെയാണ് അരങ്ങു കലകൾക്ക് യോജിക്കുന്നത്. തിയറ്ററിൽ പ്രവർത്തിക്കുന്നവർ അലഞ്ഞും അനാഥമായും ജീവിക്കേണ്ടവരല്ല. ജനറൽ കമ്പാർട്ടുമെന്റിലും നടന്നുമൊക്കെപ്പോയി തന്റെ തൊഴിൽ ചെയ്യേണ്ടവരാണ് നാടകക്കാർ എന്ന രീതിയോട് എനിക്കു പണ്ടേ വിയോജിപ്പാണ്. നമ്മൾ പെർഫെക്ട് പ്രൊഫഷണലുകളാണ്. തീരെ മൂല്യം കുറയ്ക്കാൻ ഞാൻ ഒരുക്കമായിരുന്നില്ല. ഒരുക്കവുമല്ല. നിശ്ചയദാർഢ്യത്തിന്റെയും ആത്മവിശ്വാസത്തിന്റെയുമൊക്കെ ശബ്ദമാണിന്ന് റോയ്സ്റ്റൺ ആബേൽ.

റോയൽ ഷേക്സ്പിയർ കമ്പനിയിൽ 1994 മുതൽ കുറച്ചു നാൾ റോയ്സ്റ്റൺ ആബേൽ പ്രവർത്തിച്ചു. തുടർന്ന് 1995 ൽ ഇദ്ദേഹം സ്ഥാപിച്ച

ഇന്ത്യൻ ഷേക്സ്പിയർ കമ്പനി ഇന്ന് ലോക പ്രശസ്തമാണ്. ഇംഗ്ലണ്ടിൽ പോവുകയും വെസ്റ്റേൺ ഭാവുകത്വങ്ങളുടെ കലവറയിൽ പ്രവേശിച്ച് ഭാരതീയ നാട്ടുനാടകങ്ങളുടെ രസച്ചുരുളഴിച്ച് ലോകപ്രശസ്തമാവുകയായിരുന്നു റോയ്സ്റ്റൺ ആബേലിന്റെ നാടകങ്ങൾ. തുടക്കത്തിൽ സൈമൺ മഗ്ബാനിയെന്ന ലോകോത്തര നാടകകാരന്റെ റിഹേഴ്സൽ ക്യാമ്പുകളിൽ സംഭവിക്കുന്ന അത്ഭുതങ്ങൾ കണ്ടാണ് റോയ്സ്റ്റൺ തന്റെ നാടക സ്വപ്നങ്ങൾക്ക് കനം വയ്പിച്ചത്. പീറ്റർ ബ്രൂക്കിനു ശേഷം ഇംഗ്ലണ്ടിൽ നിന്നും തിയറ്ററിനു ലഭിച്ച മഹാപ്രതിഭയാണ് സൈമൺ മഗ്ബാനി. വിശ്വവിഖ്യാതമായ ഡിസപ്പിയറിങ് സങ്കേതം ആസൂത്രണം ചെയ്ത മഗ്ബാനിയുടെ *ദ ട്രീറ്റ് ഓഫ് ക്രോക്കഡയിൽ, ഡക്ലൺ ഡോണലൽ* പോലുള്ള നാടകങ്ങൾ കാപട്യമില്ലാത്ത തിയറ്റർ അനുഭവങ്ങളാണ്.

മഗ്ബനിയുടെ സത്യസന്ധമായ തിയറ്റർ രീതികൾ റോയ്സ്റ്റനെ ആവേശഭരിതനാക്കിയിട്ടുണ്ടെന്നതിൽ സംശയമില്ല. തിരികെ ഡൽഹിയിലെത്തി ഷേക്സ്പിയർ നാടകങ്ങളുടെ പരമ്പരകൾക്കു അണിയറ പ്രവർത്തനങ്ങൾ നടത്തി. അങ്ങനെയാണ് *ഒഥല്ലോ : എ പ്ലേ ഇൻ ബാക്ക് ആന്റ് വൈറ്റ്* സംഭവിക്കുന്നത്. ലോകപ്രശസ്ത നാടക നിരൂപകർ ഈ നാടകം കണ്ടു പ്രശംസിച്ചു. സുദീർഘമായി എഴുതി.

'If you thought BuzLuhrman's Romeo and Juliet was post-modern, you stand corrected. Roysten Abel's Othello goes a few steps ahead' എന്ന് 1999 ൽ *പയ്നിയറിൽ* (*The Pioneer*, India, April 1999) ലേഖനം വന്നു. ഒഥല്ലോയായി അഭിനയിച്ച ആദിലിനും കിട്ടി ആദരം. 1999 ൽ പുറത്തിറങ്ങിയ സ്കോട്ട്മാനിലും മികച്ച റിവ്യൂ വന്നു. 'Adil Hussain playing Othello is the best piece of Shakespearean acting I have ever seen including Peter Brooks Tempest' (The Scotsman, August 1999).

എഡിൻബർഗ്ഗിലെ ഫ്രിങ് ഫസ്റ്റ് അവാർഡ് നേടിയ ഈ നാടകം അവിസ്മരണീയമാണ്. 2003 ൽ സിനിമാ രൂപത്തിലും ഇതു ശ്രദ്ധേയമായി. *ഇൻ ഒഥല്ലോ* (In Othello). ഷീബ ഛന്ദ, ആദിൽ ഹുസൈൻ, ബാരിജോൺ എന്നിവർ ഉൾപ്പെട്ട ടീം പിന്നെയും പ്രേക്ഷകരെ അത്ഭുതപ്പെടുത്തി.

ഗിരീഷ് കർണാട്

തന്നിലൂടെ സംഭവിച്ച അത്ഭുതങ്ങളുടെ ഒരേയൊരവകാശി താനാണെന്നു അവകാശപ്പെടാതെ റോയ്സ്റ്റൺ ആബേൽ തന്റെ യാത്ര തുടർന്നു. പിന്നീട് 2002 ൽ *ദ സ്പിരിറ്റ് ഓഫ് അന്ന ഫ്രാങ്ക്* നാടകം വർ

ഗ്ഗീയവാദ പ്രതിചിന്തനംകൊണ്ടും ശ്രദ്ധേയമായി. മന്ദാകിനി ഗോസ്വാമിയും ശബാന ആസ്മിയും സൊഹ്റസെഗാളും അരങ്ങാളിയ അത്ഭുതങ്ങളായി. *പെർഫെക്ട് ഈവനിങ്*, ഗിരീഷ് കർണാടിന്റെ *ഫ്ളവേഴ്സ്* എന്നീ നാടകങ്ങൾ റോയ്സ്റ്റൺ ആബേലെന്ന നാടകകാരനെ കൂടുതൽ കൂടുതൽ അന്താരാഷ്ട്ര പ്രശസ്തനാക്കി.

ദ മങ്ങ്ണിയാർ സെഡക്ഷൻ ലോകോത്തര നാടകങ്ങളുടെ പട്ടികയിൽ ഇന്നും മറുനാടുകളിൽ ചർച്ച ചെയ്യപ്പെടുന്നുണ്ട്. രാജസ്ഥാനിലെ നാല്പതോളം വരുന്ന സംഗീതകാരരുടെ സജീവ സാന്നിദ്ധ്യമാണ് ഈ അരങ്ങു കാഴ്ചയ്ക്ക് മിഴിവേകുന്നതെങ്കിൽ യൂറോപ്പിലും സൗദിയിലും ഒരുപോലെ ചർച്ച ചെയ്യുന്ന *ദ കിച്ചൺ* നാടകം ഇരുപത്തിരണ്ടു രാജ്യങ്ങളിൽ ഇതിനോടകം അവതരിപ്പിച്ചു കഴിഞ്ഞു, പലതവണ ഇറ്റ് ഫോക്കിലും *കിച്ചൺ* അവതരിപ്പിച്ചിരുന്നു. പന്ത്രണ്ട് മിഴാവുവാദകർ അരങ്ങിലെത്തുന്ന *ദ കിച്ചൺ* ഭാഷാതീത നാടകങ്ങളുടെ ഗണത്തിലുൾപ്പെടുത്തിയും ഉത്തരാധുനിക കാലത്തെ പുതുമയുള്ള അവതരണമായും വിലയിരുത്താവുന്നതാണ്. പതിനെട്ടിനും ഇരുപത്തിനാലിനും ഇടയിൽ പ്രായമുള്ളവർ ഈ രംഗാവതരണം കൗതുകം നിറച്ച മധുരമായി ഏറ്റെടുക്കുന്നു. നാടകാന്ത്യത്തിൽ വിളമ്പി നല്കുന്ന പായസമാണ് പലർക്കും ഈ അവതരണം. ഒരിക്കൽ ജർമ്മനിയിൽനിന്നും കേരളത്തിലെത്തിയ ഒരു തിയറ്റർ പ്രവർത്തക പറഞ്ഞത് ഓർമ്മ വരുന്നു. അരങ്ങിന് റോയ്സ്റ്റൺ ആബേൽ നല്കുന്ന സജീവതയൊന്നും ഇവിടത്തെ ഒരാളുടെ നാടകങ്ങളിലും ഇല്ലല്ലോ, സങ്കേതികതയും സർഗ്ഗാത്മകതയും ചേർന്നു നടത്തുന്ന ദൃശ്യവിസ്മയം എന്നാണ് അവർ പറഞ്ഞത്.

ആഗോള തലത്തിൽ നൂതന നാടക സംവിധാനങ്ങൾ ഒരുക്കിവിടുന്ന ഇംഗ്ലണ്ട്, ജർമ്മനി, റഷ്യ, റുമാനിയ, ക്രൊയേഷ്യ പോലുള്ള രാജ്യങ്ങളുടെ നിരയിലേക്ക് ഇന്ത്യയെ കൊണ്ടെത്തിക്കുന്നതിൽ റോയ്സ്റ്റൺ ആബേലിന്റെ പ്രയത്നം ചെറുതല്ല. തോമസ് ആംസ്റ്റർ മെയറിന്റെ ഷേക്സ്പീരിയൻ സ്റ്റേജ് ഡിസൈനുകളായ *മിഡ്സമ്മർ നൈറ്റ് ഡ്രീംസു*മായും *ഹാംലറ്റു*മായും നമ്മുടെ നാട്ടില്പിറന്ന ഒരാളുടെ നാടകം കിടപിടിക്കുന്നു എന്ന വാസ്തവം നമ്മളറിയാതെ പോകുന്നുണ്ട്. ബ്രാൻകോ എബ്രഹാംസ് എന്ന ക്രൊയേഷ്യൻ സംവിധായകന്റെ അത്ഭുതനാടകങ്ങളുടെ ഗണത്തിൽ മങ്ങ്ണിയാറും കിച്ചനും വിലയിരുത്തപ്പെടുന്നു. റുമേനിയ പോലുള്ള രാജ്യങ്ങളിൽ നിന്നുമുണ്ടാകുന്ന തിയറ്റർ യത്നങ്ങളുടെ പത്തു ശതമാനമെങ്കിലും മികവുണ്ടാക്കാൻ ഇന്ത്യൻ നാടകവേദിക്ക് സാധിക്കേണ്ടതുണ്ട്. അത്രമാത്രം പാരമ്പര്യവും റിസോഴ്സും ഭാരതീയ നാടകവേദിക്ക് ലഭ്യമാണ്. ഗവൺമെന്റ് ഫണ്ട് ലഭ്യമാക്കുന്നതിലും അവകാശമായിക്കരുതി അതിനു മുന്നിട്ടിറങ്ങുകയും ചെയ്യാതെ ഇന്ത്യൻ സാഹചര്യത്തിൽ തിയറ്ററിന് അന്തർദ്ദേശീയ നിലവാരം ഉണ്ടാകാനുള്ള സാദ്ധ്യത കുറവാണ്. പിടിച്ചു വാങ്ങേണ്ടുന്ന ഫണ്ടിനെ

ക്കുറിച്ച് കൂടുതൽ ഗൗരവമായി പുതിയ നാടകക്കാർ ശ്രമിക്കേണ്ടതുണ്ട്. ലോകം ഇന്റർനെറ്റിലൂടെ അതിരുകൾ അതിലംഘിക്കുന്ന ഇക്കാലത്ത് നാടകപ്രവർത്തകർ പ്രായോഗികത എന്തെന്നു മനസ്സിലാക്കി മുന്നേറണം.

ഇന്ന് 'ലോകത്ത് ഏറ്റവും ശക്തമായ മാദ്ധ്യമമാണ് തീയറ്റർ. അതു കൊണ്ടുതന്നെ തിയറ്റർ പ്രൊഫഷണലുകൾക്ക് വലിയ ഉത്തരവാദിത്വ മുണ്ട്. മറ്റേതു പ്രൊഫഷണലുകൾക്കുള്ളതിനേക്കാൾ ഉത്തരവാദിത്വം വേണ്ടുന്നവരാണ് നാടകപ്രവർത്തകർ. അന്തസ്സായി ജീവിക്കേണ്ടവർ. ലോകമനസ്സിനെ കൈയാളുന്നവരാണ്. വലിയ മൂല്യമുണ്ട് നാടകക്കാരന്. റോയ്സ്റ്റൺ ആബേൽ സ്വാനുഭവത്തിന്റെ വെളിച്ചത്തിൽ സ്വന്തം യാത്ര തുടരുമ്പോൾ നമുക്കിടയിൽനിന്നും ഇതുപോലുള്ള മാതൃകകൾ പൊട്ടി പ്പുറപ്പെടേണ്ടിയിരിക്കുന്നു. മൂന്ന് പതിറ്റാണ്ടുകളായി താൻ കണ്ട ലോക മനസ്സിനെ പ്രതിബിംബിപ്പിക്കാൻ റോയ്സ്റ്റൺ ആബേലിനു കരുത്തുണ്ട്.

പകർന്നാട്ടങ്ങളുടെ പലാവത്ത്

അഭിനേതാക്കൾ എത്ര തരം എന്നൊരു ചോദ്യമുണ്ട്, നാലെന്നാണ് ഉത്തരം. സർഗ്ഗാത്മകഅഭിനേതാക്കൾ (Creative actors), അനുകരണ വ്യഗ്രരായ അഭിനേതാക്കൾ (Imitative actors), യാന്ത്രികാഭിനേതാക്കൾ (Mechanical actors), മലിനപ്പെടുത്തുന്ന അഭിനേതാക്കൾ (Curruptive actors) എന്നിങ്ങനെയാണ് അതിന്റെ വിവേചനം. സദാ സൃഷ്ട്യുന്മുഖ മായ ഒരു മാനസിക കാലാവസ്ഥയിലിരുന്നുകൊണ്ട് ഒരിക്കൽ ഒരു കഥാ പാത്രത്തിനുവേണ്ടി പ്രയോഗിച്ച ആംഗികമോ സാത്വികമോ വാചികമോ ആയ ഏതെങ്കിലുമൊന്ന് മറ്റൊരു കഥാപാത്രത്തിനു വേണ്ടിയോ അതേ കഥാപാത്രത്തിനു വേണ്ടിയോ ഒരിക്കലും ആവർത്തിക്കാതെയിരിക്കുന്ന അഭിനേതാവിനെയാണ് സർഗ്ഗാത്മകാഭിനേതാവ് എന്നു വിളിക്കാവുന്നത്. സർഗ്ഗാത്മകത ഒന്നിനെയും അനുകരിച്ചുള്ളതായിരിക്കില്ല. അവനവനെ ത്തന്നെ നവീകരിച്ചുകൊണ്ടങ്ങനെ അയാൾ ആയം വച്ചു കൊണ്ടേയിരി ക്കേണ്ടതുണ്ട്. ഇതു ശ്രമകരവും പരിശീലനനിഷ്ഠയും സാധനയും ഇല്ലാതെ കൈവരുത്താൻ സാധിക്കാത്തതുമായ ഒന്നാണ്. നമ്മുടെ പല അഭിനേതാക്കളും ഇതെല്ലാം വരദാനമെന്നും ദൈവീകവുമെന്നു കരുതി പ്ലാസ്റ്റിക്ക് ഇൻസ്റ്റന്റ് ആക്ടിങ്ങിന്റെ ഗിമ്മിക്കുകൾ കാട്ടി സ്വയം ബിംബ ങ്ങളായിത്തീരാൻ ശ്രമിച്ച് അടയാളപ്പെടാതെ പോകുന്ന അനുഭവമാണ് കണ്ടുകൊണ്ടിരിക്കുന്നത്.

വ്യത്യസ്തമായ കാഴ്ചപ്പാടോടെ അഭിനയകലയെ സമാദരിച്ചു കൊണ്ട് മുന്നേറുന്ന ഒരുപിടി തിയറ്റർ ആക്ടേഴ്സ് ഇന്ത്യയിലുണ്ട്. യാന്ത്രി കതയ്ക്കും അനുകരണത്തിനുമപ്പുറം എത്തിനില്ക്കുന്ന സർഗ്ഗാത്മകാഭി നയമിഴിവിനെ കൈവരിക്കാൻ പ്രതിഭകൊണ്ടും യത്നംകൊണ്ടും ശീലി ക്കുന്നവർ. അവരിൽ എടുത്തു പറയാൻ തോന്നുന്ന പേര് അജിത്ത് സിങ്

പലാവത്തിന്റേതാണ്. രാജസ്ഥാനി സംഗീതത്തിന്റെയും നടനത്തിന്റെയും ഉൾക്കരുത്തുകൊണ്ട് ആധുനിക ഇന്ത്യൻ നാടകവേദിയിലെ അഭിനയപ്രതിഭ. കഥാപാത്രമോ ശൈലിയോ ഭാഷയോ പലാവത്തിനെ പരിമിതപ്പെടുത്തുന്നതായി തോന്നിയിട്ടില്ല. 2014 ന്റെ ഉത്തരാർദ്ധത്തിൽ നാഷണൽ സ്കൂൾ ഓഫ് ഡ്രാമയിലെ റെപ്രട്ടറിയിൽ വച്ചാണ് ഞങ്ങൾ പരിചയപ്പെടുന്നത്. നാഷണൽ സ്കൂൾ ഓഫ് ഡ്രാമയിൽ പഠിച്ചിറങ്ങിയ ശേഷം അവിടെത്തന്നെയുള്ള റെപ്രട്ടറിക്കമ്പനിയിൽ സ്റ്റാഫ് ആക്ടറായിരുന്നു അജിത്ത്. സദാ സൃഷ്ട്യുമുഖവും സജീവതയുംകൊണ്ട് ചുറ്റാകെ ഒരു പ്രത്യേകതരം ഊർജ്ജം (Kinetic energy) പലാവത്ത് പ്രസരിപ്പിച്ചു കൊണ്ടേയിരിക്കും.

കാവാലം നാരായണപ്പണിക്കരുടെ നാട്യപദ്ധതി (Style of presentation) അത്ര പെട്ടെന്നൊന്നും മലയാളി നടീനടന്മാർക്കു പോലും വഴങ്ങിക്കൊടുക്കുന്നതല്ല. നാട്യശാസ്ത്ര സംബന്ധിയും നാട്ടുനാടകവഴക്കവും (Classical and folk) ഒഴുക്കും ഇടകലർന്നങ്ങനെ തൗരത്രികത്തിന്റെ തനതുവഴി (Traditional) പിടിച്ച് യാത്ര ചെയ്യുന്ന കാവാലത്തിന്റെ ശൈലിയിലേക്ക് അജിത്ത് സിങ് പലാവത്ത് എന്ന നടൻ ഇളകിയാടി. പകരം വയ്ക്കാനില്ലാത്തവിധത്തിൽ അയാൾ പരുവപ്പെടൽ നടത്തുന്നത് കണ്ട് കാവാലംപോലും അത്ഭുതപ്പെട്ടു. ഒരു സ്വകാര്യ സംഭാഷണത്തിൽ കാവാലം പലാവത്തിലെ നടകർമ്മനിപുണതയെ പ്രശംസിക്കുന്നതും കേട്ടു. പാട്ടും ആട്ടവും ഭംഗിതരംഗിതമായ മെയ് വഴക്കവും കഥാപാത്രത്തിന്റെ മനയിടത്തിലേക്ക് (Mental space) അനായാസേന കടക്കാനുള്ള അജിത്ത് സിങ്ങിലെ പ്രതിഭയുടെ ആഴം മഹത്താണെന്ന് കാവാലം അഭിനന്ദിച്ചു. അന്നു മുതൽ അജിത്ത് സിങ് പലാവത്തിനെ പിന്തുടർന്ന് നിരീക്ഷിക്കേണ്ടതുണ്ടെന്ന് എനിക്കും തോന്നി. അദ്ദേഹം ഇടപെടുന്ന നാടകയിടങ്ങളിൽ ഞാനും ചെന്നുനിന്നു. *ശാകുന്തളത്തിലെ* ദുഷ്യന്തനായി അജിത്ത് സിങ് ഗംഭീരമായി പകർന്നാടി. പതിനാറാമത് ഭാരത് രംഗ്

മഹോത്സവത്തിന്റെ ഉദ്ഘാടനവേദിയിൽ കാളിദാസനാടകം *അഭിജ്ഞാനശാകുന്തളം* കാവാലത്തിന്റെ രംഗവ്യാഖ്യയിൽ *ഛായാശാകുന്തളം* എന്ന പേരിൽ അരങ്ങേറി. സംവിധാന സാങ്കേതിക മേഖലയിലേക്ക് കാവാലം എന്നെക്കൂടി നാഷണൽ സ്കൂൾ ഓഫ് ഡ്രാമ വഴി നിയോഗിച്ചിരുന്നതിനാൽ *ഛായാശാകുന്തളം* ടീമുമായി എനിക്ക് ആഴത്തിൽ ഇടപെടാൻ അവസരം കിട്ടി.

മൃഗയാവിനോദിയായ പാർത്ഥിപനെ അഥവാ ദുഃഷ്യന്തനെ ഉടലിലും ഉയിരിലും ആവാഹിച്ച് അജിത്ത് സിങ് പലാവത്ത് അരങ്ങിലേക്ക് സംശ്ലേഷണം ചെയ്തു. നോട്ടത്തിലും ചലനത്തിലും കൈവരുന്ന രാജകീയ മിതത്വം (Controlled acting) ശ്രദ്ധേയമായിരുന്നു. കാട്ടിലൂടെയുള്ള വേട്ടയുടെ സഞ്ചാരത്തിനു കഥകളിയിലെ നളനടനത്തിന്റെ ശക്തിയുണ്ടായിരുന്നു. രഥവേഗത്തിന്റെ ചടുലതയും മൃഗയായുടെ കരുത്തും അജിത്ത് സിങ് കൂട്ടിയിണക്കി തൊടുത്തയസ്ത്രം തടുത്തു വന്ന മുനികുമാരന്മാരുടെ ആഹ്വാനസ്വരത്തിന്റെ മാർദ്ദവം തിരിച്ചറിയുന്ന ദുഷ്യന്തൻ. ശകുന്തളയോടുള്ള പ്രണയത്തുടിപ്പുകൾക്കും വിരഹത്തിനും വിസ്മൃതിക്കും തനതു ക്ലാസിക്കൽ പരിശോഭയുടെ പകിട്ടായിരുന്നു.

*ശാകുന്തള*ത്തിലെ നായകന്റെ സംഭോഗ ശൃംഗാരം പരിപക്വമായി കൈകാര്യം ചെയ്യാത്ത പക്ഷം ചെടിപ്പിക്കുന്ന വിടത്വമായി മാറിപ്പോകും. മരംചുറ്റിക്കളിക്കുന്ന സിനിമാറ്റിക് പ്രണയത്തിന്റെ അഴകൊഴമ്പൻ പ്രകടനമായി അതു കൂപ്പുകുത്തും. അജിത്ത് സിങ് പലാവത്തിന്റെ പ്രകടനം കാവാലത്തിന്റെ അരങ്ങിലെ അന്യവല്കൃത നാട്യസങ്കേതത്തിനെ സാധൂകരിക്കുന്നതായിരുന്നു. എന്തുകൊണ്ടിങ്ങനെ ദുഷ്യന്തനെന്ന തോന്നലുളവാക്കിക്കൊണ്ട് അജിത്ത് സിങ് കഥാപാത്രത്തിനു വേണ്ടി പാടി. അരങ്ങിന്റെ ക്ലാസിക്കൽ ശൈലിയെ അണുപോലും റിയലിസത്തിലേക്ക് വഴി മാറ്റാതെ കാലം, സ്ഥലം, ചലനം എന്നിവയെ കാവാലത്തിന്റെ അളവിനനുസരിച്ച് നിയന്ത്രിച്ചു കീഴ്പ്പെടുത്തി. കൃതി (Text) പുരാതനമെങ്കിലും ആധുനികനായ ദുഷ്യന്തന്റെ ജീവിതപശ്ചാത്തലം അജിത്ത് സിങ്ങിലൂടെ സുരക്ഷിതമാവുകയായിരുന്നു.

പിന്നീടു കണ്ട നാടകം *വിരാസത്താണ്*. മഹേഷ് എൽ കുഞ്ചുവറുടെ യഥാതഥ രചനാശൈലിയിൽ അനുരാധാ കപൂറിന്റെ സർറിയലിസ്റ്റിക് പരീക്ഷണം. സ്ഥലകാലക്രിയകളുടെ ഏകതാനതയും വൈവിദ്ധ്യവും കഥാപാത്രങ്ങളുടെ സ്വാഭാവികതയും സിനിക് ഡിസൈനിന്റെ വേറിട്ട പ്രയോഗവും കൊണ്ട് ശ്രദ്ധേയമായ അവതരണമായിരുന്ന *വിരാസത്ത്*. പരാഗ് എന്ന കഥാപാത്രത്തിന്റെ ആന്തരികവും ബാഹ്യവുമായ ജീവിതരീതികളെ പ്രതിനിധാനം ചെയ്തുകൊണ്ട് അജിത്ത് സിങ് ശ്രദ്ധേയമായി. നാടകത്തിനെ മറികടക്കാതെ നടൻ കഥാപാത്രത്തിനെ വളർത്തിക്കൊണ്ടു വരുന്നതെങ്ങനെയെന്ന് അജിത്ത് സിങ് തെളിയിച്ചു. നാടകപരിസരത്തിൽ മണം, നിറം, രുചി എന്നീ അനുഭവങ്ങൾ പരന്നൊഴുകി. മാനസിക വ്യാപാരങ്ങൾ അതിസൂക്ഷ്മ

ചലനങ്ങളിലൂടെ കഥാപാത്രത്തിലൂടെ പ്രേക്ഷകരിലേക്ക് പടർന്നു കയറി.

ദുഷ്യന്തനുമായി യാതൊരു സാമ്യവും ഇല്ലാതെ പരാഗിലേക്കു പകർന്നാടാൻ അജിത്ത് സിങ്ങിന്റെ ശരീരവും മനസ്സും ശബ്ദവും വഴങ്ങി വരുന്ന കാഴ്ച സുന്ദരമായിരുന്നു. കഥാപാത്രത്തിന്റെ ത്രിമാന പഠനം ശക്തമായിരുന്നു. ഒരേ നടൻ രണ്ടു വ്യത്യസ്ത കഥാപാത്രങ്ങളെ വ്യത്യസ്ത നാടകങ്ങളിൽ വ്യത്യസ്ത സ്വഭാവ വിശേഷണങ്ങളോടെ കണ്ടെടുക്കുമ്പോൾ നടത്തവും നോട്ടവും അംഗചലനങ്ങളും ശബ്ദരീതിയും മാനസിക വ്യാപാരവും വ്യത്യസ്തമാവേണ്ടത് എങ്ങനെയായിരിക്കണം എന്നതിന്റെ പ്രമാണസൂചിയാണ് (Reference note) അജിത്തിന്റെ അഭിനയ ശൈലി.

കഥാപാത്രത്തിനെ പഠിക്കുമ്പോൾ പരിചയപ്പെടുമ്പോൾ അഭിനേതാവ് അന്വേഷിക്കേണ്ടുന്ന സൂക്ഷ്മാംശങ്ങൾ (Minute details) എന്തൊക്കെയാണ്. സമൂഹം, ശരീരം, മനസ്സ് എന്നീ ത്രിതലങ്ങളെ അപഗ്രഥിക്കാതെ ഒരു അഭിനേതൃധർമ്മം പൂർണ്ണമാവില്ല തന്നെ. കഥാപാത്രം ജനിച്ചുവീണ സമൂഹം ഏതെന്ന അന്വേഷണം. സമൂഹത്തിൽ നിന്നുമാണ് അയാളുടെ സാംസ്കാരം രൂപം കൊള്ളുന്നത് എന്ന തിരിച്ചറിവ്. സംസ്കാരം മനസ്സിനെ ക്രമീകരിച്ച് ചിന്തകളിൽ ചില ബോധങ്ങളെ ഉറപ്പിക്കുന്നുണ്ട്. അതുകൊണ്ട് ഏതു കഥാപാത്രത്തെ സമീപിക്കേണ്ടി വരുമ്പോഴും അഭിനേതാവിന് കഥാപാത്രത്തിന്റെ സാമൂഹിക പരിസരം കൃതിയിലൂടെ അന്വേഷിക്കേണ്ടി വരും, ഭൂമേഖല, ഭൂപ്രകൃതി, മതം, ജാതി, വിദ്യാഭ്യാസം, വസ്ത്രധാരണം തുടങ്ങി അടിസ്ഥാനപരമായി പതിനാലോളം കാര്യങ്ങളെ അയാൾ അന്വേഷിച്ച് ഉറപ്പിക്കേണ്ടതുണ്ട്.

സമൂഹത്തിന്റെ വരുതിയിലേക്ക് പിറന്നുവീഴുന്ന ഒരാളുടെ മാനസികാപഗ്രഥനമാണ് പാത്ര പഠനത്തിന്റെ അടുത്ത സൂചകം. ഉത്കൃഷ്ട അപകൃഷ്ടബോധങ്ങൾ (Superior & Inferior) എങ്ങനെയാണെന്നും അയാൾ മതവിശ്വാസി, ആത്മീയവാദി, നിരീശ്വരവാദി എന്നിങ്ങനെ ഏതു ഗണത്തില്പെടുന്നതാണെന്നും അപഗ്രഥിക്കേണ്ടി വരും. ഇതെല്ലാം തന്നെ കഥാപാത്രത്തിന്റെ പെരുമാറ്റത്തിലേക്ക് നടനെ/നടിയെ ആനയിക്കും. കഥാപാത്രത്തിന്റെ മനോനിലകളെ ഇന്നോളമുണ്ടായിട്ടുള്ള മനഃശാസ്ത്രപഠനങ്ങളെക്കൂടി ഉൾക്കൊണ്ടുകൊണ്ട് അപഗ്രഥിച്ചാൽ സൂക്ഷ്മാംശാഭിനയത്തിന്റെ രഹസ്യ അറകൾ തുറക്കാൻ സാധിക്കും. പിന്നീടുള്ളത് കഥാപാത്രത്തിന്റെ ശാരീരികാവസ്ഥയുടെ നിരീക്ഷണമാണ്. ഉയരമുള്ളതും ഇല്ലാത്തതുമായ വിവിധയിനം മനുഷ്യരുടെ സ്വഭാവം വ്യത്യാസപ്പെട്ടിരിക്കും. തടിച്ചയാളുടെ മനോഭാവവികാസം പോലെയേ ആയിരിക്കില്ല മെലിഞ്ഞുണങ്ങിയ ഒരാളുടെ സ്വഭാവവിശേഷങ്ങൾ. രോഗി, വികലാംഗത്വം, പ്രായം ഇങ്ങനെയിങ്ങനെ ശാരീരികാവസ്ഥകളുടെ വൈജാത്യം കഥാപാത്രത്തിന്റെ സ്വഭാവപഠനം അതിസൂക്ഷ്മാവസ്ഥകളെ സർഗ്ഗാത്മാവിഷ്കാരം നല്കാൻ അഭിനേതാക്കൾക്കു താങ്ങാവും.

ഇന്റർനാഷണൽ തിയേറ്റർ ഫെസ്റ്റിവൽ ഓഫ് കേരള: ഒരു അവതരണം

പാത്രപഠനം (Character study) അഭിനേതാവിന്റെ വൈവിദ്ധ്യത്തെ (Range) ദൃഢമാക്കും. അജിത്ത് സിങ് പലാവത്തിന്റെ നടശീലത്തിലെ ഔന്നത്യം പാത്രപഠനത്തിലെ ഇത്തരമൊരു അപഗ്രഥനോത്സാഹമാണെന്ന് തോന്നിയിട്ടുണ്ട്.

നാഷണൽ സ്കൂൾ ഓഫ് ഡ്രാമയിലെ *ഛായാശാകുന്തളം* പ്രോജക്ടിനെത്തുടർന്ന് കേരളത്തിൽ തിരിച്ചെത്തിയ എനിക്ക് അജിത്തിനെ ഉൾപ്പെടുത്തി ഒരു നാടകം സംവിധാനം ചെയ്യാൻ മോഹമുണ്ടായത് സ്വാഭാവികമാണ്. അത്രത്തോളം ആദരംനേടി അജിത്ത് ഞങ്ങളുടെ ചുറ്റുവട്ടചർച്ചകളിൽ നിറഞ്ഞുനിന്നു. അവിസ്മരണീയമായ അനുഭവതലം അഭിനയത്തിലൂടെ സമ്മാനിച്ചുകൊണ്ടിരിക്കുന്ന ഈ നടനെ മലയാളികൾക്കു പരിചയപ്പെടുത്തണമെന്നും തോന്നി. കാവാലവുമായി ചർച്ച ചെയ്തു. അദ്ദേഹത്തിനു സന്തോഷം. ഭാരിച്ച ചെലവുണ്ടാകുമെന്നറിയാമായിരുന്നു. എങ്കിലും മടിച്ചില്ല. *മകരദ്ധ്വജൻ* നാടകത്തിനായി കേരളത്തിലെ അഞ്ചിടങ്ങളിൽ അഭിനയക്കളരികൾ സംഘടിപ്പിച്ച് നടീനടന്മാരെ കണ്ടെത്തുന്നതിനായി ശ്രമം വളരെ മുൻപേ തുടങ്ങിയിരുന്നു. നാട്ടിലെ നടന്മാരുടെ സഹകരണം വേണ്ടുവോളം കിട്ടി. കാശിന്റെ ദൗർലഭ്യതയും ഇടപെട്ട അഭിനേതാക്കൾക്കു കഥാപാത്രം കൈകാര്യം ചെയ്യാനുണ്ടായിരുന്ന ആത്മവിശ്വാസക്കുറവും *മകരദ്ധ്വജൻ* പ്രോജക്ടിന്റെ വഴിമുടക്കി. സംഘാംഗങ്ങൾ പേടിയും കാരണങ്ങൾ നിരത്തിയും പിന്മാറി. ഒടുവിൽ തിരുവനന്തപുരത്തെ നാടകവൃന്ദങ്ങളിൽ സജീവമായിരുന്ന റജി സൈനിന്റെ പ്രൊഡക്ഷൻ ഹൗസ് ഇൻക്രിയേഷൻ *മകരദ്ധ്വജന്റെ* അരങ്ങേറ്റത്തിനു വേണ്ടിയുള്ള കാശൊരുക്കി, കളമൊരുക്കി. അജിത്ത് സിങ്ങിനെ സമീപിച്ച് ഹനുമാനായി അഭിനയിക്കാൻ ക്ഷണിച്ചു. രാജസ്ഥാ

നിലും മുംബൈയിലും ഡൽഹിയിലുമായി തിരക്കായിരുന്നിട്ടും അജിത്ത് കേരളത്തിലേക്ക് വിമാനമേറി.

ഹനുമാൻ, തിരയുടെ മുകളിൽ തീയിനുള്ളിൽ തിറമായ് പൊങ്ങിയ രൂപം, നക്ഷത്രക്കനി നുള്ളിയെടുത്ത് കാതിലണിഞ്ഞ പെരും രൂപം, ഒറ്റ ക്കുതിയാൽ സൂര്യനെ വിഴുങ്ങാൻ പരിശ്രമിച്ച, കടലു ചാടിക്കടന്ന മഹാ ബലവാനായ ഹനുമാന്റെ രൂപത്തിലേക്ക് അജിത്ത് സിങ് വളരെ പെട്ടെന്ന് വളർന്നു കയറി. അഞ്ചടിനാലിഞ്ചു പൊക്കം മാത്രമുള്ള നടൻ അരങ്ങിൽ ആകാശം മുട്ടെ വളർന്നുവരുന്നത് കണ്ടുകണ്ട് *മകരദ്ധ്വജൻ* ടീം അത്ഭുതപ്പെട്ടു.

ആത്മസമർപ്പണത്തിന്റെ ദിനങ്ങളായിരുന്നു ആ നാടകത്തിന്റെ റിഹേഴ്സൽക്കാലം, ആത്മവിശ്വാസത്തിന്റെയും. അജിത്തിലെ നടനെ കൂടുതൽ അടുത്തറിയാൻ സാധിച്ച ദിനങ്ങളായിരുന്നു അത്. അതിരാ വിലെ എണീറ്റ് മെയ് വഴക്കത്തിന്റെ മാറ്റുകൂട്ടുന്നതു കണ്ടു. ശബ്ദ സാധകം ചെയ്യുന്ന, ശ്രദ്ധയും കേന്ദ്രീകരണവും വർദ്ധിപ്പിക്കാൻ മനോ നില പരിശീലനം ചെയ്യുന്ന പരിശീലനം നേടിയ നടന്റെ (Trained actor) മുഖമുദ്രകൾ. എല്ലാ ദിവസവും എവിടെയായിരുന്നാലും ചിട്ടയോടെ അജിത്ത് ചെയ്യുന്ന കാര്യങ്ങൾ സവിശേഷമായിരുന്നു. കഥാപാത്രത്തിനു വേണ്ടി സമർപ്പിക്കുന്ന ഓരോ നിമിഷത്തിലും അജിത്ത് കൂടുതൽ കൂടുതൽ കുട്ടിയാവുന്നതുപോലെ തോന്നി. മലയാളത്തിൽ എഴുതിയ താളാത്മകമായ സംഭാഷണങ്ങൾ സൂക്ഷ്മമായി പഠിച്ച് ഉരുവിട്ടും പാടിയും നടന്നു. ഹിന്ദിയും ജയ്പൂരിയും ഇംഗ്ലീഷും സംസാരിക്കാൻ അറിയാവുന്ന അജിത്ത് മലയാള ഭാഷയുടെ വളവും തിരിവും ഉച്ചാര ണക്രമങ്ങളും ആവേശത്തോടെ പഠിച്ചെടുത്തു. പ്രൊഫഷണലിസം എന്നൊക്കെ പറയുന്ന തരത്തിൽ ഒരു മാതൃകാ നടനായി അജിത്ത് ഹനു മാനോളം വളർന്നു. അജിത്ത് മകരദ്ധ്വജനെ അവിസ്മരണീയമാക്കി, ഹനുമാനിലൂടെ.

ഒരു ചലനത്തിലും മുൻപ് കളിച്ച ഒരു കഥാപാത്രത്തിന്റെയും ലാഞ് ഛന ഹനുമാനിൽ കണ്ടില്ല. ദുഷ്യന്തനു വേണ്ടി ശബ്ദിച്ച കണ്ഠത്തിൽ നിന്നും സമാനമായ ഒരു വാക്കും ഹനുമാനു വേണ്ടി അയാൾ ഉച്ചരിച്ചില്ല. *വിരാസ*ത്തിലെ പരാഗിന്റെ പെരുമാറ്റ രീതിയോ ചലനങ്ങളോ ഒരിക്ക ലെങ്കിലും ആവർത്തിച്ചു കണ്ടില്ല. മനസ്സും ശരീരവും ശബ്ദവും മറ്റൊന്നായി പകർന്നു മാറ്റിയിരിക്കുന്നു. അത്ഭുതകരമായ പരിണാമം. മരഞ്ചാടി കളിക്കടാ മകനേ എന്ന് മകരദ്ധ്വജനോട് വിളിച്ചു പറയുന്ന ഹനുമാനിലെ പിതൃഭാവം കണ്ണുകളെ നിറച്ചുവയ്ക്കുന്നുണ്ട്. അഭിന യത്തിന്റെ ആനന്ദോന്മാദമാണ് അനുഭവിക്കാൻ കഴിഞ്ഞത്.

രാജസ്ഥാനിലെ ജയ്പൂർ സ്വദേശിയാണ് അജിത്ത് സിങ്. കുതിര സവാരിയും, ഫയറിങ്ങും ഹരമാണ്. രാജസ്ഥാനി നാടോടി ഗാനശാഖ യിലും ഭരതനാട്യത്തിലും സത്രിയയിലും ഛൗ നൃത്തത്തിലും പരിശീലനം നേടിയിട്ടുണ്ട്. ഇതിനോടകം *ദ ബ്രൈവ് ഡേ, ബേബി,*

മൈക്രോ ഡ്രാമ

ബോയ് ഗിരി, പോസ്റ്റർ ബോയ്സ്, ലൂക്കാചുപ്പി തുടങ്ങിയ ബോളിവുഡ് സിനിമകളിലും പ്രധാന വേഷത്തിൽ അഭിനയിച്ചു. *അന്ധായുഗ്, 409 റാം കിങ്കർ ബൈജ്, ബാരിസ്റ്റർ പാർവ്വതീശം, മേം ഹും യൂസഫ് ഓർ യെഹേമേരാ ഭായി, മുകാം ധെ യരൂജിലാനാഗോർ, ആൻ ഇൻസ്പെക്ടർ കോൾ, വിക്രമോർവ്വശീയം, ഉഷാ പരിണയ, അചലായതൻ, ബഹേ, തീൻ ബഹനേം, ദ ബലി, കൊമ്രേഡ് കുംഭകർണ്ണ്, ഹമാരാഷഹർ ഉസ്ബരസ്, എഡ്വേർഡ് രണ്ടാമൻ, ബ്ലഡ്വെഡ്ഡിങ്, ഡഫാ 292, ഓൾഡ്ടൗൺ, ചെക്കോവ് കീ ദുനിയാ, നോട്ടങ്കിലൈലാമജ്നു, മുവാവ് സെ, ഖരാഷെയ്ൻ, മഹാ ബ്രാഹ്മൺ, ടിഡോ റാവു, അമീബ* ഇങ്ങനെ നീളുന്നു അദ്ദേഹം അഭിനയിച്ച നാടകങ്ങളുടെ പട്ടിക.

അഞ്ചോളം നാടകങ്ങൾ അജിത്ത് സംവിധാനം ചെയ്യുകയും അതിൽ *കസുമൽ സപ്നോം* ഇന്ത്യയിലെ പ്രമുഖ നഗരങ്ങളിൽ നിരവധി വേദികളിൽ അവതരിപ്പിക്കുകയും ചെയ്തു. കാവാലം നാരായണപ്പണിക്കർ, കീർത്തിജയ്ൻ, അനുരാധാകപൂർ, നീലം മാൻസിങ്, റോയ്സ്റ്റൺ ആബേൽ, ആദിൽ ഹുസൈൻ, മോഹിത്തകൽക്കർ, രഘുബീർ യാദവ്, മായാ റാവു, രഞ്ജിത്ത് കപൂർ തുടങ്ങി അന്താരാഷ്ട്ര പ്രശസ്തരായ സംവിധായകരുടെ പ്രിയനടൻ കൂടിയായ അജിത്ത് നസറുദ്ദീൻ ഷായുടെ വത്സല ശിഷ്യൻ കൂടിയാണ്. 2016 ലെ മെറ്റ പുരസ്കാരവും രാജസ്ഥാൻ സർക്കാരിന്റെ അതേ വർഷത്തെ രംഗരാജസ്ഥാൻ യൂത്ത് അവാർഡും നേടി. ജയ്പൂരിലെ ഉജാഗർ ഡ്രാമാറ്റിക്ക് അസോസിയേഷന്റെ സ്ഥാപക മേധാവി കൂടിയാണ് ഇദ്ദേഹം.

അജിത്ത് ചോദ്യങ്ങൾ ചോദിച്ചു കൊണ്ടേയിരിക്കും. എവിടെ?

എപ്പോൾ? എന്ത്? എങ്ങനെ? ആര്? ആരോട്? എന്തിന്? എന്നിങ്ങനെയുള്ള ചോദ്യങ്ങൾ. സർഗാത്മകതയിലേക്ക് വഴി തുറക്കുന്ന ചോദ്യങ്ങളാണവ. നടനത്തിന്റെ കനപ്പെട്ട ഒരു കർമ്മകാണ്ഡം മെനയുകയാണിയാൾ. നാടകത്തിലും സിനിമയിലും നടനശീലത്തിന്റെ സ്വാംശീകരണം നടത്തി സഞ്ചരിക്കുമ്പോൾ കൂടുതൽ കൂടുതൽ കരുത്തനായി പുതിയ പുതിയ വേഷപ്പകർച്ചകൾക്ക് തയ്യാറെടുക്കുകയാണ് അജിത്ത് സിങ് പലാവത്ത്.

ചിട്ടയുള്ള സ്വകാര്യജീവിതം, സ്വഭാവത്തിലെ നിസ്തുലമായ ഉത്സാഹം ഇതെല്ലാം ഈ നടനെ കൂടുതൽ പ്രസക്തനാക്കുന്നുണ്ട്. അരങ്ങിൽ ഒപ്പമുള്ള നടീനടന്മാരെ ഉത്സാഹപ്പെടുത്താനും അവരെക്കൂടി ഉയർത്തിക്കൊണ്ടു വരുവാനും അജിത്ത് പരിശ്രമിക്കും. തിയറ്ററിൽ ഒരു നടനു വേണ്ടുന്ന ഗുണഗണങ്ങൾ എന്തൊക്കെയെന്ന് അജിത്ത് സിങ്ങിന് നന്നായറിയാം. അനാവശ്യമായ സംസാരംപോലും ഇയാൾ റിഹേഴ്സൽ ക്യാമ്പിൽ ഒഴിവാക്കിക്കളയും. തന്റെ മഹത്വം മാത്രം ഉയർത്തി മത്സരിക്കാനുള്ള മനോഭാവം തീരെയില്ലാതെയും താനൊരു സംഭവമാണെന്നു സ്വയം ഞെളിയാതെയും ഈ നടൻ പരുവപ്പെട്ട നടനായി നമ്മുടെ ശ്രദ്ധയിൽ തങ്ങിനില്ക്കുന്നത് അഭിനയകലയുടെ എത്തിക്സിനെക്കുറിച്ചു കൂടി ബോധമുള്ളതുകൊണ്ടാണ്.

അഭിനയകലയിൽ ആവർത്തനങ്ങളില്ല. അനുഭവപരതയുടെ അപാരമായ ആഴങ്ങളിൽ നിന്നല്ലാതെ അഭിനേതാവിനു ജനനമില്ല. അനുശീലനത്തിന്റെയും നിരന്തരമുള്ള പരിശീലനത്തിന്റെയും അദ്ധ്വാനമേഖലയിൽ അഭിരമിക്കുന്ന അഭിനേതാവിനു മരണവുമില്ല. അത്തരത്തിൽ അഭിനയകലയെ ഗൗരവത്തിൽ സമീപിക്കുന്ന ട്രെയിൻഡ് ആക്ടേഴ്സിന്റെ അഭാവം മലയാളനാടകവേദിയെ ശക്തിപ്പെടുത്തുന്നതിൽ പിന്നോക്കമടിക്കുന്ന ഘടകങ്ങളിൽ ഒന്നാണ്. സചേതനമായ അരങ്ങിടത്തിൽ നടൻ/ നടി ഒരേ സമയം മനസ്സും ശരീരവും ശബ്ദവും ഉപകരണങ്ങളാക്കി പ്രേക്ഷകനെ മുന്നോട്ട് നയിക്കുകയാണ് ചെയ്യുന്നത്. ഇന്ത്യയിലുടനീളം യാത്രചെയ്ത് അഭിനേതാക്കളിലെ സർഗ്ഗാത്മകരെ അന്വേഷിക്കുമ്പോൾ സിനിമയുടെ മായിക പ്രശസ്തിയില്ലാതെ അരങ്ങിൽ മാത്രം ഇടപെട്ടുകൊണ്ട് അജിത്തിനെപ്പോലെ അടിമുടി ജീവിക്കുന്നവരുണ്ടോ? സർഗ്ഗാത്മകതയും അച്ചടക്കവുമുള്ളവർ? പ്രശസ്തരുണ്ടോ? തീയറ്റർ ആക്ടർ എന്ന നിലയിൽ പല പല തിയറ്റർ ഗ്രൂപ്പുകളിലേക്കായി ക്ഷണിക്കപ്പെട്ട് പോയി അഭിനയിക്കുന്നവരുണ്ടോ? തിയറ്റർ പ്രൊഫഷണൽ എന്ന് അഭിമാനത്തോടെ പറയാൻ കെല്പുള്ളവർ അവരിലെത്ര പേരുണ്ട്?

അമിതേഷിന്റെ നവനാടകം

ഇങ്ങനെയൊന്നിനെപ്പറ്റി കേട്ടിട്ടില്ല! ഇങ്ങനെയൊക്കെയുണ്ടോ? ഇതിങ്ങനെയല്ല വേണ്ടത്! ഇങ്ങനെയൊന്ന് ഇല്ല... ഇതൊക്കെ വെറുതേ... ഇതൊന്നും ശരിയല്ല... ഏതൊരു വിഷയത്തിൽ ഇടപെട്ടു പ്രതികരിക്കുമ്പോഴും പലരും പറഞ്ഞുകേൾക്കുന്ന വാക്കുകളാണിവ, പ്രത്യേകിച്ചും നാടകം എന്ന വിശാലവിഷയത്തിന്റെ നവകാലപ്രയോഗരീതികളുടെ നേർക്കുണ്ടാവുന്ന പ്രതികരണങ്ങൾ. ശൈലീഭേദങ്ങളെപ്പറ്റി, രംഗരീതികളെപ്പറ്റി, പരീക്ഷണോന്മുഖ രംഗലോകത്തെപ്പറ്റി, പ്രകടനാത്മകകലകളെപ്പറ്റി...

എല്ലാ അറിവുകളും നമ്മൾ നടുവിൽനിന്നാണു സ്വായത്തമാക്കാൻ ആരംഭിക്കുന്നത്. വേരിൽനിന്നു തുടങ്ങേണ്ട പലതും തണ്ടിൽനിന്ന് ആരംഭിക്കുകയാണ് നമ്മൾ. നമ്മുടെ അറിവിന്റെ സീമയ്ക്കുള്ളിൽ എത്താത്ത കാര്യങ്ങൾ ഉൾക്കൊള്ളാൻ നമ്മൾ വിമുഖരാണ്. കേട്ടതിനും അറിഞ്ഞതിനുമപ്പുറം ചിലതുണ്ടെന്നു വിശ്വസിക്കാൻ നമ്മൾ മടി കാണിക്കും. ഉത്തമബോദ്ധ്യത്തിലുണ്ടെങ്കിലും മറവിയുടെ ആവരണത്തിൽ പെട്ടുപോയ കാര്യങ്ങളെ അനംഗീകരിക്കും. ലോകം വളരെ വിശാലവും വ്യത്യസ്തവുമാണെന്നു നമ്മൾ മറക്കും. തിയറ്ററിന്റെ ലോകവും അത്രമേൽ വിശാലമാണ്. ഓരോ നാട്ടിലും ഓരോവിധം കാഴ്ചപ്പാടുകളാണ്, ഒരോ വ്യക്തിക്കും ഓരോ തരം ഭാവുകത്വവും. അത്രയ്ക്കു വ്യക്തിനിഷ്ഠമാവുമ്പോൾത്തന്നെ അത്രയ്ക്കു ലോകനിഷ്ഠവുമാണ് തിയറ്ററിന്റെ സ്വാംശീകരണവും സന്നിവേശവും. ലോകത്തിന്റെ നെറുകയിൽ നാടകം എന്ന കലാരൂപം ഇന്ത്യക്കാരുടെ അഥവാ ഏഷ്യാക്കാരുടെ പൈതൃകസമ്പത്തായി വകയിരുത്തി നമ്മൾ ഊറ്റം കൊള്ളാറുമുണ്ട്. മുന്നോട്ടോടുന്നതിനേക്കാൾ ഉത്സാഹം നമുക്കു പിന്നോട്ടോടി പാരമ്പര്യത്തിന്റെ

പകിട്ടു പറഞ്ഞ് അവകാശം സ്ഥാപിക്കുന്നതിലാണ്.

എന്നാൽ തൊണ്ണൂറുകൾക്കു ശേഷം ഇന്ത്യൻനാടകവേദിയിൽ വന്നിട്ടുള്ള മാറ്റം പ്രകടമാണ്. അത് സാങ്കേതികവിദ്യകളുടെയും വിഭിന്നഭാഷാ സങ്കരസ്വീകാരങ്ങളുടെയും കൃതിനിരാസത്തിന്റെയും കീഴ്മേൽ മറിക്കലിന്റെയും ശീലങ്ങളിലാണ് എത്തി നില്ക്കുന്നത്. തിയറ്റർ എന്ന കല പെർഫോർമെൻസ് എന്ന ഇടപെടൽ രീതിയിലൂടെ മനുഷ്യരെ പുനർനിർണ്ണയിക്കാൻ തയ്യാറെടുപ്പു നടത്തുകയാണ്. പ്രേക്ഷക, അനുകർത്താവ്, നിരീക്ഷക, പഠിതാവ്, ആസ്വാദക എന്നീ നിലകളിൽ വ്യക്തിയെ നവീകരിക്കാൻ ശ്രമിക്കുകയാണ്.

നാടകം അരങ്ങിലല്ലാതെ സംഭവിക്കുന്നുണ്ട് എന്നതാണ് അതിലൊരു നിരീക്ഷണം. ജീവിതംതന്നെ നാടകമാണ്. സങ്കീർണ്ണമായ ജീവിതത്തെ അവലോകനം ചെയ്യാൻ അത് അരങ്ങിൽ മാത്രം നടന്നാൽ മതിയോ, അതു വേദി വിട്ട് തെരുവിലേക്കും സ്വകാര്യമുറികളിലേക്കും കാബിനുകളിലേക്കും, എന്തിന് സെൽഫോൺ എന്ന വിർചൽ സ്പേസിലേക്കുംവരെ വ്യാപിക്കേണ്ടതുണ്ട് എന്ന കണ്ടെത്തലിലാണ് ഇന്നു വന്നെത്തിനിൽക്കുന്നത്. അത്തരത്തിൽ തിയറ്ററിനെ, പെർഫോർമെൻസ് എന്ന ശാസ്ത്രീയസംജ്ഞയെ ഏറ്റവും ആധുനികമായ വഴിയിലൂടെ പുനർനിർവചിക്കുകയാണ് അമിതേഷ് ഗ്രോവർ.

'പെർഫോർമെൻസ്' നിത്യജീവിതബന്ധിയായ ഒരൊറ്റ പദമായി വിവക്ഷിക്കേണ്ടതുണ്ട്. എവിടെയും പെർഫോർമെൻസ് ഇടപെടുന്നുണ്ട്. ഉണർവിലും ഉറക്കത്തിലും പെർഫോർമെൻസ് നിലകൊള്ളുന്നുണ്ട്. അതിന്റെ കലാപരമായ സമീപനങ്ങളുടെ വൈവിദ്ധ്യംകൊണ്ട് നൃത്തനൃത്യനാട്യനിർമ്മിതികൾ പുരാവൃത്തങ്ങളിൽ സംഭവിച്ചിട്ടുമുണ്ട്. നീണ്ടകാലത്തെ ഗവേഷണോത്സുകത കൊണ്ട് അമിതേഷ് ഗ്രോവർ തിയറ്ററിന്റെ ശക്തി ദുർഗ്ഗങ്ങളെ മനസ്സിലാക്കി പെർഫോർമെൻസിനെ മുൻനിർത്തി മറുചിന്തയുടെ സാദ്ധ്യതകൾ അന്വേഷിക്കുകയാണ്. ഒരു നാടകം അഥവാ അവതരണം അയ്യായിരം പേർ കാണികളായി ഇരിക്കുന്നിടത്ത് നടക്കുന്നതു മാത്രമല്ല എന്നും ഒരാൾക്കുവേണ്ടിയോ പത്തുപേർക്കു വേണ്ടി കൂടി തിയറ്ററിന്റെ സാദ്ധ്യതകൾ പ്രയോഗിക്കപ്പെടേണ്ടതുണ്ടെന്നും അമിതേഷ് വിശ്വസിക്കുന്നു. ഒരാൾക്കുവേണ്ടി മാത്രം സംഘടിപ്പിക്കുന്ന ചായ സത്ക്കാരത്തില്പോലും അനേകം നടീനടന്മാർ പങ്കാളികളാവുന്നുണ്ട്. അവിടെ നാടകം അഥവാ തീയറ്റർ സാങ്കേതങ്ങൾ പ്രയോഗിക്കപ്പെടുന്നുണ്ട്. ആ ഒറ്റയാൾ പ്രേക്ഷകനു മുന്നിൽ സംഭവിക്കുന്ന നാടകം അയാളിലുണ്ടാക്കുന്ന വിമലീകരണവും മാറ്റവും പെർഫോർമെൻസിന്റെ മറ്റൊരു സാദ്ധ്യതയിലേക്കു കൂടി വെളിച്ചം വീശുന്നുണ്ട്. ഒരാളെ സന്തോഷിപ്പിക്കുക, വിമലീകരിക്കുക, ചിന്തിപ്പിക്കുക, വരുതിയിലാക്കുക, ഉദ്ബോധിപ്പിക്കുക, പ്രവർത്തിപ്പിക്കുക, പ്രതികരിപ്പിക്കുക തുടങ്ങിയ അനേകം നാടക ദൗത്യങ്ങൾ ഈ ശൈലിയിൽ അന്തർല്ലീനമാണ്. പൊളിറ്റിക്കലും ഫിലോസ

ഫിക്കലുമായ ഈ സമീപനമാണ് അമിതേഷ് ഗ്രോവറിനെ വ്യത്യസ്ത നാക്കുന്നത്.

നാടകമെന്ന ചെറുപദം അമിതേഷിന്റെ ഭാവനാ ശൈലിയെ തൃപ്തിപ്പെടുത്തുന്നില്ല. അതുകൊണ്ടുതന്നെ വലിയ ഫെസ്റ്റിവലുകളായി ഇദ്ദേഹത്തിന്റെ തിയറ്റർ വർക്കുകൾ വിലയിരുത്തപ്പെടുന്നുണ്ട്. ഒരു പ്രത്യേകയിടത്ത് മാത്രമല്ല അമിതേഷിന്റെ അവതരണ നിർമ്മിതി പ്രയോഗിക്കപ്പെടുന്നത്. ഒരേ സമയം ഡൽഹിയിലും ബർലിനിലും അതു സംഭവിക്കും. കാലവും ദേശവും ഇടകലർന്നും വിരുദ്ധമായും സഞ്ചരിക്കും. നാട്യശാസ്ത്രം മുതൽ നവസാങ്കേതികവിദ്യകൾ വരെയും അതിൽ വിളക്കിച്ചേർത്തിരിക്കും. ഇട്ടാവട്ടത്തെ ഇത്തിരി വെട്ടത്തിനു മുന്നിൽ ഇളകിയാടുന്ന കഥപറച്ചിലുകളല്ല അമിതേഷിന്റെ അവതരണങ്ങൾ. മനുഷ്യന്റെ മാനസികാപഗ്രഥനവും സജീവതയും നിലനിർത്തി പ്രകൃത്യാനന്തര കാലത്തെ ഭാവനാശാലിയായ ഒരാൾ മുന്നോട്ട് കുതിക്കുകയാണ്. ഒരേ സമയം സർഗ്ഗാത്മകമായും 'അത്യന്താധുനികോത്തര'മായും ലോകമാനവന്റെ ആശയവിനിമയ രീതിശാസ്ത്രം നിർമ്മിക്കപ്പെടുന്നതിന്റെ ഇന്ത്യൻ മാതൃകയായിക്കൂടി അമിതേഷിന്റെ അവതരണങ്ങളെ വിലയിരുത്തേണ്ടതുണ്ട്.

നാഷണൽ സ്കൂൾ ഓഫ് ഡ്രാമയിലും ലണ്ടനിലെ യൂണിവേഴ്സിറ്റി ഓഫ് ആർട്സിലും പഠനം നടത്തിയ അമിതേഷ് ഗ്രോവർ ഇന്റർമീഡിയറ്റ് സ്പേസ് ബിറ്റ് വീൻ തിയറ്റർ, പെർഫോർമെൻസ് ആന്റ് ഇന്റർ ആക്ടീവ് ആർട്സ് എന്ന മേഖലയിൽ ലോകപ്രശസ്തനാണ്. ദുഃഖത്തിൽ (On Grief), സന്തോഷത്തിൽ (On Happiness), ഉറക്കത്തിൽ (On Sleep) തുടങ്ങിയുള്ള തുടരൻ (series) അവതരണങ്ങൾ അദ്ദേഹത്തെ ആഗോളതലത്തിൽ പ്രസക്തനാക്കി. തമിഴ്നാട്ടിലെ വിലാപകല അഥവാ മരണവീട്ടിലെ വാടകക്കരച്ചിലുകാരുടെ പെർഫോർമെൻസ് ട്രെയിനിങ്ങിനെ ആശ്രയിച്ച് ഓൺ മൗണിങ് (On Mourning) പോലുള്ളവയെ പരീക്ഷണോന്മുഖമായി പ്രേക്ഷകരിലെത്തിച്ച പ്രക്രിയ അത്യന്തം രസകരവും പുതുമയുള്ളതുമായിരുന്നു. അക്കാദമികമായിക്കൂടി ഇതിന് സാധൂകരണങ്ങൾ നിരത്താൻ അമിതേഷ് പരിശ്രമിച്ചു. നവതരംഗമായി ലോകത്തുടനീളം ഇൻസ്റ്റലേഷന്റെ സാദ്ധ്യതകൾ പ്രേക്ഷകരേറ്റെടുക്കുന്ന ഇക്കാലത്ത് അമിതേഷിന്റെ ശൈലീബോധനം കൂടുതൽ ചർച്ചയാവേണ്ടതുണ്ട്. 2008 ൽ കൊർണീലിയലൂതിയും മൈക്കേൾ വെബ്ബറുമായിച്ചേർന്ന് വിവിധ രാജ്യങ്ങളെ കൂട്ടിയോജിപ്പിച്ച് പരീക്ഷിച്ച ഇന്ററാക്ടീവ് ഡിജിറ്റൽ മീഡിയ ഇൻസ്റ്റലേഷൻ രാജ്യാന്തരങ്ങളിൽ വലിയ രീതിയിൽ ചർച്ച ചെയ്യപ്പെട്ടു.

ശ്രീലാൽ ശുക്ലയുടെ സുപ്രസിദ്ധ നോവൽ *രാഗ്ദർബാറി* (*Raag Darbari*) പുതുരംഗരീതികളെ ആശ്രയിച്ച് അവതരിപ്പിച്ചത് ശ്രദ്ധേയമായിരുന്നു. ഒരേ സമയം മൾട്ടിമീഡിയയും ശാസ്ത്രീയ സംഗീത സ്വാംശീകരണവും സാദ്ധ്യമാക്കി അപനിർമ്മിതിയുടെ പുതിയ നാടക രീതിലേക്ക്

ആനയിക്കാൻ അമിതേഷ് *രാഗ്ദർ ബാറി*യിലൂടെ ശ്രമിച്ചിരിക്കുന്നു. നോവലിനെ ആധുനിക നാടകക്കാരൻ ആശ്രയിക്കുമ്പോൾ ഉടലെടുക്കുന്ന വെല്ലുവിളികൾ മറികടക്കുക ശ്രമകരമാണ്. സ്വാതന്ത്ര്യാനന്തര ഇന്ത്യയുടെ അവസ്ഥാവിശേഷങ്ങൾ ഉത്തർപ്രദേശിലെ സാധാരണ മനുഷ്യരുടെ നിലനില്പിനെ എങ്ങനെയൊക്കെ ബാധിച്ചു എന്നു ചർച്ചചെയ്യുന്ന അവതരണം സത്യത്തിന്റെ പക്ഷത്തുനിന്നുകൊണ്ട് അവലോകനം ചെയ്യുകയായിരുന്നു അമിതേഷിലെ സംവിധായകൻ. സാറാമറിയത്തിന്റെ ലിഖിത പാഠവും സ്ഥലരംഗരൂപകല്പനയിൽ ആസിഫാഖിതിന്റെ സംഭാവനയും അമിതേഷിന് മികച്ച പിന്തുണ

അമിതേഷ് ഗ്രോവർ

നല്കി. വിദിശാ പുരോഹിത്വസ്ത്രരൂപകല്പനയിൽ സർഗ്ഗസംഭാവന നല്കി. രാജേഷ് സിങ് പ്രകാശവിതാനവും ശില്പാദത്ത സംഗീതവും നല്കിയ *രാഗ്ദർബാറി* ക്രമം തെറ്റി, കാലം തെറ്റി സംഭവിക്കുന്ന ദൃശ്യവ്യാഖ്യാനമായി പ്രേക്ഷകരെ ആസ്വാദനത്തിന്റെ സവിശേഷ തലത്തിലേക്ക് കൊണ്ടു ചെന്നെത്തിക്കുകയായിരുന്നു.

ലീക്ക്ലിഫോൾഡ്സ് (Leaky Folds), വാട്ട് ദ ഫ്രോഗ്സ് ഐസ് കെനോട്ട് ടെൽ ദ ബ്രയിൻ (What the frog's eyes cannot tell the brain), ബോക്സ്ക്യുറാ (Boxcura), കാഫ്കാസ്കാസിൽ (Kafka's Castle), ദ അബൻഡൻസ് (The Abudance), ഹൗ ടു ഒക്യുപൈ (How to Occupy), ഓൺ മൗണിങ് (On Mourning), സ്ലീപ്പ്സീരീസ് (SIeep 1, 2, 3), എൻകൗണ്ടർ 6134 (Encounter 6134), മഹഗൊണി എവരിവെയർ (Mahagonny Everywhere), ജിനോമോണി സിറ്റി (Ginomoni City), ടെൻഡർനെസ്സ് (Tenderness), ക്രൗഡ് കോൺഡോസീരീസ് (Crowd Condo 1, 2,), സ്ട്രെയ്ഞ്ച്ലൈൻസ് (Strange Lines), ഇലക്ട്രോണിക് സിറ്റി (Eletcronic City) തുടങ്ങി നിരവധി വിവര സാങ്കേതികാശ്രിത അവതരണങ്ങൾ അമിതേഷ് ഗ്രോവറിന്റെ ഉന്നതമായ ദൃശ്യാനുശീലനത്തിന്റെ ഉത്തമ ദൃഷ്ടാന്തങ്ങളാണ്. നാടകമെന്നു മാത്രം വിളിക്കാവുന്ന ഒന്നല്ല ഇവയുടെ സങ്കല്പനവും പ്രയോഗവും. സ്വപ്ന സമാനമായ മറ്റൊരു ലോകം സൃഷ്ടിച്ചുകൊണ്ട് യാഥാർത്ഥ്യത്തിന്റെ പരുക്കൻ വഴി നടത്തങ്ങളാണിവ. നിയത നിയമവ്യവസ്ഥകൾ ഈ അവതരണങ്ങൾക്കില്ല. ചുറ്റുവട്ടത്തെ കാര്യങ്ങൾ ശാസ്ത്രീയഗവേഷണത്തിലൂടെ സ്വയം അറി

യുകയും ടെലികാസ്റ്റിങ് സങ്കേതത്തിന്റെ സൈബർ സാദ്ധ്യതകളെ പ്രയോജനപ്പെടുത്തുകയും ചെയ്യുന്ന വിർച്ചൽ പ്ലേകളാണ് ഇവയൊക്കെ.

ഡൽഹി നാഷണൽ സ്കൂൾ ഓഫ് ഡ്രാമയിലെ അസിസ്റ്റന്റ് പ്രൊഫസർ കൂടിയാണ് അമിതേഷ് ഗ്രോവർ എന്ന മുപ്പത്തിയൊൻപതു കാരൻ. ഡൽഹിയിൽ പിറന്ന് രാജ്യാന്തര വേദികളിൽ തന്റേതായ ഇടം നേടി മാഷ് ഫിക്ക (MASH FICA 2018) പുരസ്കാര വേദിയിലും ഇന്ത്യയിലെ ബിസ്മില്ലഖാൻ പുരസ്കാര വേദിയിലും സമ്മാനിതനായ അമിതേഷ് ഇറ്റലി, ജർമ്മനി, ജപ്പാൻ, ആസ്ട്രേലിയ, സ്വിറ്റ്സർലന്റ്, ബ്രിട്ടൻ, സിങ്കപ്പൂർ, ലിത്വാനിയ തുടങ്ങിയ ഇടങ്ങളിലുള്ള തിയറ്റർ ഇടങ്ങളിൽ പ്രത്യേക ക്ഷണിതാവാണ്. അമേരിക്കയിലെ കൊർനെൽ സർവ്വകലാശാലയിലും (Cornell Universtiy) നാഷണൽ ഡിസൈൻ ഇൻസ്റ്റിറ്റ്യൂട്ടിലും ഡൽഹിയിലെ സ്കൂൾ ഓഫ് പ്ലാനിങ് ആന്റ് ആർക്കിടെക്ടിലെയും വിസിറ്റിങ് ഫാക്കൽറ്റിയുമാണ് അമിതേഷ് ഗ്രോവർ.

അമിതേഷ് കേരളത്തിൽ വന്നെത്തുകയാണ്. കേരള സംഗീത നാടക അക്കാദമിയുടെ ക്ഷണപ്രകാരമാണ് അദ്ദേഹം വരുന്നത്.

പാരമ്പര്യത്തിനെയും ആധുനികതയേയും ഒരേ സമയം ആദരിക്കുകയും അതിൽ ആത്മാർത്ഥമായി ഇടപെടുകയും ചെയ്യുന്ന അമിതേഷ് ഗ്രോവറിനെപ്പോലെ ഒരാൾ കേരളത്തിന്റെ സ്വന്തം അന്താരാഷ്ട്ര രംഗോത്സവത്തിന്റെ തലവനായി വന്നെത്തുന്നത് ചരിത്രമപരമായ ദൗത്യം കൂടിയാണ്. ഇന്ത്യൻ സംസ്ഥാനങ്ങളിൽ തിയറ്റർ മേഖലയിൽ ഏറ്റവും കൂടുതൽ പ്രവർത്തനങ്ങൾ നടക്കുന്നത് കേരളത്തിലാണ്. കേരളത്തിലെ നാടക പ്രവർത്തകരുടെ പരീക്ഷണ കുതൂഹലത്തിനു ശക്തികൂട്ടാൻ അമിതേഷിന്റെ വരവ് ഉപകരിക്കും എന്നു നമുക്കു പ്രതീക്ഷിക്കാം.

1980 വരെ നാടക രചിതാക്കളെക്കൊണ്ട് സമ്പന്നമായിരുന്ന ഇന്ത്യൻ നാടകവേദിയിൽ നാടകരചിതാക്കളുടെ എണ്ണം കുറഞ്ഞുപോയിട്ടുണ്ട്. അമിതേഷ് നാടകരചനാ മേഖലയെ ഗൗരവമായി നിരീക്ഷിക്കുന്നു. ഇറ്റ്ഫോക്ക് 2020 പ്ലേ റൈറ്റ്സ് പ്രോഗ്രാമായിരിക്കും എന്ന് അദ്ദേഹം പറഞ്ഞു. നിലവിൽ നാല്പതു വയസ്സിൽ താഴെയുള്ള ശക്തരായ ചില പ്രതിഭാധനർ നാടക രചനയിൽ ഇടപെടുന്നുണ്ട്. അവരിൽ കവികളും കഥാകൃത്തുക്കളുമുണ്ട്. അഭിഷേക് മജൂംദാർ, നീൽ ചൗധരി, കോൾ റൈറ്റ് തുടങ്ങി നാടകരചനയിൽ കഴിവു തെളിയിച്ചവർ ഇന്ത്യയിലുണ്ട്. നമ്മുടെ ശ്രദ്ധയിൽ ഇനിയും വന്നുപെടാത്ത യുവരചിതാക്കളെ കണ്ടെത്തണം. വിലയിരുത്തപ്പെടണം. ഇത്തവണത്തെ ഇറ്റ്ഫോക്കിൽ നാടകരചിതാക്കളെ മുൻനിർത്തിയുള്ള ശില്പശാലകൾ സംഘടിപ്പിക്കും. നാടകവായനയെ കേന്ദ്രീകരിച്ചുള്ള പ്രത്യേക പരിപാടികൾ ഉൾപ്പെടുത്താൻ അമിതേഷ് തീരുമാനിച്ചിട്ടുണ്ട്. നാടകവായന അതിൽ മുഖ്യമായ ഒരു അദ്ധ്യായമായിരിക്കും. അവതരണാനന്തര നാടക രചനയുടെ ഇക്കാലത്ത് പുതുരചിതാക്കളെ അന്വേഷിക്കുന്ന ഈ ചിന്ത കൂടുതൽ അർത്ഥപൂർണ്ണമാണ്.

ഞങ്ങൾ തമ്മിലുള്ള സൗഹൃദസംഭാഷണത്തിനിടയിൽ അദ്ദേഹം പറഞ്ഞ രണ്ടു മൂന്നു കാര്യങ്ങൾ കൂടി കുറിക്കുന്നത് ഉചിതമായി തോന്നുന്നു. നാഷണൽ സ്കൂൾ ഓഫ് ഡ്രാമ ഉൾപ്പടെയുള്ള രംഗകലാ പാഠശാലകളിലെ കരിക്കുലം പരിഷ്കരിക്കരിക്കപ്പെട്ടിട്ട് മുപ്പതു കൊല്ല ത്തോളമാകുന്നു. അതിൽ എൻ എസ് ഡി ഇന്ത്യയിലെ മുഴുവൻ നാടക പ്രവർത്തകരുടെയും റഫറൻസ് ഇടമായതിനാൽ അവിടത്തെ കരിക്കുലം പരിഷ്കരിക്കേണ്ടത് അത്യാവശ്യമാണ്. യുവാക്കളുടെ ജീവിത സമീപനം മാറിയിട്ടുണ്ട്. അവരിടപെടുന്ന സങ്കേതങ്ങൾ മാറിയിട്ടുണ്ട്. താല്പര്യ ങ്ങൾ, സ്വപ്നങ്ങൾ ഇവയെല്ലാം തന്നെ സാമൂഹിക സ്ഥിതിയുടെ മാറ്റത്താൽ പുതുവഴികൾ തേടുന്നുണ്ട്. ഈ പശ്ചാത്തലത്തിൽ കരിക്കുലം പരിഷ്കരിക്കുന്ന കാര്യം പരിഗണിക്കേണ്ടത് യുദ്ധകാലാടി സ്ഥാനത്തിലാവണം.

ഇന്ത്യൻ സാഹചര്യത്തിൽ തിയറ്റർ പ്രവർത്തനം

പലതുകൊണ്ടും ഇന്നു ദുഷ്കരമായിക്കൊണ്ടിരിക്കുകയാണ്. എഴു ത്തുകാരുടെയും സംവിധായകരുടെയും അഭിനേതക്കളുടെയുംമേൽ പതി ക്കുന്ന ഖഡ്ഗം അത്രയ്ക്ക് മൂർച്ചയുള്ളതാണ്. ഉറക്കെ സംസാരി ക്കുന്നവരെ കൊന്നു തള്ളുന്നതിന് മടിയില്ലാത്ത കാലം! ഇറ്റ്ഫോക്കും ഭാരത് രംഗ് മഹോത്സവവും മറ്റും ഇന്ത്യയിലെ എല്ലായിടത്തെയും യുവ നാടക പ്രവർത്തകരെ ആവേശപ്പെടുത്തുന്നുണ്ട്. എന്നാൽ കലാ കാരരുടെ നാവരിയുന്ന പ്രവണത വളർന്നു വരുന്നു. സർക്കാർ പോലും കലാകാരരെ നിരസിക്കുന്ന രീതി അപലപനീയമാണ്. അവർ നാടക ക്കാരെ ആക്രമിക്കുന്നുണ്ട്. സ്വാതന്ത്ര്യവും സൗന്ദര്യവും ഇവിടെ തകർ ക്കപ്പെടുന്നു. സംരക്ഷിക്കേണ്ടവർ ധ്വംസിക്കുന്ന അവസ്ഥ അവിശ്വസ നീയമാണ്.

ലോകത്താകമാനമുള്ള നാടകവേദി വളരുകയാണ്. പാശ്ചാത്യ നാടകവേദിയിൽ ലെബനിയൻ തിയറ്ററും മെക്സിക്കൻ തിയറ്ററും അതി ശക്തമായിക്കൊണ്ടിരിക്കുന്നു. പൊളിറ്റിക്കൽ തിയറ്റർ അവിടങ്ങളിൽ അർ ത്ഥപൂർണ്ണമാണ്. അപകടകരമായ നാടക പ്രവർത്തനം നടക്കുന്ന നാടു കളായി ഇവയെ വിലയിരുത്തേണ്ടതുണ്ട്. നമ്മുടെയും പൊളിറ്റിക്കൽ തിയറ്റർ അതിശക്തമാകേണ്ടതുണ്ട്. സാമൂഹിക നവനിർമ്മിതി തിയ റ്ററിലൂടെ സംഭവിച്ചുകൊണ്ടിരിക്കുന്ന നിരവധി രാജ്യങ്ങളുണ്ട്.

അത്തരം രാജ്യങ്ങളിൽ ജർമ്മനിയും ജപ്പാനും വളരെ മുന്നിലാണ്. ഇവിടങ്ങളിലൊക്കെ പോകുകയും അവിടുള്ള കലാകാരരുമായി കൂട്ടു പ്രവർത്തനം നടത്തുകയും ചെയ്തപ്പോൾ തിയറ്ററിന്റെ പ്രതികരണ ശക്തിയും നവീകരണ ശക്തിയും നമ്മൾ കൂടുതൽ ഗൗരവമായി എടു ക്കേണ്ടതുണ്ട് എന്നുതോന്നി.

ഏതൊരു തരം വിമർശനവും വിശകലനവും നാടകപ്രവർത്തനത്തെ പുരോഗതിയിലേക്ക് നയിക്കും. വിമർശിക്കണം. സാംസ്കാരിക പശ്ചാ

ത്തലം ഏതു തന്നെയായാലും വിമർശനാത്മക സമീപനം നമ്മളെ ഊർജ്ജസ്വലരാക്കും. കൂടുതൽ നാടകങ്ങൾ, രംഗരൂപങ്ങൾ ഉണ്ടാവുന്നതിന് വിമർശനങ്ങളും അഭിനന്ദനങ്ങളും ഒരുപോലെ ഉപകാരപ്പെടും. ഒരു ഇരുപതു കൊല്ലം കഴിയുമ്പോഴുള്ള ഇന്ത്യൻ നാടകവേദിയെ ഇന്നേ ഭാവനാപൂർണ്ണമായ മുന്നൊരുക്കങ്ങളിലൂടെ ലക്ഷ്യം വയ്ക്കേണ്ടതുണ്ട്. അതിനു കരുത്തുള്ളവർ ഇന്ത്യയിൽ നിരവധിയാണ്. സാമ്പത്തികവും ഭൗതികവുമായ കാര്യങ്ങളിൽ പ്രതീക്ഷാനിർഭരമായ കാര്യങ്ങൾ സംഭവിക്കാൻ തയ്യാറെടുപ്പുകൾ വേണം. ആദിൽ ഹുസൈനെപ്പോലെയും അഭിലാഷ്പിള്ളയെപ്പോലെയുമുള്ളവർ പുതുകാല ഇന്ത്യൻ തിയറ്ററിന്റെ ആദര പ്രതീക്ഷകളാണ്. ഇവരിൽനിന്നും ഉണ്ടായി വരുന്ന തുടർപ്രവർത്തനങ്ങൾ ഇന്ത്യൻ തിയറ്ററിനെ അന്താരാഷ്ട്ര പ്രശസ്തങ്ങളാക്കും.

നാടക പ്രവർത്തകർ 'തിയറ്റർ' എന്ന സംജ്ഞ കൂടുതൽ വ്യക്തതയോടെ മനസ്സിലാക്കേണ്ടുന്ന കാലമാണ് സമാഗതമാവുന്നത്. അവിടെ ന്യൂനചിന്തകൾ പാടില്ല, നൂതന ചിന്തകളാണ് ആവശ്യം. ആവേശകരമായ പുതിയ വഴികളിലൂടെ ഓരോ നാടകകാരനും സഞ്ചരിക്കുമ്പോൾ പെർഫോർമെൻസ് എന്നത് സ്ഥലകാല ക്രിയകളെ (Time - Space & Action) സമഗ്രമാക്കും. ചിലപ്പോഴൊക്കെ അപനിർമ്മിതികളും ബഹുശബ്ദങ്ങളും ഉയർന്നു വരും. ഭാഷാപാരമ്പര്യത്തിന്റെ കരുത്തിലൂടെ വളർന്നു മുന്നേറിയ നമ്മുടെ നാടകവേദി ദൃശ്യ പാരമ്പര്യത്തിന്റെ ബഹുസ്വരതയെ പരിലാളിച്ചുതുടങ്ങും. ഇവിടെ, ഇപ്പോൾ, എന്ത്? എങ്ങനെ? സംഭവിക്കുന്നു എന്ന കാര്യം കൂടുതൽ ഗൗരവം നേടും. സമാനതകളില്ലാത്ത ആകാശത്തേക്ക് ചിറകാർന്നു പറക്കുന്ന ഭാഷാതീത മാനവലോകം നാടകം സ്വപ്നം കാണും. അതു കൂടുതൽ അർത്ഥപൂർണ്ണമാകാൻ അമിതേഷ് ഗ്രോവറിനെപ്പോലുള്ള നവനാടക സ്വപ്നാടകർ നമുക്ക് വെളിച്ചമായി തീരേണ്ടതുണ്ട്.

സുനിൽ ഷാൻബാഗിന്റെ തമാശ

'Shakespeare's problem play solved by a buoyant Gujarati staging from Mumbai!'

അരങ്ങിൽ വ്യാഖ്യാനിക്കപ്പെടുന്ന ചിന്താഭാവങ്ങളോട് കാഴ്ചക്കാരൻ വിവേക വികാരങ്ങളുടെ അടിസ്ഥാനത്തിൽ സംവദിക്കുമ്പോഴാണ് തിയറ്ററിന്റെ ധർമ്മം സമ്പൂർണ്ണമാകുന്നത്. അത് ഭാഷയുടെയും സംസ്കാരത്തിന്റെയും അതിരിടങ്ങൾ ലംഘിച്ച് സഞ്ചരിക്കും. അരങ്ങിൽനിന്നും പ്രേക്ഷകഹൃദയത്തിലേക്ക് ഒഴുകിപ്പരന്നു നടക്കും. അത്തരത്തിൽ ഇന്ത്യയിൽനിന്നും ഷേക്സ്പിയറുടെ നാട്ടിൽ ഗ്ലോബ് തിയറ്ററിലേക്ക് പരന്നൊഴുകിയ ഒരു നാടകത്തിനെക്കുറിച്ച് വന്ന നിരൂപണക്കുറിപ്പിന്റെ അവസാന വരിയാണ് മുകളിൽ കുറിച്ചത്. ഒരിന്ത്യൻ സംവിധായകന്റെ ഭാവനാവിലാസത്തിനു കിട്ടിയ അംഗീകാരം. സംവിധായകൻ സുനിൽ ഷാൻബാഗ്!

സുനിൽ ഷാൻബാഗ്

ഇന്ത്യൻ തിയറ്ററിൽ ഗൗരവമായി ഇടപെടുന്നവർക്ക് സുനിൽ ഷാൻബാഗ് സുപരിചിതനാണ്.

മറാത്തി തിയറ്ററിന്റെ പതിവു നാടകശീലങ്ങൾക്ക് ആധുനികമായ രാഷ്ട്രീയ സാമൂഹ്യമാനങ്ങൾ നല്കുന്നതിൽ ഷാൻബാഗിന്റെ നാടകങ്ങൾ ഉന്നതമായ മതിപ്പു നേടിയിട്ടുണ്ട്. ടാഗോറിന്റെ *തപാലാപ്പീസ്, വാക്കിങ് ടു സൺ, ഡ്രീംസ് ഓഫ് തലീം, കോട്ടൺ 56 പോളിസ്റ്റർ 84, സെക്സ് മൊറാലിറ്റി ആന്റ് സെൻസർഷിപ്പ്, മാരോ പിയു ഗയോ രംഗൂൺ, ലൊറേറ്റ, ക്ലബ്ബ് ഡിസയർ, സ്റ്റോറീസ് ഇൻ എ സോങ്* തുടങ്ങി ധാരാളം ശ്രദ്ധേയമായ നാടകങ്ങൾ ഷാൻബാഗ് സംവിധാനം ചെയ്തു.

ഷേക്സ്പിയറുടെ *ആൾസ് വെൽ ദാറ്റ് എൻഡ്സ് വെൽ* (All's Well That Ends Well) എന്ന നാടകത്തിന്റെ ഗുജറാത്തി രംഗഭാഷ്യം, 2012 ൽ ലണ്ടനിൽ നടന്ന ഗ്ലോബ് ടു ഗ്ലോബ് ഫെസ്റ്റിവലിലേക്ക് ക്ഷണിക്കപ്പെട്ടു. ടോം ബേർഡ് (Tom Bird) ആയിരുന്നു ഫെസ്റ്റിവൽ ഡയറക്ടർ. ഷേക്സ്പിയറുടെ 37 നാടകങ്ങൾ 37 ഭാഷകളിൽ അണിനിരന്ന അന്താരാഷ്ട്ര നാടകമേള. സുനിൽ ഷാൻബാഗ് സംവിധാനം ചെയ്ത നാടകം ഈ മഹാമേളയിൽ ഉജ്ജ്വല സാന്നിദ്ധ്യമായി മാറി.

ഷേക്സ്പിയർ നാടകങ്ങളുടെ പട്ടികയിൽ ശുഭപര്യവസാന (Comedy Play) നാടകഗണത്തിൽ പെടുന്ന *ആൾസ് വെൽ ദാറ്റ് എൻഡ്സ് വെൽ* ലണ്ടനിൽ പത്തിടങ്ങളിൽ കൂടുതൽ കളിച്ചു. മുംബൈ ആസ്ഥാനമാക്കി പ്രവർത്തിക്കുന്ന അർപ്പണതിയറ്റർ കമ്പനിയാണ് ഈ നാടകം അരങ്ങിലെത്തിച്ചത്. എന്റെ കാമുകി രംഗൂണിലേക്ക് പോയി 'മാരോ പി യു ഗായോ രംഗൂൺ' (MaroPiyuGayo Rangoon) എന്ന പേരിൽ, ഗുജറാത്തി ഭാഷയിൽ, നാടോടി പരമ്പരാഗത രംഗരൂപമായ ഭംഗ്വാദി (Bhangwadi) ശൈലി പിൻതുടർന്ന് ഈ നാടകം മുംബൈ സ്വദേശിയായ സുനിൽ ഷാൻബാഗിലൂടെ പിറവിയെടുത്തു. ഷേക്സ്പിയറുടെ നാട്ടിലെ പ്രേക്ഷകരാൽ നാടകം ആദരിക്കപ്പെട്ടു. ഇത് ഒരു ഒറ്റപ്പെട്ട അംഗീകാരമാണ്. ഒരു സാംസ്കാരിക പരിസരം മറ്റൊരു സാംസ്കാരിക മേഖലയുടെ ആദരവ് നേടുകയെന്നാൽ അതൊരു രാഷ്ട്രീയ പ്രവർത്തനവും സ്വാതന്ത്ര്യ പ്രഖ്യാപനവും കൂടിയാണ്.

പരുത്തി വ്യവസായവും കൈത്തറി നിർമ്മാണവുമായി ബന്ധപ്പെട്ടു പ്രവർത്തിക്കുന്നവരുടെ ജീവിതം പശ്ചാത്തലമാക്കി അവതരിപ്പിച്ച കോട്ടൺ 56, പോളിസ്റ്റർ 84 എന്ന നാടകം ശക്തമായ രാഷ്ട്രീയം ചർച്ച ചെയ്തു. ഗിർണാനിലെ ഗിരൺഗാവോൺ ഗ്രാമത്തിൽനിന്നും വ്യവസായ നഗരമായ മുംബൈയിൽ വന്നെത്തിയ സാധാരണ മനുഷ്യരുടെ ജീവിതമാണ് പശ്ചാത്തലം. 1840 മുതൽ 1860 വരെയുള്ള മുംബൈയുടെ വ്യാവസായ വളർച്ചാക്കാലത്തിന്റെ തിക്കിലും തിരക്കിലും പെട്ടുപോയവരുടെ കഥയാണത്. കടുത്ത ദാരിദ്ര്യവും കഷ്ടപ്പാടുംകൊണ്ടു വലഞ്ഞവരുടെ സമരകഥ. ഒരു നാടകം അതിന്റെ അവതരണതലത്തിൽ ആശയപരമായ സംഘട്ടനത്തിലേർപ്പെടുമ്പോൾ കൈവരുന്ന ജനകീയ പരിവർത്തനത്തെ കോട്ടൺ 56, പോളിസ്റ്റർ 84 സാധൂകരിക്കുന്നു. അതുകൊണ്ട് മാദ്ധ്യമങ്ങളും ഇതേറ്റെടുത്തു. രാമു രാംനാഥിന്റെ കൃതി

വിജയ് തെണ്ടുൽക്കർ

ചേതൻ ദത്താർ പരിഭാഷപ്പെടുത്തിയതിനെ ആശ്രയിച്ചാണ് ഷാൻബാഗ് നാടകമൊരുക്കിയത്. ദേവദത്തസേബിൾ സംഗീതവും വിവേക് ജാദവിന്റെ രംഗവിധാനവും നാടകത്തെ മികവുറ്റതാക്കി. 2007 ലെമെറ്റാ അവാർഡിന് അർഹമായ നാടകം കൂടിയാണിത്.

വിജയ് തെണ്ടുൽക്കറിന്റെ *സഖാറാംബയ്ണ്ടർ* നാടകത്തിന്റെ നവവായനയിലൂടെ ഇന്ത്യയിൽ വാർത്ത സൃഷ്ടിച്ച നാടകമാണ് സുനിൽ ഷാൻബാഗ് സംവിധാനം ചെയ്ത *സെക്സ് മൊറാലിറ്റി ആന്റ് സെൻസർഷിപ്പ്*. രചയിതാവിന്റെ കൂടി സാന്നിദ്ധ്യത്തിൽ ഈ നാടകം പ്രതിരോധത്തിൽ അകപ്പെട്ടു. മഹാരാഷ്ട്രയിലെ ജാതി വിഭാഗീയതയുടെ ക്ലിഷ്ട വാസനകൾ തുറന്നടിച്ചു പറയുകയായിരുന്നു ഷാൻബാഗ്. ശക്തമായ സാമൂഹ്യ പ്രവർത്തനമാണ് ഇദ്ദേഹത്തിന് നാടകം. സ്വയം ഏറ്റെടുത്തു നടത്തുന്ന സമരങ്ങൾ. രണ്ടരമണിക്കൂർ വരുന്ന ഈ നാടകം അന്ന് വാർത്തകളിൽ നിറഞ്ഞു. ജാതിക്കോമരങ്ങളെ പ്രകോപിപ്പിക്കുകയും ദുർനിയമങ്ങളെ വെല്ലുവിളിക്കുകയും പ്രേക്ഷകരെ അതേസമയം രസിപ്പിക്കുകയും ചെയ്ത നാടകമാണ് *സെക്സ് മൊറാലിറ്റി ആന്റ് സെൻസർഷിപ്പ്*. ഇതെന്തിന്? എന്തുകൊണ്ടിങ്ങനെ? എന്നുറക്കെ ചോദിച്ചതിനാൽ ഈ നാടകം അവതരണ വേളയിൽ ആക്രമിക്കപ്പെട്ടു. അരുതെന്ന് എന്തിന് പറയുന്നു? ആർ പറയുന്നു? എന്നു ചോദിച്ച നാടകമാണ് *സെക്സ് മൊറാലിറ്റി ആന്റ് സെൻസർഷിപ്പ്*. സഖാറാം ബയണ്ടർ 1970 ൽ എഴുതപ്പെട്ട നാടകമാണ്. ഈ നാടകം ആദ്യമായി അവതരിപ്പിച്ച വേളയിൽ അണിയറയിൽ പ്രവർത്തിച്ചവർ അഭിമുഖീകരിച്ച വെല്ലുവിളികൾ കേസ് ഡയറിയായി ഏറ്റെടുത്താണ് സുനിൽ ഷാൻബാഗ് *സെക്സ് മൊറാലിറ്റിയും സെൻസർഷിപ്പും* ഒരുക്കിയത്. ശാന്താഗോഖലേയും ഇരാവതികാർണിക്കും വികസിപ്പിച്ച തിയറ്റർ ടെക്സ്റ്റിന്റെ കരുത്ത് സംവിധായകന്റെ ശബ്ദത്തിന് കനം വയ്പ്പിച്ചു.

ഗോവയിലെ ദ്വീപസമൂഹത്തിന്റെ പശ്ചാത്തലത്തിൽ വംശീയതയുടെ, ഭാഷയുടെ, സംസ്കാരത്തിന്റെയൊക്കെ അവലോകനം നടത്തിയ നാടകമാണ് *ലൊറേറ്റ*. 'ആദ്യം' തിയറ്ററാണ് *ലൊറേറ്റ*യുടെ അവതരണം നിർവ്വഹിച്ചത്. ഗോവൻ സാഹിത്യകാരൻ പുണ്ഡലിക്നായ്ക്കിനെ കൊണ്ട് എഴുതിച്ച നാടകകൃതിക്കുമേൽ കൊങ്കണി

സാഹിത്യവും ഇംഗ്ലീഷും ഇഴചേർത്ത് സംഗീത സാന്ദ്രമായ പശ്ചാത്തലത്തിൽ പരമ്പരാഗത ചിത്രപടമൊരുക്കി നൂതനവും തനതുമായിരംഗരചന നടത്താൻ ഷാൻബാഗിനു സാധിച്ചു എന്ന് നിരൂപകർ വിലയിരുത്തി.

ഇന്ത്യയിലെ എല്ലാ മഹാനഗരങ്ങളിലും സുനിൽ ഷാൻബാഗിന്റെ നാടകങ്ങൾ അവതരിപ്പിച്ചിട്ടുണ്ട്. ജർമ്മനി, ലണ്ടൻ തുടങ്ങിയ രാജ്യങ്ങളിലും ഇദ്ദേഹത്തിനു സ്വന്തം നാടകരീതി പരിചയപ്പെടുത്താൻ അവസരം കിട്ടിയിട്ടുണ്ട്. കേരളത്തിന്റെ സ്വന്തം നാടക മേളയിലും (ഇറ്റ്ഫോക്ക്) ഇദ്ദേഹത്തിന്റെ നാടകം പ്രശംസ നേടിയിരുന്നു. വിവാദങ്ങളെ കൂട്ടുപിടിക്കുമ്പോഴും വ്യത്യസ്തവും സുതാര്യവുമായ നാടകരീതികൾ കൊണ്ട് വിസ്മയം തീർത്ത വ്യക്തിത്വമാണ് സുനിൽ ഷാൻബാഗ്. ധീരവും വിശാലവുമായ തന്റെ സർഗ്ഗസഞ്ചാരങ്ങളിലൂടെ അരനൂറ്റാണ്ടിന്റെ നാടകചരിത്രം ഇദ്ദേഹത്തിനു പറയാനുണ്ട്. ഒന്നിനൊന്നു വ്യത്യസ്തമായ നിരവധി നാടകങ്ങൾ ഷാൻബാഗ് ഇക്കാലഘട്ടത്തിൽ ഇടതടവില്ലാതെ ചെയ്തു. നാടകം ഐച്ഛിക വിഷയമാക്കി ഒരു യൂണിവേഴ്സിറ്റിയിൽ നിന്നും ഇദ്ദേഹം സർട്ടിഫിക്കറ്റ് നേടിയില്ല. അക്കാദമിക് പരിവേഷത്തിന്റെ തണലിടങ്ങൾ തേടാതെ സ്വകീയമായി ഏറക്കുറെ ജനകീയമായ നാടകങ്ങളുടെ പ്രണേതാവായി പേരെടുക്കുകയായിരുന്നു ഷാൻബാഗ്. ഇദ്ദേഹത്തിന്റെ നാടകങ്ങൾ സമൂഹത്തിലുണ്ടാവുന്ന രാഷ്ട്രീയ മാറ്റങ്ങളുടെ വെളിപാടുകളുമായി തട്ടിച്ചുകൂടി വിലയിരുത്തേണ്ടതുണ്ട്. നാടകകലയുടെ 'മെറ്റാഫിസിക്കൽ' സ്വാധീന മേഖലയിൽ ഇദ്ദേഹത്തിന്റെ സംവിധാന സംരംഭങ്ങൾ വരുംകാലങ്ങളെ എത്രകണ്ട് ശക്തമാക്കാൻ പ്രാപ്തമാണ് എന്നും ചിന്തിക്കണം. അപ്പോഴേ ഇന്ത്യൻ പൊളിറ്റിക്കൽ തിയറ്ററിന് ഇദ്ദേഹം നല്കിവരുന്ന സംഭാവനകളുടെ കണക്കെടുപ്പ് പൂർത്തിയാവുകയുള്ളൂ.

നാടകസാഹിത്യം മാനിക്കപ്പെടണമെന്നും മറാത്തി നാടക സാഹിത്യ ശാഖ ശക്തമാണെന്നും ഇദ്ദേഹം അഭിപ്രായപ്പെടുന്നു. ഗോവിന്ദ് ദേശ്പാണ്ഡെ, ഗോപു ദേശ്പാണ്ഡെ തുടങ്ങിയവർ രാഷ്ട്രീയ നാടകങ്ങൾ കൊണ്ട് മറാത്തി തിയറ്ററിനെ ശക്തമാക്കി. വിജയ് തെണ്ടുൽക്കർ കൃതിപക്ഷനാടകങ്ങളാൽ രാജ്യത്തുടനീളം പുത്തനുണർവ്വു നല്കിയവരിൽ പ്രധാനിയാണ്. *മുംബൈ കെ കവ്ള*യും *കിസ്സ*യും *ശോഭായാത്ര*യും രചിച്ച ഷഫാദ് ഖാനും *സാന്ധാ* എഴുതിയ രാജീവ് നായ്ക്കും മറാത്തി ഭാഷാ ലോകത്തെ നാടക രചിതാക്കളുടെ പുത്തൻ തലമുറയിലെ പ്രമുഖരാണ്. ഇവരെല്ലാം ഭാഷയെ ആദരിച്ചുകൊണ്ട് നാടകകൃതികൾ എഴുതുന്നവരാണ്. കൃതിയിൽ നിന്നാണ് നാടകം ആരംഭിക്കേണ്ടത്. നാടക രചനാപാരമ്പര്യം നിലനിർത്തിക്കൊണ്ടാണ് മറാത്തി തിയറ്റർ ഇന്നും മുന്നോട്ടു പോകുന്നത്. സംഭാഷണ പ്രധാന നാടകങ്ങൾ തന്റെ താല്പര്യമാണെന്ന് ഇദ്ദേഹം അടിവരയിട്ടു പറയുന്നുണ്ട്. ഇന്ത്യൻ നാടകകൃത്തുക്കളിൽ ഗിരീഷ് കർണ്ണാടും മഹേഷ് എൽക്കുഞ്ചുവറും ശാന്താഗോഖലേയും ധർമ്മകീർത്തിസാവന്തും

തനിക്ക് ഇഷ്ടപ്പെട്ടവരാണ്.

കൃതിയെ നിരസിക്കുന്ന തരത്തിലല്ല നാടകം ഉരുത്തിരിയേണ്ടത്. ചർച്ച ചെയ്യുന്ന നാടക സന്ദേശത്തിന്റെ ആകത്തുക ഉള്ളടങ്ങിയിരിക്കുന്നത് നാടകകൃതിയിലാണ്. കഥാപാത്രങ്ങളുടെ സംഭാഷണങ്ങളിലൂടെ ഉരുത്തിരിയുന്ന രംഗക്രിയകൾ ചിത്രകലയിലെന്നവണ്ണം വേദിയിലേക്ക് എടുത്തു വയ്ക്കുന്ന ശൈലിയാണ് തനിക്കിഷ്ടം. അതേ സമയം ഏതെങ്കിലും ഒരു ശൈലിയുടെ വക്താവാകുക പരിഹാസ്യവുമാണ്. സമൂഹത്തോട് വിളിച്ചു പറയേണ്ടുന്ന കാര്യങ്ങൾ എത്രയും ശക്തമായി അവതരിപ്പിക്കാൻ വേണ്ടുന്ന ശൈലി കണ്ടെത്തുകയാണ് തന്റെ രീതിയെന്നും സുനിൽ ഷാൻബാഗ് പറയുന്നു.

സത്യദേവ് ദുബേയുടെ നാടകക്കളരിയിലൂടെ സുനിൽ ഷാൻബാഗ് 1974 കാലഘട്ടത്തിലാണ് തിയറ്ററിലേക്ക് കടന്നുവരുന്നത്. അഭിനേതാവെന്ന നിലയിൽ സത്യദേവ് ദുബേയുടെ നാടകങ്ങളിൽ ഷാൻബാഗ് പങ്കെടുത്തു. പ്രകാശസംവിധാനമാണ് മറ്റൊരു ഇഷ്ടമേഖല. 62 വയസ്സു പിന്നിടുമ്പോഴും ലൈറ്റിങ് വർക്ക്ഷോപ്പുകൾ സംഘടിപ്പിച്ചും അർപ്പണ തിയറ്ററിൽ ഇടപെട്ടും നാടകഭ്രമം കൈവെടിയാതെ ഊർജ്ജസ്വലനായി ഓടി നടക്കുകയാണ് ഇദ്ദേഹം.

കേന്ദ്ര സംഗീത നാടക അക്കാദമി കഴിഞ്ഞ വർഷം മികച്ച സംവിധായകനായി പ്രഖ്യാപിച്ച് അവാർഡ് നല്കാൻ തീരുമാനിച്ചപ്പോഴും പ്രതിബന്ധങ്ങളിൽ ഇദ്ദേഹം അകപ്പെട്ടിരുന്നു. ഇദ്ദേഹത്തിന് പ്രഖ്യാപിച്ച അവാർഡ് പിൻവലിക്കണമെന്ന് തീവ്രവലതുപക്ഷസംഘടനകൾ ആവശ്യപ്പെട്ടു. എതിർപ്പുകളെ മറികടന്നും വിവാദങ്ങളെ തള്ളിക്കളഞ്ഞും ഷാൻബാഗ് നാഷണൽ അവാർഡ് കൈപ്പറ്റി.

സർക്കാർ സംവിധാനങ്ങളിൽ നിന്നും പണം സ്വീകരിക്കുന്നത് അപകടമാണെന്നും അത് തന്റെ സർഗ്ഗസഞ്ചാരത്തിന്റെ വഴിമുടക്കുമെന്നും സുനിൽ ഷാൻബാഗ് പല തവണ പറഞ്ഞിട്ടുണ്ട്. ഒരു സ്ഥിരം നാടകവേദിയുടെ സ്ഥാപന ഇന്ത്യൻ സാഹചര്യത്തിൽ കടുത്ത വെല്ലുവിളികളെ നേരിടുന്നുണ്ട്. കോർപ്പറേറ്റുകൾ വച്ചുനീട്ടുന്ന ഫണ്ടിനും അപകടമുണ്ട്. പലപ്പോഴും കലാകാരന്റെ ശബ്ദം അവർ തടഞ്ഞുവയ്ക്കും, നിയന്ത്രിക്കും. ഇതും തനിക്കിഷ്ടമല്ല. സാമ്പത്തിക പ്രശ്നങ്ങളാണ് സ്വതന്ത്രകലാകാരനെ എന്നും, എപ്പോഴും അലട്ടുന്നത്.

അർപ്പണതിയറ്റർ കമ്പനിയുടെ നടത്തിപ്പ് പൂർണ്ണമായും ടിക്കറ്റ് വിറ്റു കിട്ടുന്ന വരുമാനംകൊണ്ടു മാത്രമാണ്. 1985 ൽ മഹാരാഷ്ട്രയിൽ സ്ഥാപിതമായ അർപ്പണതിയറ്റർ കമ്പനി അർത്ഥപൂർണ്ണമായ നാടക പ്രസ്ഥാനമായി വളരെപ്പെട്ടെന്ന് വളർന്നു. തിയറ്റർ രംഗത്തെ തലയെടുപ്പുള്ളവർ അർപ്പണയുമായി ബന്ധപ്പെട്ടു പ്രവർത്തിച്ചു. വിജയ്തെണ്ടുൽക്കറുടെ മത്യാദ്ദില (Mat Yad Dila) അർപ്പണയ്ക്കുവേണ്ടി *ആകർഷ്ഖുരാന* സംവിധാനം ചെയ്തു. സുനിൽ ഷാൻബാഗ് തന്നെ സംവിധാനം നിർവ്വഹിച്ച സൈക്കിൾ വാലയും അർപ്പണയെ ഗൗരവമുള്ള തിയറ്റർ സംഘ

മാക്കുന്നതിൽ നിർണ്ണായക പങ്കു വഹിച്ചു. ആദിരംഗാചാര്യയുടെയും മറ്റും കൃതികൾ അരങ്ങത്തെത്തിച്ചു പ്രശംസ നേടിയ സംഘം കൂടിയാണ് അർപ്പണ. ഉത്കർഷ് മജുംദാറും വിനോദ് രംഗനാഥും സംവിധാന രംഗത്ത് കഴിവു തെളിയിച്ചത് അർപ്പണയിലൂടെയാണ്. ഈ അടുത്ത കാലത്ത് മാധ്യമശ്രദ്ധ നേടിയ അർപ്പണയുടെ നാടകമാണ് *ദീവാർ* (Deewar). പൃഥിരാജ് കപൂറിന്റെ കേൾവിപ്പെട്ട നാടകത്തിന്റെ പുനരാഖ്യാനം നിർവ്വഹിച്ച *ദീവാർ* ഷാൻബാഗ് നാടകങ്ങളിലെ ഉത്സവസമാനമായ രംഗ ഭാഷ്യമാണ്.

നാഷണൽ സ്കൂൾ ഓഫ് ഡ്രാമയുടെ നേതൃത്വത്തിൽ നടന്ന തിയറ്റർ ഒളിമ്പിക്സിനെതിരെ അദ്ദേഹം ശക്തമായി പ്രതികരിക്കുന്നു. 'എത്ര കോടി രൂപയാണ് അതിനായി വാരിയെറിഞ്ഞത്. എനിക്കതിൽ ദേഷ്യമുണ്ട്. സാമ്പത്തികമായി മോശം സാഹചര്യങ്ങൾ അഭിമുഖീകരിച്ചു കൊണ്ട് നിരന്തരം നാടക പ്രവർത്തനം നടത്തുന്ന എന്നെപ്പോലുള്ള ആയിരക്കണക്കിനു പേർ ഇന്ത്യയിൽ ഉടനീളമുണ്ട്. ഞങ്ങളാണ് ഇന്ത്യൻ തിയറ്ററിനെ സൃഷ്ടിക്കുന്നവർ.' ഷാൻബാഗിന്റെ വാക്കുകളാണിത്. മഹാ ഭൂരിപക്ഷം വരുന്ന യഥാർത്ഥ നാടക പ്രവർത്തകരെ കണ്ടില്ല എന്നു നടിച്ചു കൊണ്ടാണ് രാജ്യത്തുടനീളം തിയറ്റർ ഒളിമ്പിക്സ് സംഘടിപ്പിച്ചത്. ഏതെങ്കിലുമൊരു തിയറ്റർ കമ്യൂണിറ്റിയോട് അവർ ഒന്നും ചർച്ച ചെയ്തില്ല. ധാർഷ്ട്യത്തോടെ ഇന്ത്യയിലെ മുഴുവൻ നാടകക്കാരുടെയും ഉത്തരവാദിത്വം ഏറ്റെടുക്കുകയാണ് നാഷണൽ സ്കൂൾ ഓഫ് ഡ്രാമ ചെയ്തത്, ചെയ്തു കൊണ്ടിരിക്കുന്നത്. വർഷത്തിൽ മുപ്പതിൽത്താഴെ മാത്രം വരുന്ന തിയറ്റർ പ്രൊഫഷണലുകളെ സൃഷ്ടിക്കുന്നതിനായുള്ള വ്യർത്ഥ സ്ഥാപനമായി എൻ എസ് ഡിയെ ഞാൻ നോക്കിക്കാണുന്നു എന്ന് ഷാൻബാഗ് പറഞ്ഞു. മാറിമാറി വരുന്ന ഡയറക്ടർമാരുടെ ഇച്ഛയ്ക്ക നുസരിച്ച് മാറിമറിയുകയാണ് ആ സ്ഥാപനത്തിന്റെ പ്രവർത്തനം. ഉദ്ദേശ്യ ലക്ഷ്യങ്ങൾ നിരന്തരം തകിടം മറിയുന്നുണ്ട്. എൻ എസ് ഡിയുടെ പ്രവർത്തനങ്ങൾ ഞങ്ങളുടെ സർഗ്ഗവ്യാപാരത്തിനെ ഒരിക്കലും സ്വാധീനിക്കുന്നില്ല. സുനിൽ ഷാൻബാഗിന്റെ വാക്കുകളിൽ അമർഷമുണ്ട്. മുപ്പത്തിയഞ്ചു വർഷത്തിലേറെയായി വർത്തമാനകാല ഇന്ത്യൻ തീയറ്ററിന്റെ വേറിട്ട സാന്നിദ്ധ്യമായ അദ്ദേഹത്തിന്റെ 'തിയറ്റർ തമാശ' നാടക പഠനകേന്ദ്രം സാമ്പത്തിക പ്രതിസന്ധികൊണ്ട് അടച്ചുപൂട്ടേണ്ടി വന്ന സാഹചര്യം കണക്കിലെടുത്താൻ സുനിൽ ഷാൻബാഗിന്റെ ഇത്തരം പ്രതികരണങ്ങൾ സ്വാഭാവികമാണെന്നു മനസ്സിലാക്കാം.

2014 ൽ ആരംഭിച്ച 'തിയറ്റർ തമാശ' യുവാക്കളെ തിയറ്ററിലേക്ക് ആകർഷിക്കാനായി സ്ഥാപിച്ചതാണ്. സാമ്പത്തിക പ്രതിസന്ധി കാരണം കഴിഞ്ഞ മാർച്ചിൽ തിയറ്റർ തമാശ അടച്ചുപൂട്ടി. യുവാക്കളുടെ നാടകാവബോധം സജീവമാക്കുന്ന തരത്തിൽ തിയറ്റർ തമാശ പുനരുജ്ജീവിപ്പിക്കണമെന്ന് സുനിൽ ഷാൻബാഗ് വിചാരിക്കുന്നു. നാടകം അവതരിപ്പിക്കുന്നതു മാത്രമാണ് നാടകപ്രവർത്തനം എന്ന ധാരണ തിരുത്ത

പ്പെടേണ്ടതുണ്ട്. തിയറ്റർ വർക്ക്ഷോപ്പുകൾ, ആക്ടിങ് ക്ലാസുകൾ, നാടക വായന ഇതെല്ലാം നാടക പ്രവർത്തനത്തിന്റെ ഭാഗമാണ്. നാല്പതോ എൺപതോ പേർക്ക് ഇരുന്നു കാണാൻ സാധിക്കുന്ന ചെറിയ ഓഡിറ്റോറിയം തിയറ്റർ തമാശയ്ക്കായി പണിയണം. *മാര്യേജ് ഓലോഗി (Marriage - Ology), ബ്ലാങ്ക് സ്പേസ് (Blank space), വെയിറ്റിങ് ഫോർ നസീർ (Waiting for nazeer)* എന്നിങ്ങനെയുള്ള നാടകങ്ങൾ തിയറ്റർ തമാശയുടേതായി അവതരിപ്പിച്ചിട്ടുണ്ട്. ഇന്ത്യയിലെ മഹാനഗരങ്ങളിലുള്ള കലാ സ്ഥാപനങ്ങളുമായി കൂട്ടുചേർന്ന് നൃത്തം, സംഗീതം, സാഹിത്യം തുടങ്ങി തുടർകലാപ്രവർത്തനങ്ങൾ നടത്തുക എന്നതും തിയറ്റർ തമാശ മുന്നോട്ടുവയ്ക്കുന്ന ആശയമാണ്.

ഇതൊക്കെ ലക്ഷ്യത്തിലെത്തിക്കുകയാണ് ഇദ്ദേഹത്തിന്റെ സ്വപ്നം. നാടക പ്രവർത്തകർ അഭിമുഖീകരിക്കുന്ന ജീവിതപ്രശ്നങ്ങൾ മുതൽ എല്ലാ ഘടകങ്ങളിലും ധനം വേണം. ധനമില്ലാതെ ഒരു സ്വപ്നവും സാക്ഷാൽക്കരിക്കപ്പെടില്ല.

ഇന്ത്യയെ പ്രതിനിധീകരിച്ച് ലോകരാജ്യങ്ങൾക്കുമുമ്പിൽ കാഴ്ച വയ്ക്കുന്ന നാടകങ്ങൾ പണക്കൊഴുപ്പുള്ളവരുടെയും സർട്ടിഫിക്കറ്റിന്റെ പിൻബലമുള്ളവരുടെയും കൂത്തരങ്ങാണ് എന്നാണ് ഇദ്ദേഹത്തിന്റെ അഭിപ്രായം. ഇതിനോട് യോജിക്കുന്ന നാടക പ്രവർത്തകർ കേരളത്തിലും നിരവധിയാണ്. പക്ഷേ, സുനിൽ ഷാൻബാഗിനെപ്പോലെ തുറന്നു പറയാൻ കരുത്തു കാണിക്കുന്നവരുടെ എണ്ണം വളരെ കുറവു തന്നെ. സുനിൻ ഷാൻബാഗ് എന്ന വ്യത്യസ്തനായ തിയറ്റർ ആക്ടിവിസ്റ്റ് നാടകത്തിലൂടെയും വാക്കുകളിലൂടെയും ധീരമായ സ്വന്തം നിലപാടുകൾ ഉദ്ഘോഷിക്കുകയാണ്. ഇന്ത്യൻ പൊളിറ്റിക്കൽ തിയറ്ററിന്റെ വേറിട്ട സർഗ്ഗ ലോകത്തിന് ഉടമയായ ഷാൻബാഗ് രാഷ്ട്രീയത്തിനുവേണ്ടി രാഷ്ട്രീയം കളിച്ചു കാണിക്കുന്ന ആളല്ല താനെന്നും തുറന്നടിക്കുന്നു.

അമേരിക്ക നാടകം കളിക്കുന്നുണ്ടോ?

അമേരിക്കൻ നാടക വേദിയുടെ വർത്തമാനകാല അവസ്ഥയെപ്പറ്റി ചർച്ച ചെയ്യുന്നവർ നമുക്കിടയിൽ കുറവാണ്. യൂജിൻ ഒനീലിനപ്പുറവും ഇപ്പുറവും അന്വേഷിച്ചവരും വിരളമാണ്. ബ്രോഡ് വേ തിയറ്റർ, ഓഫ് ബ്രോഡ് വേ തിയറ്റർ, ഓഫ് ഓഫ് ബ്രോഡ് വേ തിയറ്റർ എന്നൊക്കെ ചർച്ചയിൽ വരുമെങ്കിലും അമേരിക്കൻ തീയറ്റർ/ നാടകവേദി ലോക നാടകവേദിയിൽ എന്തുതരം പ്രവർത്തനമാണ് കാഴ്ചവയ്ക്കുന്നതെന്നത് അന്വേഷിക്കുന്നവരും വിരളമാണ്. അറിഞ്ഞവരാകട്ടെ ടിക്കറ്റ് നിരക്കിനെപ്പറ്റിയും യഥാതഥശൈലീ (Realistic) ശീലത്തെപ്പറ്റിയും മാത്രമാണ് പറയുന്നത്. ലോകശക്തിയെന്ന നിലയിൽ അമേരിക്കയുടെ സ്ഥാനം ഒന്നാമതാണെന്നൊക്കെ നമ്മൾ പറയുമ്പോഴും കലയും സാഹിത്യവും നാടകവും സിനിമയും അവിടത്തെ ജനതതി ഏറ്റുവാങ്ങുന്നതെങ്ങനെയെന്നും അവിടത്തെ തിയറ്റർ ആർട്ടിസ്റ്റുകളുടെ ജീവിത പരിസരം എങ്ങനെയെന്നും നമുക്കറിയാമോ? ക്യാപ്പിറ്റലിസം വാഴുന്ന അമേരിക്കയുടെ കലാപരിസരം പരിശോധിക്കേണ്ടത് ഇന്നത്തെ ഇന്ത്യൻ സാഹചര്യത്തിൽ ഉചിതവുമാണ്. മതങ്ങളും അധികാര രാഷ്ട്രീയവും നാടകത്തെ എക്കാലവും നോക്കിക്കണ്ടത് ഭയത്തോടെയാണ്. വില കുറഞ്ഞ സംഗീത നാടകങ്ങൾ

സ്റ്റാൻ സി ഡെൻമാൻ

ഉല്പാദിപ്പിക്കുന്ന ലോലാനന്ദശീലങ്ങളല്ലാതെ പ്രതികരണത്തിന്റെ ഭാഷ കൈക്കൊള്ളുന്ന തിയറ്റർ രീതിയെ ഭരണാധികാരികൾക്കും സ്വേച്ഛാധിപതികൾക്കും മതാന്ധത ബാധിച്ചവർക്കും ഭയമാണ്.

സത്യാനന്തരകാലത്തെ സത്യാന്വേഷികളാണ് നാടകക്കാർ എവിടെയും എപ്പോഴും. അമേരിക്കയിൽ നിന്നുള്ള നാടകക്കാരൻ സ്റ്റാൻ സി ഡെൻമാനുമായി (STAN C DENMAN) കഴിഞ്ഞ ദിവസം യാദൃച്ഛികമായി കൂടിക്കാണാനിടയായി. സുദീർഘമായ സംഭാഷണത്തിനിടയിൽ അമേരിക്കൻ നാടക കാര്യങ്ങൾ ചർച്ചയ്ക്കു വന്നു. പ്രൊഫഷണൽ നാടകവേദിയെന്ന നിലയിൽ അഞ്ഞൂറിലധികം വരുന്ന അരങ്ങിടങ്ങൾ ന്യൂയോർക്ക് നഗരത്തിലെ മാൻഹട്ടണിൽ പ്രവർത്തിക്കുന്നുണ്ട്. ഇവയെയാണ് പൊതുവിൽ ബ്രോഡ് വേ എന്നു വിളിക്കുന്നത്.

ഇതിൽ ഓഫ് ബ്രോഡ് വേയിൽ നാടകങ്ങൾ അഭിനയിക്കാനും സംവിധാനം ചെയ്യാനും സാധിച്ചിട്ടുള്ളയാളാണ് സ്റ്റാൻ സി ഡെൻമാൻ. ബയ്‌ലർ സർവ്വകലാശാലയിലെ തിയറ്റർ വിഭാഗം ചെയർമാനും പ്രൊഫസറുമാണ് ഇദ്ദേഹം. ഇന്റർനാഷണൽ സ്റ്റഡീസ് പ്രോഗ്രാം ഇൻ യൂറോപ്പ് ആന്റ് യുണൈറ്റഡ് കിങ്ഡമിന്റെ പ്രോഗ്രാം ഡയറക്ടറും ഹോർട്ടൺ ഫൂട്ട് അമേരിക്കൻ പ്ലേ റൈറ്റ്സ് ഫെസ്റ്റിവലിന്റെ സ്ഥാപകരിൽ ഒരാളും എക്സിക്യൂട്ടീവ് ഡയറക്ടറുമാണ് ഡോ. സ്റ്റാൻ സി ഡെൻമാൻ. ബയ്‌ലർ യൂണിവേഴ്സിറ്റിയുടെ തന്നെ ഇക്വിറ്റി കമ്പനി, അമേരിക്കൻ ആക്ടേഴ്സ് കമ്പനി എക്സിക്യൂട്ടീവ് ഡയറക്ടർ എന്ന നിലയിലും പ്രവർത്തിക്കുന്നുണ്ട്.

അതിസാങ്കേതികവിദ്യാക്കാലം അമേരിക്കയിൽ ആരംഭിച്ചിട്ട് വർഷങ്ങളായി. മനുഷ്യരെല്ലാം ആനന്ദാന്വേഷകരായി വിശ്വാസത്തിലും തൊഴിലിലും ഏർപ്പെട്ടുകൊണ്ട് അമേരിക്കൻ സാഹചര്യങ്ങളിൽ അഭിരമിച്ചുകൊണ്ട് മുന്നേറുമ്പോഴാണ് ടിൻ ടവറിന്റെ പതനം സംഭവിക്കുന്നത്. ഇന്നത്തെ സാമൂഹികാവസ്ഥയിൽ അമേരിക്കൻ പൗരർ ഉൽക്കണ്ഠയുള്ളവരായി മാറിയിരിക്കുന്നു എന്നു പറഞ്ഞുകൊണ്ടാണ് ഡെൻമാൻ സംസാരം ആരംഭിച്ചത്. സൗന്ദര്യാരാധകരും സഞ്ചാരികളുമാണ് ഇവിടത്തെ ഒരു വിഭാഗം ജനങ്ങൾ. സമൂഹം സാമ്പത്തികാടിസ്ഥാനത്തിൽ മൂന്നു തട്ടുകളിലായിത്തന്നെ തുടരുന്നുണ്ടെങ്കിലും മേൽത്തട്ട് അഥവാ ധനാഢ്യരായവർ ഒരു ശതമാനമേ വരൂ, ഇടത്തട്ടുകാരും കുറഞ്ഞു. സാമ്പത്തിക പരാധീനരാണ് ഏറിയകൂറും. ഈ അവസ്ഥ എല്ലാ മേഖലകളെയും ബാധിച്ചിട്ടുണ്ട്. തിയറ്ററിനെയും.

അമേരിക്കൻ നാടക ചരിത്രത്തിന്റെ ആരംഭം രേഖപ്പെടുത്തിയിരിക്കുന്നത്, പുരാതന ഗ്രീക്ക് നാടകവേദിയിൽനിന്നു ഊർജ്ജം കൊണ്ട ബ്രിട്ടീഷ് നാടകവേദിയുടെ (യൂറോപ്യൻ നാടക പാരമ്പര്യം) ചുവടുപിടിച്ചാണ്. ന്യൂയോർക്ക് നഗരമാണ് യു എസ് തിയറ്ററിന്റെ കേന്ദ്രബിന്ദു. 'അമേരിക്കൻ നാടകത്തിന്റെ പിതാവ്' എന്നറിയപ്പെടുന്ന വില്യം ഡൺലപ്പ് (1766–1839) അമേരിക്കൻ പ്രൊഫഷണൽ നാടകവേദിക്ക്

തുടക്കം കുറിച്ചു. ചരിത്രകാരൻ, നാടകകൃത്ത്, നിർമ്മാതാവ്, നടൻ, പരിഭാഷകൻ, കമ്പനി നടത്തിപ്പുകാരൻ എന്നീ നിലകളിലൊക്കെ വില്യം ഡൺലപ്പ് പ്രശസ്തനായി. *ദ ഫാദർ (The Father), ആൻദ്രേ (Andre), ദ സ്ട്രെയ്ഞ്ചർ (The Stranger), ദ ഇറ്റാലിയൻ ഫാദർ (The Italian Father), ഫാൾസ്ഷെയിം (False Shame), ദ വിർജിൻ ഓഫ് ദ സൺ (The Virgin of the Sun), മെമ്മറീസ് ഓഫ് ജോർജ്ജ് ഫ്രഡറിക്ക് കുക്ക് (Memoirs of George Frederick Cooke), എ ട്രിപ്പ് ടു നയാഗ്ര (A Trip to Niagara)* എന്നീ നാടകങ്ങളും രണ്ടു വോള്യങ്ങളുള്ള *അമേരിക്കൻ നാടക ചരിത്രഗ്രന്ഥവും* (History of the American Theater) അദ്ദേഹം എഴുതി.

അമേരിക്കയിലെ ഏറ്റവും പഴയ തിയേറ്റർ എന്നറിയപ്പെടുന്നത് 1809 ൽ സർക്കസ് ഓഫ് പെപിൻ (Circus of Pepin), ബ്രെസ്ചാർഡ് (Breschard) എന്നിവർ ചേർന്ന് സ്ഥാപിച്ച 'ദി വാൾനട്ട്' തിയറ്ററാണ്. *എതിരാളികൾ (The Rivals)* അവരുടെ ആദ്യത്തേതും എന്നത്തെയും ശ്രദ്ധേയനാടകങ്ങളിൽ ഒന്നാണ്. അമേരിക്കയുടെ ഭൂമിശാസ്ത്രപരമായ വികാസത്തോടെ സഞ്ചാര നാടകസംസ്കാരവും മറ്റും അവിടെ ആരംഭിച്ചു.

അക്രമവും കൊലപാതകങ്ങളും സുഖഭോഗ വാദവും നടമാടിയ ഒരു ഇരുണ്ട കാലവും അമേരിക്കൻ നാടകചരിത്രത്തിന്റെ ഭാഗമാണ്. ജനകീയനായ നടൻ ജോൺ വിൽകേസ് അഭിനയിച്ചുകൊണ്ടിരിക്കെ വധിക്കപ്പെട്ട സംഭവം ഇന്നും കറുത്ത അദ്ധ്യായമാണ്. നാടകം കാണാൻ വന്ന അമേരിക്കൻ പ്രസിഡന്റ് എബ്രഹാം ലിങ്കനും ഈ കൊലപാതകത്തിനു സാക്ഷിയായി. ഇന്നും അക്രമമനോഭാവം അമേരിക്കയുടെ ശാപമായി തുടരുന്നുണ്ട്. മനുഷ്യത്വരഹിതമായ നിന്ദകളുടെയും വർണ്ണവെറിയുടെയും തുടർക്കഥകൾ അമേരിക്കയിൽ നിലനില്ക്കുന്നു എന്നു ഡെൻമാൻ പറയുന്നു.

വില്യം വോൺ മൂഡി

മതപ്രമേയ നാടകങ്ങളുടെ പ്രജനനകാലം കൂടുതൽ ശക്തമാകാൻ തുടങ്ങിയത് 1900 നു ശേഷമാണ്. വില്യം വോൺ മൂഡിയുടെ (William Vaughn Moody) *ബൈബിൾ ട്രിലോജിയും* (*Biblicalt Trilogy*) മറ്റും സംഭവിച്ചു. മൂഡി രണ്ട് ഗദ്യ നാടകങ്ങൾ എഴുതി, *ദി ഗ്രേറ്റ് ഡിവിഡ്* (Great Divide), *ദി ഫെയ്ത്ത് ഹീലർ* (The Faith Healer). ഇതൊക്കെ അമേരിക്കൻ നാടകത്തിന്റെ

ആധുനികകാലപ്പിറവിയായി വിലയിരുത്തുന്നുണ്ട്.

കാവ്യാത്മകനാടകത്തിന്റെ പുതുപ്പിറവി അമേരിക്കയിൽ ഉണ്ടായി വന്നത് ഇന്ത്യയിലെന്നപോലെ യൂറോപ്യൻ സ്വാധീനത്തിൽനിന്നു തന്നെയാണ്. യെറ്റ്സ് (Yeats), മീറ്ററർലിങ്ക് (Maeterlinck), ഹാപ്റ്റ്മാൻ (Hauptman) എന്നിവരിലൂടെയൊക്കെയും ആ കാലം കൈ പിടിച്ചു നടന്നു.

യൂജിൻ ഓ നീലിന്റെ (Eugene O'Neill) നാടകങ്ങൾ യൂറോപ്പിനെ യുദ്ധത്തിലേക്കു നയിച്ച ചരിത്രവുമുണ്ട്. പുലിറ്റ്സർ സമ്മാനവും സാഹിത്യത്തിനുള്ള നോബൽ സമ്മാനവും നേടിയ *ബിയോണ്ട് ദി ഹൊറൈസൺ (Beyond the Horizon), അന്ന ക്രിസ്റ്റി (Anna Christie) സ്ട്രെയ്ഞ്ച് ഇന്റർ ലൂഡ് (Strange Interlude)* എന്നിങ്ങനെയുള്ള നാടകങ്ങൾ അദ്ദേഹത്തെ വിശ്വപ്രസിദ്ധനാക്കി.

തൊള്ളായിരത്തിനാല്പതുകൾ ആഫ്രോ അമേരിക്കൻ നാടകവേദിയുടെ സവിശേഷ വർഷങ്ങളായിരുന്നു. ഫ്രെഡറിക് ഓ നീലും (Frederick O'Neal) അബ്രാംഹില്ലും (Abram Hill) ചേർന്ന് അമേരിക്കൻ നീഗ്രോ തിയറ്റർ (ANT) സ്ഥാപിച്ചതും ഇതേ കാലഘട്ടത്തിലാണ്.

പൊതുവിൽ ഒരു നിരീക്ഷണമുള്ളത് ലോകമഹായുദ്ധങ്ങൾക്കിടയിലുള്ള കാലത്തിലാണ് അമേരിക്കൻ നാടകവേദിക്കു സജീവതയും പക്വതയും കൈവന്നത് എന്നാണ്. ഒനീലിന്റെ ശൈലിക്കു പുറമെ എക്സ്പ്രഷനിസ്റ്റ് സാങ്കേതിക വിദ്യകൾ പരീക്ഷിക്കപ്പെട്ടു. സമകാലികരായ നാടകക്കാർ താന്താങ്കളുടെ സർഗ്ഗലോകത്തിന് സ്വാതന്ത്ര്യം പ്രഖ്യാപിക്കാൻ തുടങ്ങി.

പോൾ ഗ്രീന്റെ *അബ്രഹാമിന്റെ മടിയിൽ* പോലുള്ള നാടകങ്ങൾ ഉണ്ടായി വന്നു. കാവ്യാത്മക നാടകപ്രസ്ഥാനം നിലനിർത്തിയ കാലമായും ഈ ഇടവേള വിലയിരുത്താവുന്നതാണ്. സാമ്പത്തിക മാന്ദ്യം ബാധിച്ചു തുടങ്ങിയപ്പോൾ മുതൽ അമേരിക്കയിൽ പ്രതിഷേധ മുദ്രാവാക്യനാടകങ്ങൾ കൂടി മുന്നണിയിലേക്ക് വന്നു.

രണ്ടാം ലോകമഹായുദ്ധത്തിനുശേഷം അമേരിക്കയ്ക്ക് സ്വന്തമായ നാടകവേദി സമ്മാനിച്ചുകൊണ്ട് ആർതർ മില്ലർ (Arthur Miller), ടെന്നസി വില്യംസ് (Tennessee Williams) തുടങ്ങി നിരവധി അമേരിക്കൻ നാടകകൃത്തുക്കൾ കടന്നുവന്നു. ഇവർ മറ്റാരെക്കാളും ലോകശ്രദ്ധ നേടി.

അൻപതുകളിലും അറുപതുകളിലും ലോകത്താകമാനം നടന്ന പരീക്ഷണോന്മുഖ കലാരീതികൾ അമേരിക്കൻ നാടകങ്ങളിലും പടർന്നു.

നാടകങ്ങൾ പൊതുവിൽ നഗ്നതയെപ്പറ്റിയും, ലഹരിമരുന്ന് സംസ്കാരത്തെപ്പറ്റിയും പരാമർശങ്ങൾ നടത്തിത്തുടങ്ങി. വർത്തമാനകാല അമേരിക്കൻ നാടകങ്ങൾ ഇത്തരം നാടകങ്ങളുടെ പ്രധാന്യത്തിൽനിന്നും ഇനിയും വഴി മാറ്റിയിട്ടില്ല എന്നതും ശ്രദ്ധേയമാണ്. സംഗീതാധിഷ്ഠിത നാടക രീതികളും ഇതേകാലത്ത് ഉയർന്നുവന്നു. ജാപ്പനീസ് കബുകി നാടക സമ്പ്രദായങ്ങൾ കടമെടുത്തുള്ള നാടകവേദിയും പ്രത്യക്ഷപ്പെട്ടു

തുടങ്ങി. കേന്ദ്രകഥാപാത്രത്തിന്റെ ആന്തരിക അവസ്ഥ അന്വേഷിക്കുന്ന തരം നാടകങ്ങൾ ഈ കാലഘട്ടത്തിൽ ഉയിർക്കൊണ്ടു എന്നു മാത്രമല്ല പരമ്പരാഗത കഥാഗാത്രരീതികളിൽനിന്നും മാറി ബാഹ്യമായ യഥാതഥ ബോധവും മറ്റും ചോദ്യം ചെയ്യപ്പെട്ടു. ഇത്തരം മാറ്റങ്ങളുടെ ആരംഭം കുറിക്കുന്നത് സ്റ്റീഫൻ സോൺഹൈംസ് കമ്പനി (Stephen Sondheim's Company) യുടെയൊക്കെ സജീവതയിൽനിന്നു കൂടിയാണ്.

സാം ഷെപ്പേർഡ് (Sam Shepard), നീൽ സൈമൺ (Neil Simon), റോമുലസ്‌ലിന്നി (Romulus Linney), ഡേവിഡ് റാബ് (David Rabe), ലാൻഫോർഡ് വിൽസൺ (Lanford Wilson), ഡേവിഡ് മാമെറ്റ് (David Mamet), ജോൺ ഗ്വാരെ (John Guare) എന്നിവരും പെൺനാടകപ്രവർത്തകരായ ബെത്ത്ഹെൻലി (Beth Henley), മാർഷനോർമാൻ (Marsha Norman) വെൻഡി വാസർസ്റ്റൈൻ (Wendy Wasserstein), മേഗൻ ടെറി (Megan Terry), പോളവോഗൽ (Paula Vogel), മരിയ ഐറിൻ ഫോൺസ് (María Irene Fornes) എന്നിവർ അറുപതുകളുടെ സംഭാവനയാണ്. കറുത്തവരുടെ കരുത്തറിയിച്ച നാടകകാലവും ശക്തിപ്രാപിച്ചു. എഴുപതുകളിൽ ഏഷ്യൻ അമേരിക്കൻ നാടകങ്ങളും ക്യൂബൻ നാടകങ്ങളുടെ കാലവും കടന്നുവന്നു.

സിനിമയുടെയും ടെലിവിഷന്റെയും കടന്നുവരവ് എല്ലായിടത്തും തിയറ്ററിന്റെ നിലനില്പിനെ പിന്നോട്ടടിച്ചു എന്ന നിരീക്ഷണം അമേരിക്കയിലും യാഥാർത്ഥ്യമായിത്തുടങ്ങുന്നത് അൻപതുകളുടെ ആദ്യവർഷങ്ങളിലാണ്. അവതരണങ്ങളുടെ എണ്ണത്തെയും തിയറ്റർ പ്രൊഫഷണലിസത്തെയും അതു ബാധിച്ചു. യുദ്ധാനന്തര അമേരിക്കൻ സമൂഹം വിറങ്ങലിച്ചുകൊണ്ട് നാടകത്തിൽനിന്നും അകന്നു. പിന്നീടുണ്ടായ നാടകങ്ങൾ സിനിമയെ അനുകരിച്ചുള്ള വ്യായാമങ്ങളായി. സിനിമയും നാടകവും ഒന്നാണെന്നു കരുതുന്നവരുടെ എണ്ണവും വർദ്ധിച്ചു. ഇതു രണ്ടും രണ്ടുതരം സംവേദനം ആവശ്യപ്പെടുന്ന കലാരൂപങ്ങളാണെന്ന് മനസ്സിലാക്കണമെന്ന് സ്റ്റാൻ സി ഡെൻമാൻ അടിവരയിടുന്നു. അതു കൊണ്ടു തന്നെ സ്റ്റാൻസ്ലാവ്സ്കിയും (Stanislavsky) ബ്രഹ്തും (Brecht) മേയർ ഹോൾഡു (Meyerhold) മൊക്കെ പ്രസക്തരാണ്. അതിൽ സ്റ്റാൻസ്ലാവ്സ്കിയുടെ തേരോട്ടം ഇന്നും തുടരുന്നു.

അക്കാലത്തെ പ്രശസ്ത നാടകകൃത്തുക്കളിൽ ഹൊവെൽസ് (Howells), ഫിച്ച് (Fitch) തുടങ്ങിയവരെ പിൻതുടർന്ന് തനി വഴി നടന്നവരും വിരളമല്ല. എഡ്വേർഡ്ഷെൽഡൻ (Edward Sheldon), ചാൾസ്റാൻ കെന്നഡി (Charles Rann Kennedy) എന്നിവരെ കൂടാതെ വനിതകളും നാടക രചനയിലേക്ക് കടന്നുവന്നതും ഇതേ കാലത്താണ്. റേച്ചൽ ക്രോത്തേഴ്സിന്റെ (Rachel Crothers) പിന്മുറക്കാരായ വനിതാ നാടകപ്രവർത്തകരുടെ എണ്ണവും പ്രവർത്തന രീതിയും ഇന്ന് വളരെ ശക്തിമത്തായി തുടരുന്നതിൽ സ്റ്റാൻ ഡെൻമാൻ പ്രതീക്ഷവയ്ക്കുന്നു. സ്ത്രീശാക്തീകരണം അമേരിക്കയിലും കനപ്പെടേണ്ടതുണ്ട് എന്നാണ്

ഡെൻമാൻ സൂചിപ്പിക്കുന്നത്. കുടുംബ വ്യവസ്ഥ സ്നേഹവ്യവസ്ഥയാണെന്ന കാഴ്ചപ്പാടിൽ മുന്നേറുമ്പോഴും ആൺകോയ്മയിൽ അയവു വന്നിട്ടില്ലെന്നും അദ്ദേഹം സാക്ഷ്യപ്പെടുത്തുന്നു. കുടുംബമെന്നാൽ വ്യവസ്ഥാപിത വഴിയിടമല്ല. സ്നേഹവും ആനന്ദവും പങ്കുവയ്ക്കപ്പെടുന്ന ഏതിടവും കുടുംബമാണെന്ന സങ്കല്പമാണ് തനിക്കുള്ളതെന്നും ഡെൻമാൻ കൂട്ടിച്ചേർത്തു.

സ്റ്റാൻ സി ഡെൻമാൻ മുപ്പത്തിയഞ്ചോളം നാടകങ്ങൾ സംവിധാനം ചെയ്തുകൊണ്ട് അക്കാദമികതലത്തിൽ കഴിവു തെളിയിച്ചു നാടകയാത്ര തുടരുകയാണ്. ഇന്ത്യയിൽ വരുമ്പോൾ രംഗശങ്കരയിലും മറ്റും പോകാറുണ്ട്. ടിക്കറ്റ് നിരക്കു വളരെ കുറവാണ് ഇവിടെയെന്നു ഡെൻമാൻ പറഞ്ഞു. ബ്രോഡ് വേയിൽ ഒരു നാടകം കാണാൻ ഇന്ത്യൻ രൂപ 19,800/ ആണ് കുറഞ്ഞ ടിക്കറ്റിന്. ഇവിടെ 200/രൂപയും. അതു തന്നെ അത്ഭുതപ്പെടുത്തി. ഇന്ത്യയിലും കേരളത്തിലുമുള്ള നാടക പ്രവർത്തകർ അഭിമുഖീകരിക്കുന്ന ദാരിദ്ര്യം അമേരിക്കയിലുള്ളവരും അനുഭവിക്കുന്നുണ്ട്. സ്ഥിതി ഒരിടത്തും വ്യത്യസ്തമല്ല തന്നെ. അമേരിക്കയിൽ സർക്കാർ തലത്തിൽ ഫണ്ട് അനുവദിക്കുന്ന കീഴ്വക്കമേയില്ല. ലണ്ടനിൽ തിയറ്റർ ശക്തമാകുന്നതിന്റെ കാരണം സർക്കാർ സഹായമാണ്. ബാംഗ്ലൂർ ക്രൈസ്റ്റ് യൂണിവേഴ്സിറ്റിയിൽ ക്ലാസെടുക്കാൻ എത്തുന്നതോടെ ഇന്ത്യൻ സ്ട്രെച്ചിങ് ടൈം തന്നെ നിരാശപ്പെടുത്തിയെന്നും ഡൻമാൻ പരാതിപ്പെട്ടു. കുട്ടികൾ സവിശേഷ ബുദ്ധിയുള്ള സർഗ്ഗശീലരാണ്. എന്നാൽ സമയം പാലിക്കുന്നതിൽ ഇവർ ഉദാസീനത കാണിക്കുന്നു. സമയം പണമാണ്. വിലപിടിപ്പുള്ള സമയത്തിനെ ഇന്ത്യക്കാർ പാഴാക്കുന്നുണ്ട്. അതിൽ വിഷമവുമുണ്ട്.

നാല്പതിലേറെ വർഷങ്ങളായി തിയറ്റർ അദ്ധ്യാപനത്തിലും രചനയിലും സംവിധാനത്തിലും അഭിനയത്തിലും അഭിരമിച്ചുകൊണ്ട് സ്റ്റാൻ സി ഡെൻമാൻ എന്ന നാടകകാരൻ ലോകസഞ്ചാരം നടത്തുകയാണ്. ഇന്ത്യ വഴി ചൈന സന്ദർശിക്കാൻ തയ്യാറെടുക്കുകയാണ് ഇപ്പോൾ അദ്ദേഹം. ഹോർട്ടൺ ഫൂട്ടിന്റെ (Horton Foot) *ട്രാവലിങ് ലേഡി (Travelling Lady), ക്രേയ്ഗ്റയിറ്റ്സിന്റെ (Craig Writes) ദ അൺ സീൻ (ഡിലെലി), ദ ഒരേസ്റ്റിയ (The Orestia), റോമിയോ ആന്റ് ജൂലിയറ്റ് (Romeo and Juliet), ദ കൊക്കേഷ്യൻ ചോക്ക് സർക്കിൾ (The Caucasian chalks circle), നോയിസസ് ഓഫ് (Noises off), ദ ഷേപ്പ് ഓഫ് തിങ്സ് (The Shape of things), യൂറിൻ ടൗൺ (Urine town), ദ മ്യൂസിക്കൽ (The musical), അന്നാ ഇൻ ട്രോപിക്സ് (Anna in tropics), തറോഫ്ലി മോഡേൺ മില്ലി (Thoroughly modern mille), ലീഗലി ബ്ലാൻഡ് (Legally Blonde), അപ്രോപ്രിയേറ്റ് (Appropriate)* തുടങ്ങി മുപ്പത്തിയഞ്ചു നാടകങ്ങൾ സംവിധാനംചെയ്തിട്ടുള്ള ഡെൻമാൻ ഓഫ് ബ്രോഡ് വേ നാടകങ്ങളിൽ അഭിനയിക്കുകയും ചെയ്തിട്ടുണ്ട്. ക്രിസ്ത്യാനിറ്റി ഇൻ തിയറ്റർ എന്ന വിഷയത്തിൽ ഗവേഷണ

തല്പരനായ ഡെൻമാന്റെ *ദ അൺസീൻ* ടെക്സാസിൽ ഖ്യാതി നേടിയ നാടകമാണ്. *ബൂത്ത് (Booth)* എന്ന ചരിത്ര നാടകവും ശ്രദ്ധേയമായി. *പരേഡ് (Parade)* നാടകത്തിലെ അഭിനയത്തിന് പുരസ്കാരം നേടാൻ കഴിഞ്ഞു എന്നതും നേട്ടമാണ്. സ്വന്തം രചനയായ *എംബ്രാസിങ് (Embracing)* നാടകം 2006 ൽ ടെക്സാസിൽ നടന്ന മത്സരത്തിലും പുരസ്കൃതമായി. കൂടാതെ നിരവധി മേളകളിലും അന്താരാഷ്ട്ര നാടക ചർച്ചാസദസ്സുകളിലും പ്രത്യേക ക്ഷണിതാവുമാണ് ഇദ്ദേഹം.

ഇന്ന് ന്യൂയോർക്കിന് പുറത്തുള്ള വിവിധ നഗരങ്ങളിൽ റീജിയണൽ പ്രൊഫഷണൽ അല്ലെങ്കിൽ റെസിഡന്റ് തിയറ്റർ കമ്പനികളുണ്ട്, അവ സ്വന്തമായ നിലനില്പുരീതികളെ ആശ്രയിച്ചാണ് പ്രവർത്തിക്കുന്നത്. പ്രാദേശിക നാടകവേദികൾ എന്ന് ഇതിനെ വിലയിരുത്താം. അമേരിക്കൻ കമ്യൂണിറ്റി തിയറ്റർ സംസ്കാരം വളരെ സജീവമാണ്. ഇത്തരം സംഘങ്ങളിലുള്ളവർ നാടകകലയിലൂടെ അല്ലാതെയുള്ള നിത്യവൃത്തികണ്ടെത്തുന്നവരാണ്. രണ്ടാം ലോകമഹായുദ്ധത്തിനു ശേഷം അവിടത്തെ യൂണിവേഴ്സിറ്റികൾ നാടകം മുഖ്യവിഷയമാക്കിയുള്ള കോഴ്സുകൾക്ക് പ്രാധാന്യം കൊടുത്തുപോരുന്നുണ്ട്. സ്റ്റാൻ സി ഡെൻമാന്റെ മേഖല ഇത്തരത്തിലുള്ള തിയറ്റർ വിദ്യാഭ്യാസത്തിലൂന്നിയുള്ളതാണ്. അതു കൊണ്ടു തന്നെ അമേരിക്കയിൽനിന്നുള്ള ലോകപ്രശസ്ത നാടകക്കാരനായിട്ടല്ല ഡോ. സ്റ്റാൻ സി ഡെൻമാനെ പരിചയപ്പെടേണ്ടതും വിലയിരുത്തേണ്ടതും.

നാടകം പഠിക്കണം

തിയറ്റർ അദ്ധ്യാപനം ബഹുമുഖമായ ഉത്തരവാദിത്വമുള്ള മേഖലയാണ്. വരും തലമുറയ്ക്ക് നാടക സാക്ഷരതയും (Theatre literessy) സർഗ്ഗബോധവും പ്രദാനം ചെയ്യുകയാണ് തിയറ്റർ അദ്ധ്യാപകരുടെ പ്രാഥമികദൗത്യം. ഒരു പക്ഷേ, അതാതു സംസ്കാരങ്ങളിലെ അരങ്ങുഭാവുകത്വങ്ങൾ നിർണ്ണയിക്കുന്നതിന്റെ സൂത്രധാരരാകേണ്ടവരാണ് ഇവർ. തിയറ്റർ, പ്രധാനമേഖലയായി തെരഞ്ഞെടുത്തുകൊണ്ട് പരിശീലനം നല്കുന്ന നിരവധി യൂണിവേഴ്സിറ്റികളും സ്ഥാപനങ്ങളും ചെറിയ കലാസംഘങ്ങളും ഇന്ന് ഇന്ത്യയിൽ നിരവധിയാണ്. സംവിധായകരെയാണ് പൊതുവിൽ നാടകം പഠിപ്പിക്കുന്നവർ എന്ന് വിശ്വസിച്ചിരുന്ന നമ്മൾ വിവിധ സങ്കേതങ്ങളിലൂന്നിയുള്ള നാടക പരിശീലന മുറകളെക്കുറിച്ച് ബോധവാന്മാരായിത്തുടങ്ങിയിട്ട് അധിക വർഷങ്ങളായിട്ടില്ല. അഭിനയം പഠിപ്പിക്കാൻ എന്തിരിക്കുന്നു? നാടകം പഠിപ്പിക്കുകയോ? തുടങ്ങിയ നെറ്റിചുളിയൻ ചോദ്യങ്ങൾ ഇന്നും ഉന്നയിക്കുന്നവരുണ്ട്.

സംവിധാനം, അഭിനയം, രംഗവിധാനം, ദീപവിധാനം, വസ്ത്രരൂപകല്പന, ചമയം, അരങ്ങു സംഗീതം തുടങ്ങിയ വിഷയങ്ങളിലും നാടക ചരിത്രം, സൗന്ദര്യശാസ്ത്രം, മനഃശാസ്ത്രം ഇങ്ങനെ നീളുന്ന അടിസ്ഥാന നാടകവിഷയങ്ങളിലുമായി ഏതെങ്കിലുമൊക്കെ മേഖലയിൽ സാമർത്ഥ്യം തെളിയിച്ചവർ മുൻകാലങ്ങളിൽ നാടകാദ്ധ്യാപകരായി മാറിയിരുന്നു. ഇന്നിപ്പോൾ വിവിധ യൂണിവേഴ്സിറ്റികളിൽനിന്നും യോഗ്യതാ മാനദണ്ഡങ്ങൾ മുൻനിർത്തി നിയമിക്കപ്പെടുന്ന ഉദ്യോഗസ്ഥർ കൂടിയാണ് നാടകാദ്ധ്യാപകർ!!! ഡോക്ടറേറ്റ് ഉൾപ്പടെയുള്ള മിടുക്കുകളുള്ളവർ നാടകപാഠശാലകളിൽ നിയുക്തരാകുന്നു. സർഗ്ഗധന്യതയും സാമൂഹ്യബോധവും പരിശീലന ചാതുരിയും പാണ്ഡിത്യവും

ഔചിത്യവും ക്ഷമയും നിസ്വാർത്ഥതയും ഉൾച്ചേർന്ന് പക്വമാനസരായ നാടക അദ്ധ്യാപകർ/ ഗുരുനാഥന്മാർ ഇവരിലെത്രപേർ എന്നു ചിന്തിക്കേണ്ടിയിരിക്കുന്നു. കൊല്ലുന്ന രാജാവിനു തിന്നുന്ന മന്ത്രിയെന്ന പോലെ വലിപ്പത്തിൽ ചെറുപ്പമായിരിക്കുന്നവരാണ് പലരുമെന്ന ആക്ഷേപം ഉയർന്നുകേൾക്കുന്നുണ്ട്. രാഷ്ട്രീയം കളിച്ചും പിൻവാതിലിലൂടെ പ്രവേശിച്ചും കോടതി വിധി സമ്പാദിച്ച് തൊഴിലെന്നപോലെ കൈക്കലാക്കുന്ന പദവിയാണിന്ന് നാടകാദ്ധ്യാപനമെന്ന് പൊതുവിൽ വിമർശനവുമുണ്ട്.

തെളിഞ്ഞ 'ബോധ'വും പരിചയവും കർമ്മകുശലതയും ഭാവനയും കൈമുതലായി ഉണ്ടെങ്കിലേ തിയറ്റർ അദ്ധ്യാപനം ലക്ഷ്യത്തിലെത്തൂ. ഇന്ത്യൻ നാടകവേദിയിൽ നാഷണൽ സ്കൂൾ ഓഫ് ഡ്രാമയുടെ വരവോടെയാണ് നാടകകലാകാരരെ അഭിസംബോധന ചെയ്യുന്നതുപോലെ തന്നെ നാടകാദ്ധ്യാപകരെയും നമ്മൾ വിലയിരുത്താൻ തുടങ്ങിയത്. സൈദ്ധാന്തികരും കലാകാരരുമായ നാടക ഗുരുക്കന്മാർ നമുക്കു ചൂണ്ടിക്കാണിക്കാനുണ്ട്. ഇബ്രാഹിം അൽക്കാസിയും മോഹൻ മഹർഷിയും രത്തൻ തിയ്യവും കീർത്തിജയ്നും രാംഗോപാൽ ബജാജും ദേവേന്ദ്ര രാജ് അങ്കുറും അനുരാധാകപൂറുമൊക്കെ ഉൾപ്പെടുന്ന വ്യക്തിത്വങ്ങൾ നാഷണൽ സ്കൂൾ ഓഫ് ഡ്രാമയെ നയിച്ച അദ്ധ്യാപകർ കൂടിയാണ്. ഇവരെക്കൂടാതെ താന്താങ്ങളുടെ അറിവു പകരുകയും പരിചിത മേഖലയിലൂടെ പഠിതാക്കളെ സവിശേഷമായി നയിക്കുകയും ചെയ്ത സമർത്ഥരായ ഗുരുനാഥന്മാർ നമുക്കുണ്ടായിട്ടുണ്ട്. എന്നാൽ ദക്ഷിണേന്ത്യയിൽ പ്രൊഫ. രാമാനുജത്തിനെപ്പോലെ അക്കാദമിക് മികവുള്ളവർ കുറയും. കന്നഡ നാടകവേദിയിൽ ബി വി കാരന്തിനോളം ശിഷ്യ സമ്പത്തുള്ളവർ ഇല്ല തന്നെ. നാടക സൈദ്ധാന്തികനായിരുന്ന പ്രൊഫ. ജി ശങ്കരപ്പിള്ളയ്ക്കും സ്കൂൾ ഓഫ് ഡ്രാമവഴി ശിഷ്യസമ്പത്തുണ്ട്. കന്നഡ നാടകവേദിയിൽ സംവിധായകൻ, നടൻ, പരിശീലകൻ എന്നീ നിലകളിൽ ശക്തമായി പ്രവർത്തിച്ചുപോരുന്ന കെ ജി കൃഷ്ണമൂർത്തി വർത്തമാനകാല നാടക പരിശീലകരുടെ ഇടയിലെ വേറിട്ട മുഖമാണ്.

തൊണ്ണൂറുകളുടെ ആദ്യം ഞങ്ങളുടെ ബാച്ചിന് പ്രേംചന്ദിന്റെ 'സത്ത് രഞ്ച് കീ കിലാഡി' എന്ന ചെറുകഥയെ ആസ്പദമാക്കി പ്രസന്ന എഴുതിയ നാടകം *ലഹളയ്ക്കു മുൻപുള്ള ദിനങ്ങൾ* സംവിധാനം ചെയ്യാൻ തൃശൂർ സ്കൂൾ ഓഫ് ഡ്രാമയിൽ എത്തിയപ്പോൾ മുതലുള്ള പരിചയവും ഓർമ്മകളും സവിശേഷങ്ങളാണ്. കെ ജി കൃഷ്ണമൂർത്തിയെന്ന കെ ജി കെ അന്നവിടെ പകർന്ന ഊർജ്ജം വളരെ വലുതാണ്. നാടകത്തിന്റെ അകമിഴികളിൽ പ്രതിഭയുടെ മിന്നലാട്ടമുള്ളവർക്ക് ആളിക്കത്താൻ തക്ക വഴിമരുന്നിടാൻ കെ ജി കെ സദാ ശ്രദ്ധാലുവായിരുന്നു. ഒരിക്കലും മറക്കാനാവാത്ത നിരവധി കാര്യങ്ങൾ ഈ നാടകത്തിന്റെ അവതരണവുമായി ബന്ധപ്പെട്ട് അദ്ദേഹം സ്കൂൾ ഓഫ് ഡ്രാമയിൽ ചെയ്തു.

നാടകശരീരത്തിന്റെ ആന്തരികമായ വികാരതലം പരിപോഷിപ്പിച്ചു കൊണ്ട് ചിട്ടയായി ഒരു നാടകം എങ്ങനെ ഉരുത്തിരിയുന്നു എന്നു പരിചയപ്പെടുത്തുന്നതിൽ അദ്ദേഹം വിജയിച്ചു. കഥാപാത്ര രൂപവല്കരണവും സൂക്ഷ്മാഭിനയത്തിന്റെ പ്രാധാന്യവും അവർണ്ണനീയമാം വണ്ണം കെ ജി കെ പഠിതാക്കളെ പരിചയപ്പെടുത്തി. ബുദ്ധിപരമായ ആപ്തവാക്യങ്ങളെ നിഷേധിച്ചു. തനതു നിർവ്വചനങ്ങൾ മനപ്പാഠമാക്കാൻ ഉപദേശിച്ചില്ല, എന്നാൽ നാടകാന്വേഷിയുടെ അഭിമാനം എത്തരത്തിൽ മാനിക്കപ്പെടണമെന്ന് അദ്ദേഹം മനസ്സിലാക്കിക്കാൻ മിനക്കെട്ടിരുന്നു.

നാടകപരിശീലനം നടക്കുന്നതിനിടയിൽ അന്നത്തെ സ്കൂൾ ഓഫ് ഡ്രാമ മേധാവി ഇടയിൽ വന്ന് ഇടപെട്ട് തിയറി ഛർദ്ദിക്കാൻ തുടങ്ങിയ ഒരു സംഭവവും ഓർമ്മയിൽ വരുന്നു. മേധാവിയുടെ ഇടപെടലിന് 'ഗെറ്റ് ഔട്ട്' അടിച്ചതും ഓർമ്മയാണ്. സംവിധായകൻ ആരായിരിക്കണം? സംവിധാനം ഒരു കലയായി എങ്ങനെ പരിണമിക്കുന്നു? നാടക പരിശീലനയിടത്തെ നിഷ്ഠകൾ എങ്ങനെയായിരിക്കണം എന്നൊക്കെ കെ ജി കെ പരിചയപ്പെടുത്തുമ്പോൾ അതുവരെ കണ്ടതും ചെയ്തതുമായ നാടകങ്ങളിൽ നിന്നും വേറിട്ടൊരു കാഴ്ചപ്പാടിന്റെ ഉൾവെളിച്ചം ഏറ്റുവാങ്ങുകയായിരുന്നു ഞാൻ ഉൾപ്പെടുന്ന വിദ്യാർത്ഥിക്കൂട്ടം.

വർഷം മുപ്പതു കഴിഞ്ഞും അതേ ഊർജ്ജത്തിൽ കെ ജി കെയുടെ ശബ്ദം അദ്ദേഹം ഇടപെടുന്ന ഇടങ്ങളെ അർത്ഥപൂർണ്ണമാക്കുന്നുണ്ട്. കർണ്ണാടകയിലെ നാടക സംസ്കാരം വിദ്യാലയങ്ങളിൽനിന്നും ആരംഭിക്കാൻ കാരണക്കാരനായത് കെ ജി കെയുടെ അദ്ധ്വാനത്തിൽനിന്നാണ്. മത്സരിക്കാനും മുതിർന്നവർക്കുള്ള ബുദ്ധി പകർത്തിപ്പഠിപ്പിക്കാനുമുള്ള കൃത്രിമ നാടക നിർമ്മിതിയായി കേരളത്തിൽ നാടകം മാറുമ്പോൾ കർണ്ണാടകയിൽ വിദ്യാർത്ഥികൾ അവരുടേതായ നാടകങ്ങൾ പടുത്തുയർത്താൻ കാരണമായതിനു പിന്നിൽ കൃഷ്ണമൂർത്തിയുടെ ഉത്സാഹമാണെന്നു ഉറപ്പിച്ചു പറയാം.

വിദ്യാലയാന്തരീക്ഷത്തിൽ നാടകീയ കലകൾ പഠന പ്രക്രിയയുടെ ഭാഗമാവുകയും പാഠഭാഗങ്ങൾ നാടകങ്ങളായി ക്ലാസ് റൂമുകളിൽ അവതരിപ്പിക്കപ്പെടുകയും ചെയ്യുന്ന തരം വിദ്യാഭ്യാസ ശൈലി ഇന്ത്യയിൽ ഇനിയും അത്രകണ്ട് നടപ്പിലാക്കിത്തുടങ്ങിയിട്ടില്ല. കേരളത്തിൽ തീരെ ഇല്ല. തിയറ്റർ അദ്ധ്യാപകരെ നിയമിക്കേണ്ടുന്നതിന്റെ ആവശ്യകത നമ്മുടെ പൊതുവിദ്യാഭ്യാസ മേഖല മനസ്സിലാക്കിത്തുടങ്ങിയിട്ടില്ല. നമ്മൾ അതിൽ ബോധവാന്മാരുമല്ല. എന്നാൽ കന്നഡ വിദ്യാഭ്യാസ മേഖല തീയറ്ററിനെ തിരിച്ചറിഞ്ഞുകൊണ്ടു ബഹുദൂരം മുന്നോട്ടു പോയിരിക്കുന്നു. കെ ജി കൃഷ്ണമൂർത്തി സ്ഥാപിച്ച കിന്നരമേള (Kinnara Mela) എന്ന തിയറ്റർ ഗ്രൂപ്പ് ഈ ദൂരമുന്നേറ്റത്തിന് ശക്തി പകരുന്നു.

കുട്ടികൾക്കു രസിക്കാനുള്ള നാടകങ്ങൾ മുതിർന്ന കലാകാരർ ഒരുക്കുകയാണ് കിന്നരമേള പ്രസ്ഥാനത്തിലൂടെ. കഴിഞ്ഞ മുപ്പതു വർഷമായി ഈ പ്രസ്ഥാനം സജീവമായി പ്രവർത്തിക്കുന്നുമുണ്ട്. വർഷത്തിൽ

രണ്ടു നാടകങ്ങൾ എന്ന കണക്കിൽ ഇവിടെനിന്നും പ്രദർശനത്തിന് എത്തുന്നുണ്ട്. ഇതിൽ ഒരു നാടകം എട്ടു മുതൽ പതിനാലുവരെയുള്ള കുട്ടികളുടെ കാഴ്ചയ്ക്കും ബുദ്ധിക്കും ഇണങ്ങുന്നതാണ്. കോളേജ് തലത്തിലുള്ള വിദ്യാർത്ഥികളെ ഉദ്ദേശിച്ചാണ് രണ്ടാമത്തെ നാടകം. അക്കാദമിക് പ്രവർത്തനങ്ങളെ ബാധിക്കാതെയുള്ള പ്രദർശനങ്ങളാണ് സംഘടിപ്പിച്ചു പോരുന്നത്. വർഷത്തിൽ ഈ സംഘം ഇരുപതു ജില്ലകളിലും സഞ്ചരിച്ചു കൊണ്ടേയിരിക്കുന്നു. അൻപത്തിയഞ്ചു നാടകങ്ങൾ ഇക്കാലയളവിനുള്ളിൽ പ്രദർശിപ്പിച്ചു കഴിഞ്ഞു. ഓരോ വിദ്യാഭ്യാസ സ്ഥാപനങ്ങളിലും സർക്കാർ സഹായത്തോടെ സംഘടിപ്പിക്കുന്ന ഈ ശൈലി കേരളത്തിനും അനുകരിക്കത്തക്കതാണ്. ഈ ആശയം കേരള സർക്കാരിന്റെ ശ്രദ്ധയിൽ പെടുത്താൻ കെ ജി കെ ആഗ്രഹിക്കുന്നുമുണ്ട്. പൊതുവിദ്യാഭ്യാസ മേഖലയിൽ ഇന്നു കേരളം കൈവരിച്ചിട്ടുള്ള നേട്ടങ്ങൾക്കു കൂടുതൽ ശക്തി പകരാൻ ഇത്തരം രീതികൾ ആശ്രയിക്കേണ്ടതുണ്ട് എന്നദ്ദേഹം പറയുന്നു. 'തിയറ്റർ ഇൻ എഡ്യൂക്കേഷൻ' എന്ന വിഷയം ഫലപ്രദമായി നടപ്പിലാക്കുക വഴി മാനവിക മൂല്യങ്ങളുടെ പുനരവലോകനവും ലോകമാനവ ചരിത്രത്തിന്റെ സുന്ദരകാണ്ഡവും കേരളത്തിൽ സജീവമാവണമെന്ന കാര്യത്തിൽ ഭരണാധികാരികൾ ശ്രദ്ധവയ്ക്കണം.

കർണ്ണാടകയിൽ ഇന്നു കാണുന്ന നാടക മുന്നേറ്റത്തിനു കാരണമായി തീർന്നതിനു പിന്നിൽ ദിശാബോധമുള്ള സാംസ്കാരിക ഔന്നത്യമുള്ള ഭരണാധികാരികളാണെന്നു കാണാം. ബാല്യം മുതൽ രംഗാശ്രിതകലകളിൽ വ്യാപരിക്കുകയും പിന്നീട് രാഷ്ട്രീയത്തിന്റെ മുന്നണിയിൽ എത്തിച്ചേരുകയും അതുവഴി മന്ത്രിയോ, എം എൽ എയോ, എം പിയോ മുഖ്യമന്ത്രി തന്നെയും ആയ സംഭവങ്ങൾ കർണ്ണാടകത്തിനു സാക്ഷ്യപ്പെടുത്താനുണ്ട്. ഇന്ത്യയിൽ മറ്റേതെങ്കിലും സംസ്ഥാനത്തിന് ഈ പശ്ചാത്തലം ഉണ്ടായിട്ടുമില്ല. സോഷ്യലിസ്റ്റു മൂവ്മെന്റിന്റെ ഊർജ്ജത്തിൽ നിന്നും ഉയിർകൊണ്ട സാംസ്കാരിക ബോധമാണ് അവിടത്തെ നാടക പ്രവർത്തകരിൽ ചിലരെയെങ്കിലും ഭരണ നേതൃത്വത്തിൽ എത്തിച്ചതെന്ന് കൃഷ്ണമൂർത്തി പറയുന്നു.

അനന്ത് നാഗ്

അനന്ത് നാഗിനെ മലയാളികൾക്കും പരിചയമുണ്ട്. അദ്ദേഹം കന്നഡ നാടകസിനിമാമേഖലയിൽ സജീവമായിരുന്നതായി നമ്മൾ ഓർത്തെടുക്കുകയും ചെയ്യും. *സ്വാതിതിരുനാൾ* സിനിമയിലൂടെയാണ് അനന്ത്നാഗി

നെ മലയാളിമനസ്സ് അറിഞ്ഞുവച്ചിരിക്കുന്നത്. ഇദ്ദേഹം കർണ്ണാടക ത്തിലെ സാംസ്കാരിക മന്ത്രിയായിരുന്നു. മന്ത്രിയായിരിക്കെ ബി വി കാരന്തിനെപ്പോലുള്ള പ്രതിഭാധനരുടെ നാടകവീക്ഷണം ഉൾക്കൊണ്ടു കൊണ്ട് രംഗായണ എന്ന നാടകാലയം സ്ഥാപിച്ചത് പൊൻതൂവൽ ചരിത്രമാണ്. നാടകപ്രവർത്തകനായിരുന്ന എം പി പ്രകാശ് എട്ടു വർഷം മന്ത്രിയായിരുന്നു. പഞ്ചായത്ത് വകുപ്പും സാംസ്കാരിക വകുപ്പും ഇദ്ദേഹം കൈകാര്യം ചെയ്തിരുന്നു. സാംസ്കാരിക വകുപ്പിന്റെ മന്ത്രിയായിരിക്കെ ഇദ്ദേഹം രംഗായണയ്ക്കും മറ്റും നല്കിയ സംഭാവ നകളും ശ്രദ്ധേയമാണ്. നാടക-സിനിമാ നടി ഉമാശ്രീ സാംസ്കാരിക മന്ത്രിയായിരുന്നു.

ഗിരീഷ് കാസറവള്ളിയുടെ സിനിമയിലുൾപ്പടെ നാടകലോകത്തെ ഇഷ്ടപ്പെട്ടിരുന്ന ജയമാലയും ഈ അടുത്ത കാലം മന്ത്രിസ്ഥാനത്ത് പ്രവർത്തിച്ചിരുന്നു. മുഖ്യമന്ത്രിയായിരുന്ന രാമകൃഷ്ണ ഹെഗ്ഡേയും നാടക പ്രസ്ഥാനവുമായി നേർബന്ധമുണ്ടായിരുന്ന രാഷ്ട്രീയ സാംസ് കാരിക പ്രവർത്തകനായിരുന്നു. പന്ത്രണ്ടോളം എം എൽ എമാർ കർ ണ്ണാടകയിൽ നാടക മേഖലയിൽ വ്യാപരിച്ചവരുമായിരുന്നു. രാഷ്ട്രീയ പ്പാർട്ടി ഏതുതന്നെയായാലും ചിലരെങ്കിലും ഇന്നും മന്ത്രിസഭയുടെ ഭാഗമാണ്.

ഭരണാധികാരികൾ നാടകത്തിനെ നോക്കിക്കാണുന്ന രീതിശാ സ്ത്രം മാറിമറിയുമ്പോൾ കല എന്ന നിലയിൽ നാടകം വളരും. നാലു രംഗായണകൾ സർക്കാരിന്റെ സ്ഥാപനങ്ങളായി പ്രവത്തിച്ചു പോരുന്ന കർണ്ണാടകത്തിൽ യുവ നാടക പ്രവർത്തകരെ പ്രോത്സാഹിപ്പിക്കാൻ 25,000 രൂപ ഗ്രാന്റ് അനുവദിക്കുന്ന പദ്ധതി നിലവിലുണ്ട്. നാടകം ചെയ്യാൻ ഒരു കൈ സഹായം! മുടക്കുമുതൽ ഈ തുകയിൽ ഒതുക്കി ചെറുനാട കങ്ങൾ അവതരിപ്പിക്കാൻ യുവാക്കൾക്ക് അവസരം ലഭിക്കുന്നുണ്ട്. ആദ്യ അവതരണം സർക്കാരിനെ അറിയിക്കണം. തുടർന്ന് കുറഞ്ഞ നിരക്കിൽ ടിക്കറ്റ് വച്ച് നാടകം നടത്താൻ അവസരം ഇവിടെ ഉണ്ടായി വന്നിരി ക്കുന്നു. വരുമാനം യുവാക്കൾക്കു സ്വന്തം. നാടകത്തിൽ താല്പര്യം വർദ്ധിപ്പിക്കാൻ യുവാക്കളെ പ്രേരിപ്പിക്കുന്ന ഘടകവും ഇതുതന്നെ. ഇത്തരത്തിൽ ധാരാളം പ്രത്യേകതകൾ കന്നഡ തിയറ്ററിനുണ്ട്.

കിന്നരമേളയിലൂടെ കെ ജി കെയും നാടകത്തിന്റെ നന്മയ്ക്കായി നിലകൊള്ളുന്നതുകൊണ്ടു യുവത്വം കൂടുതൽ സജീവമാണ്. ഇദ്ദേഹ ത്തിന്റെ കീഴിൽ പരിശീലനം നേടിയവരാണ് കന്നഡ സ്കൂളുകളിൽ നാടകാദ്ധ്യാപകരായി പ്രവർത്തിക്കുന്നത്. കുട്ടികളിലെ സർഗ്ഗാത്മക തയെയും മിടുക്കിനെയും മികവുറ്റതാക്കാൻ കിന്നരമേള സംഘടി പ്പിക്കുന്ന ഒരാഴ്ച നീണ്ടുനില്ക്കുന്ന പരിശീലന ശിബിരങ്ങൾ ആശാ വഹമാണ്. സ്റ്റാനിസ്ലാവ്സ്കി സിസ്റ്റം ഇത്രകണ്ട് പഠനവിഷയമാക്കിയ മറ്റൊരു കന്നഡ നാടകകാരനും കെ ജി കൃഷ്ണമൂർത്തിയെപ്പോലെ ഇല്ല എന്ന ഖ്യാതിയും നിലനില്ക്കുന്നുണ്ട്. നാഷണൽ സ്കൂൾ ഓഫ്

ഡ്രാമയുടെ സഹകരണത്തോടെയും കിന്നരമേള ശില്പശാലകൾ സംഘടിപ്പിക്കുന്നു. കുട്ടികളും മുതിർന്നവരും ഒരുപോലെ പങ്കാളികളാവുന്ന ഇടമായി കിന്നരമേളവിലയിരുത്തപ്പെടുന്നതും ഇത്തരം പ്രവർത്തനങ്ങളിലൂടെയാണ്.

കേരളത്തിലെ നിരവധി രംഗസ്ഥാപനങ്ങളുമായി കെ ജി കെ ബന്ധം നിലനിർത്തുന്നുണ്ട്. തിരുവനന്തപുരത്തെ കളം ആക്ടിങ് സ്കൂളുമായും തൃശൂരിലെ വയലാട്രസ്റ്റുമായും നിരന്തരം സഹകരിച്ചു പ്രവർത്തിക്കുന്നു. കർണ്ണാടക നാടക അക്കാദമി പുരസ്കാരം ഉൾപ്പടെ നിരവധി അംഗീകാരങ്ങൾ നേടിയ കൃഷ്ണമൂർത്തി അദ്ധ്യാപകൻ എന്ന നിലയിൽ പ്രസക്തമായ ചുമതലയുമായി ഓടിനടക്കുമ്പോഴും നാടകങ്ങൾ സംവിധാനം ചെയ്യുന്നതിൽ ശ്രദ്ധവയ്ക്കുന്നു. കേരളത്തിലും കർണ്ണാടകത്തിലുമായി നൂറ്റിയൻപതിലേറെ നാടകങ്ങൾ സംവിധാനം ചെയ്തു.

ഷിമോഗ ജില്ലയിൽ ഹെഗൊഡുഗ്രാമത്തിൽ പരമ്പരാഗത യക്ഷഗാന കുടുംബത്തിൽ പിറന്ന കെ ജി കൃഷ്ണമൂർത്തി മലയാള നാടക വേദിയുടെയും ജൈവശക്തിയെ ദൃഢപ്പെടുത്തിയ വ്യക്തിത്വമാണ്. തൃശൂർ സ്കൂൾ ഓഫ് ഡ്രാമയിൽ പ്രത്യേക ക്ഷണിതാവായി പഠിതാക്കൾക്ക് നാടകം സംവിധാനം ചെയ്യാനും ക്ലാസുകൾ നയിക്കാനും നിരവധി തവണ എത്തിച്ചേർന്നിട്ടുണ്ട്. സ്കൂൾ ഓഫ് ഡ്രാമയ്ക്കുവേണ്ടി ഗിരീഷ് കർണ്ണാടിന്റെ *നാഗമണ്ഡല*യും പ്രസന്നയുടെ *ലഹളയ്ക്കു മുൻപുള്ള ദിനങ്ങൾ* നാടകവും ബ്രഹ്ത്തിന്റെ *മദർ കറേജും* ഇദ്ദേഹം സംവിധാനം ചെയ്തു. എൻ എസ് ഡി പ്രോജക്ടിന്റെ ഭാഗമായി കേരളത്തിൽ നാടകയാത്ര സംഘടിപ്പിക്കുക വഴിയാണ് പൊതു നാടക ചർച്ചയിൽ കൃഷ്ണമൂർത്തി കൂടുതൽ അടയാളപ്പെട്ടത്. ഗിരീഷ് കർണ്ണാടിന്റെ *ഹയവദന* നാടകയാത്രയ്ക്കായി അണിയിച്ചൊരുക്കി. ഈ നാടകയാത്രാ പദ്ധതിപൊതുവിലുള്ള മലയാള നാടകബോധത്തെ നവീകരിക്കുകയും നിരവധി അരങ്ങുകളിൽ അവതരിപ്പിക്കുകയും ചെയ്തിരുന്നു.

നാഷണൽ സ്കൂൾ ഓഫ് ഡ്രാമയിൽനിന്നും തിയറ്ററിൽ ബിരുദമെടുത്തിട്ടുള്ള ഇദ്ദേഹം ബി വി കാരന്ത് സംവിധാനംചെയ്ത *പഞ്ജരശാലെ* എന്ന നാടകത്തിൽ ബാലനടനായിട്ടാണ് നാടകരംഗത്തേക്ക് കടന്നുവന്നത്. ഹെഗ്ഡുവിൽ പ്രവർത്തിക്കുന്ന നിനാസത്തിലെ ആദ്യ വിദ്യാർത്ഥിയായിരുന്നു കൃഷ്ണമൂർത്തി. പിന്നീട് അവിടെ നാടകാദ്ധ്യാപകനായി ദീർഘകാലംപ്രവർത്തിച്ചു. *വാർഡ് നമ്പർ സിക്സ്, സൂസൂംഹാത്തി, പക്ഷിയുടെ പാട്ട്, അലിബാബ, ആദൽ ബാദൽ, സൂര്യൻ വന്നു* തുടങ്ങിയ ഭാഷാതീതനാടകങ്ങൾ അദ്ദേഹത്തെ ദേശീയതലത്തിൽ ശ്രദ്ധേയനാക്കിയിട്ടുണ്ട്. ഗിരീഷ് കാസറവള്ളിയുടെ സിനിമകളിലെ നിത്യ സാന്നിദ്ധ്യം കൂടിയാണ് കെ ജി കൃഷ്ണമൂർത്തി.

ഇത്തരത്തിലൊക്കെ സജീവത നിലനിർത്തി നാടകത്തിന് കരുത്തു

പകരുന്ന കെ ജി കെയുടെ സാന്നിദ്ധ്യം പുതുതലമുറയെ തിയറ്ററിലേക്ക് കൂടുതൽ ആകർഷിക്കാൻ വേണ്ടുന്ന ആശയങ്ങളുമായി മുന്നോട്ട് പോവുകയാണ്. നാലു തലമുറകളുടെ നാടക ഗുരുവായി ഒരാളെ കണ്ടെത്താൻ നമ്മൾ ശ്രമിക്കുന്നപക്ഷം കേരള-കർണ്ണാടക പ്രദേശങ്ങളിലെ ഗ്രാമീണ നാടകമേഖലകളിലും ഇന്ത്യൻ നാടകവേദിയിലും കൃഷ്ണമൂർത്തി ഉൾപ്പെടാത്ത ഒരു ചരിത്രം എഴുതുക അസാദ്ധ്യമാണ്.

നാടകത്തിന്റെ മുഖവുരകൾ

'We are reaching levels of high experiential comfort and our standards will keep rising.
We want to feel, we want to experience,
we want to connect, we want intelligence,
and we want to play;
Ladies and Gentlemen: A new theatre is on its way.'

- Natasha Tsakos

നടാഷ സാക്കോസ് സ്വിസ് സ്വദേശിയും ഇപ്പോൾ അമേരിക്കയിൽ തിയറ്റർ മേഖലയിൽ പ്രവർത്തിച്ചു കൊണ്ട് ധാരാളം നാടകചിന്തകൾ മുന്നോട്ടുവയ്ക്കുന്ന ഗ്രന്ഥകർത്താവും സംവിധായികയും സംഘാടകയുമാണ്, അറിയപ്പെടുന്ന പ്രഭാഷകയാണ്. വലിയ ആത്മവിശ്വാസത്തോടെ നവസാങ്കേതിക വിദ്യയുടെ നാടകപ്പെരുമയ്ക്ക് ആഹ്വാനം ചെയ്യുകയാണവർ. തിയറ്ററിന്റെ നവ സാദ്ധ്യതകളുടെ സിഗ്നൽ യുഗത്തിൽ ഇരുന്നുകൊണ്ട് അവർ കാണുന്ന സ്വപ്ന സമാനമായ നാടകലോകം പോലെ നമ്മൾ മലയാളികൾ ഉൾപ്പെടുന്ന ഇന്ത്യക്കാർ ആത്മവിശ്വാസത്തോടെ

നടാഷ സാക്കോസ്

തിയറ്റർ പ്രൊഫഷണലിസം നടപ്പാക്കാൻ കരുത്തു കാണിക്കുന്നുണ്ടോ? പുതിയ ലക്ഷണശാസ്ത്രങ്ങൾ കുറിക്കുന്നുണ്ടോ? ചർച്ചയ്ക്കെടുക്കാൻ തക്ക മാറ്റുള്ള നാടകസിദ്ധാന്ത പരിചയപുസ്തകങ്ങൾ ആലേഖനം ചെയ്യുന്നുണ്ടോ? ലോകനാടകചരിത്രത്തിലുണ്ടായിട്ടുള്ള ദർശനങ്ങളെ/ സിദ്ധാന്തങ്ങളെ വേണ്ടവിധം മനസ്സിലാക്കുന്നുണ്ടോ? എന്തിന് മലയാളത്തിൽ എഴുതപ്പെടുന്ന ഏതെങ്കിലും നാടക ഗ്രന്ഥങ്ങളെ അതിന്റേതായ അർത്ഥത്തിൽ ഉൾക്കൊള്ളുന്നുണ്ടോ?

മലയാളത്തിൽ പുറത്തിറങ്ങിയിട്ടുള്ള *രംഗാവതരണം, നാടക ദർശനം, രംഗപ്രവേശം, ഉയരുന്ന യവനിക, നാടക പാഠങ്ങൾ, നാടക ദർപ്പണം, നാടും നാടകവും, അരങ്ങിന്റെ അർത്ഥതലങ്ങൾ, മലയാള നാടക പ്രസ്ഥാനം, രംഗഭാഷ, സൂത്രധാരാ ഇതിലേ, ഇതിലേ* തുടങ്ങിയ ഒട്ടനവധി പുസ്തകങ്ങളൊക്കെത്തന്നെയും ഇന്ന് പരിഷ്കരിക്കാത്ത പതിപ്പുകളോ ലഭ്യമല്ലാത്തവയോ ആണ്. നമ്മുടെ തിയറ്റർ വിജ്ഞാനീയ മേഖല അത്രത്തോളം ബലഹീനമായിക്കൊണ്ടിരിക്കുകയാണ്. നാടക സൈദ്ധാന്തികരായവരുടെ അഭാവവും തിയറ്റർ മേഖലയിൽ സംഭവിച്ചു പോയിട്ടുള്ള പഠനോത്സാഹക്കുറവുമാണ് ഈ ദരിദ്രാവസ്ഥയ്ക്ക് കാരണം. പദാർത്ഥ സൂചികയെന്നനിലയിൽ പരിഗണിക്കാവുന്ന ചില പുസ്തകങ്ങൾ ഉണ്ട്. പുതുതായി പ്രസിദ്ധം ചെയ്തവ. ഗവേഷണത്വരയിൽ ഊന്നി, നാടകവിജ്ഞർക്കു പോലും ആയാസം തോന്നിപ്പോകുന്ന ബൗദ്ധികവ്യായാമ സ്വഭാവമുള്ള പുസ്തകങ്ങൾ പലതും എഴുതപ്പെടുന്നുണ്ട്, അച്ചടിക്കുന്നുണ്ട്. ഇടയ്ക്കുവച്ച് ആരംഭിക്കുന്ന വിജ്ഞാന വ്യാപന കൃതികളാണവയിൽ പലതും. ഏതൊരു അറിവും വിഷയവും അതിന്റെ ആദിമദ്ധ്യാന്തഗരിമയെ ഉൾക്കൊള്ളുന്ന, ചരിത്രത്തിലൂന്നിയുള്ള പ്രാഥമിക പാഠങ്ങളിൽനിന്നും ആരംഭിക്കേണ്ടതുണ്ട്. ലളിതമാവേണ്ടതുണ്ട്. ഇടയിൽ തുടങ്ങുന്നതുകൊണ്ട് എവിടെയും തുടങ്ങാം എന്നൊരു അലസസൗകര്യത്തിന്റെ തണലില്പെട്ടു പോവുകയാണ് നമ്മൾ.

ഈയിടെ ശ്രദ്ധയില്പെട്ട പുസ്തകങ്ങളിൽ വായിക്കപ്പെടേണ്ടതും പരിശോധിക്കേണ്ടതും വിമർശിക്കപ്പെടേണ്ടതും തുടർച്ച വേണ്ടതുണ്ട് എന്നു തോന്നിയതുമായ രണ്ടു പുസ്തങ്ങൾ തെല്ലുമാനസോല്ലാസം തരുന്നു. *അഭിനയകല ഒരാമുഖം, നവീന നാടക ചിന്തകൾ* എന്നീ പുസ്തകങ്ങളാണവ. നാടക രചിതാവും സംവിധായകനുമായ ടി എം എബ്രഹാമിന്റെ ശ്രമങ്ങളാണിവ രണ്ടും. രണ്ടുവട്ടം കേരള സംഗീത നാടക അക്കാദമിയുടെ വൈസ് ചെയർമാനായിരുന്ന ടി എം എബ്രഹാം നാടകശാസ്ത്രമേഖലയിൽ നടത്തിയ പഠനങ്ങളുടെ ഫലമാണ് ഈ പുസ്തകങ്ങൾ. ലോകത്താകമാനമുണ്ടായിട്ടുള്ള നാടകശൈലികളെ/സിദ്ധാന്തങ്ങളെ പരിചയപ്പെടാൻ ഒരു സാധാരണ മലയാളിക്കോ നാടകപഠിതാവിനോ സഹായകമാവുന്ന മലയാളഗ്രന്ഥങ്ങൾ ആയി ഇവയെ പരിഗണിക്കാം.

അഭിനയകല ഒരാമുഖം എന്ന പുസ്തകം അർഹിക്കുന്നതരത്തിൽ ശ്രദ്ധിക്കപ്പെട്ടിട്ടില്ല. എന്നാൽ നാടകമേഖലയുടെ സമഗ്രതയിൽ സ്പർശിച്ചുകൊണ്ട് അഭിനയത്തിന്റെ ആമുഖം എന്നതിനേക്കാൾ ഉപരിയായുള്ള നാടകവിഷയങ്ങൾ പരിചയപ്പെടുത്താൻ ഗ്രന്ഥകാരൻ ശ്രമിച്ചിട്ടുണ്ട്.

'അക്കാദമിക് വിദ്യാഭ്യാസം ലഭിക്കാൻ അവസരം കിട്ടാത്ത ഒട്ടനവധി വാസനാസമ്പന്നരായ കലാകാരന്മാർ, പ്രത്യേകിച്ചും നടന്മാർ നമ്മുടെ ഇടയിലുണ്ട്. അവർക്കുകൂടി ഈ ഗ്രന്ഥം പ്രയോജനപ്പെടണം എന്ന ലക്ഷ്യത്തോടെയാണ്, താരതമ്യേന ക്ലിഷ്ടമായ സാങ്കേതികപദങ്ങൾ പോലും ലളിതമായ ഭാഷയിൽ ഉപയോഗിക്കാൻ ഈ ഗ്രന്ഥത്തിൽ ശ്രമിച്ചിട്ടുള്ളത്' എന്ന് ടി എം എബ്രഹാം തന്റെ ആമുഖക്കുറിപ്പിൽ പറഞ്ഞിട്ടുണ്ട്.

കേരളത്തിൽ, അക്കാദമിക് തലത്തിൽ നാടകം ഐച്ഛികമായി എടുക്കുന്നവരോ, അവസരവും അനുവാദവും (വീട്ടിൽനിന്നും മുഖ്യമായും പാഠശാലകളിൽനിന്നും ഭാഗികമായും) ലഭിക്കുന്നവരോ എണ്ണത്തിൽ വളരെ കുറവാണ്. അതിനേക്കാൾ കൂടുതൽ സമാന്തര നാടകവേദിയിലെ പ്രവർത്തകരും സംഘങ്ങളും ഇവിടെയുണ്ട്. പ്രൊഫഷണൽ എന്നു വിളിക്കുന്ന വാണിജ്യനാടകസംഘങ്ങളും കുറവല്ല. ഇവരെയൊക്കെ അഭിനയകലയുടെയും നാടകത്തിന്റെയും സൗന്ദര്യാധിഷ്ഠിത ശാസ്ത്രീയ രീതികൾ പരിചയപ്പെടുത്താൻ ഉതകുന്ന കൈപ്പുസ്തകമാണ് *അഭിനയകല ഒരാമുഖം*.

എഴുപതുകളിൽ ശക്തമായിരുന്ന നാടകക്കളരി പ്രസ്ഥാനം ഒരിടവേളയ്ക്കു ശേഷം കേരളത്തിൽ വളരെ സജീവമാണിപ്പോൾ. സ്കൂൾ കുട്ടികൾക്കും മുതിർന്നവർക്കുമായി സംഘടിപ്പിക്കുന്ന നാടക അഭിനയ ശില്പശാലകളിൽ ഈ പുസ്തകം പ്രയോഗിക്കപ്പെട്ടു തുടങ്ങിയിട്ടുണ്ട്. എന്നാൽ, ഒറ്റ വായന മാത്രംകൊണ്ട് പ്രായോഗികതലത്തിൽ ഈ പുസ്തകം പ്രയോജനകരമായിരിക്കില്ല. പരിശീലകരും സംവിധായകരും ഈ ഗ്രന്ഥത്തെ മാത്രം പിൻപറ്റാൻ ശ്രമിക്കുന്നത് ഉചിതവുമാവില്ല. സ്റ്റാനിസ്ലാവ്സ്കി സിസ്റ്റം ആശ്രയിക്കുമ്പോൾ പ്രയോഗതലത്തിൽ വളരെ ശ്രദ്ധയും കരുതലും വേണ്ടിയും വരും. തെറ്റായി ചിലതു പരിചരിക്കപ്പെടാൻ സാദ്ധ്യതയുണ്ട്.

'ഇമോഷൻ മെമ്മറി' പോലുള്ള അഭിനയ പ്രയോഗങ്ങൾ മനഃശാസ്ത്രപരമായ പ്രാധാന്യമുള്ളതുകൊണ്ടുതന്നെ സൂക്ഷ്മത വേണ്ടതാണ്. ഈ ന്യൂനത മാറ്റിവച്ചാൽ നാടകവേദിയെപ്പറ്റിയും അഭിനയത്തെപ്പറ്റിയും പരിചയം ലഭിക്കുന്നതിന് ഈ ഗ്രന്ഥം സഹായിക്കും.

ആദ്യത്തെ നടനും രചിതാവും ആരാണെന്നും നാടകം എന്ന കല ഗ്രീക്കിന്റെ മണ്ണിൽ സംഭവിച്ചതിനു പിന്നിലുണ്ടായ ചരിത്രവും ഒന്നാമദ്ധ്യായത്തിൽ വിശദമാക്കുന്നുണ്ട്. നാടക കല ആരംഭദശയിൽത്തന്നെ ഭരണാധികാരികളുടെ സ്വസ്ഥത കെടുത്തുന്ന പ്രതികരണ കലയായി

ഉരുത്തിരിഞ്ഞതും മറ്റും വായനാനുഭവം നല്കുന്നുണ്ട്. ചരിത്രപരമായ സംഗതികളുടെ വിരസമായ വിവരണത്തിനുമപ്പുറം 'ദിവ്യമായ ഭ്രാന്താണ് അഭിനയം' എന്ന പ്ലേറ്റോയുടെ അഭിപ്രായപ്രകടനവും 'ലോകത്തിലെ ഏറ്റവും പഴക്കമുള്ള തൊഴിൽ വ്യഭിചാരമല്ല, അഭിനയമാണ്' എന്ന ലോകപ്രശസ്ത നടൻ മലൽ ബ്രാന്റോയുടെ അഭിപ്രായവും ഉദ്ധരിച്ചു കൊണ്ട് വിവരിക്കുന്നതുമൊക്കെ സരസമാണ്. അഭിനയകലയുടെ ആവിർഭാവത്തോടെ മാനസോല്ലാസത്തിനും വിജ്ഞാനവ്യാപനത്തിനും അരങ്ങുകലകൾ പ്രയോഗിക്കപ്പെട്ടതിന്റെ ലഘുചിത്രം ടി എം സമർത്ഥമായി വിവരിച്ചിട്ടുണ്ട്.

അഭിനയ പരിശീലനത്തിന്റെ ചരിത്രമേഖല പ്രതിപാദിക്കുന്നിടത്ത് പൗരസ്ത്യദേശത്തെ അഭിനയവഴികളെ അല്പംകൂടി ദൃഢമാക്കി പ്രതിപാദിക്കാത്തത് വലിയ ന്യൂനതയാണ്. പൗരസ്ത്യാഭിനയശൈലിയിലെ ചിട്ടയും മട്ടുമൊന്നും കണ്ടില്ലെന്നു നടിച്ചു കടന്നുപോകുകയെന്നാൽ അവനവന്റെ ദേശത്തെ നിഷേധിക്കലാണ്. പൗരസ്ത്യന് ചരിത്രമില്ലെന്നു പറയുവാൻ ശ്രമിക്കുന്നുവെന്നും വ്യാഖ്യാനിച്ചേക്കാം.

അഭിനയത്തിൽ താല്പര്യമുള്ളവർ അവശ്യം വായിച്ചിരിക്കേണ്ട പാശ്ചാത്യകൃതികളെ അക്കമിട്ട് പറഞ്ഞിട്ടുണ്ട്. സ്റ്റാനിസ്ലാവ്സ്കിയുടെ *ഒരു നടൻ തയ്യാറെടുക്കുന്നു, (An Actors Prepares) ഒരു കഥാപാത്രം മെനയുമ്പോൾ, (Building A Character), ഒരു റോളിന്റെ സൃഷ്ടി, (Creating A Role)* തുടങ്ങിയ കൃതികളിലൂടെ കടന്നുപോകുമ്പോൾ അരക്കിട്ടുറപ്പിക്കേണ്ടുന്ന സകലതും ഈ പുസ്തകത്തിൽ വിശദമാക്കുന്നു.

നടനും പ്രേക്ഷകനും, നടന്റെ ലക്ഷ്യങ്ങൾ, എന്നീ അദ്ധ്യായങ്ങൾ സാമാന്യവിവരണങ്ങൾ മാത്രമാക്കി ചുരുക്കുമ്പോൾ അഞ്ചാമദ്ധ്യായം പ്രയോഗരീതികളെ (Theatre practices) പരിചയപ്പെടുത്തുന്നതിൽ വിജയിച്ചിട്ടുണ്ട്. മേയർ ഹോൾഡ്, മൈക്കൽ ചെക്കോവ്, ജാകാസ്കോപേ, ബ്രഹ്റ്റ്, ജോവാൻ ലിറ്റിൻവുഡ്, പീറ്റർ ബ്രൂക്ക്, ലീസ്ട്രാസ്ബർഗ്, സാൻഫോർഡ്മീസനർ, ഗ്രോട്ടോവ്സ്കി, യൂജിനോബാർബ, തടാഷിസുസൂക്കി തുടങ്ങിയുള്ള മഹത്തുക്കളെ പരിചയപ്പെടുത്തിക്കൊണ്ട്, അഭിനയം, പരിശീലിക്കപ്പെടുമ്പോൾ ചെയ്യാവുന്ന നിരവധി ടിപ്പുകൾ, വിവരണങ്ങൾ എന്നിവ ഈ പുസ്തകത്തിന്റെ ആകർഷണീയതയാണ്.

രംഗചര്യകളുടെ (Stage Business) പ്രാധാന്യവും പ്രയോഗവും വിശദമാക്കുന്ന ഭാഗം ഏതൊരാൾക്കും ചിന്താസവിശേഷത സമ്മാനിക്കും. ലളിതമെന്നു തോന്നുന്ന ഇത്തരം വിഷയങ്ങൾ ഉദാഹരണം സഹിതം വിശദമാക്കുന്നതുകൊണ്ട് സമഗ്ര നാടക ബോധനം സാദ്ധ്യമാവുന്നുണ്ട്.

വിനിമയാപഗ്രഥനം (Transactional Analysis) പോലുള്ള ശാസ്ത്രീയ വിശകലനങ്ങൾ കഥാപാത്ര പഠനത്തിനും മറ്റും നടന്മാരെ പ്രോത്സാഹിപ്പിക്കുന്നതാണ്. രംഗവേദികളുടെ വിവിധ രീതികളും ഈ ഗ്രന്ഥത്തിൽ ചിത്രങ്ങളുൾപ്പടെ ഉൾപ്പെടുത്തിയിട്ടുണ്ട്. കഥാപാത്ര

പ്രവേശനം, നാടകവ്യാഖ്യാനം തുടങ്ങിയ വിഷയങ്ങൾ സംവിധാന കലയുടെ കൂടി ഗണത്തില്പെടുന്നതു കൊണ്ട് നാടക നിർമ്മിതിയുടെ വിവിധഘട്ടങ്ങൾ കൂടി ഈ കൃതി ഉന്നം വയ്ക്കുന്നതായി കാണാം. ചുരുക്കത്തിൽ ഈ ഗ്രന്ഥം നാടകീയ കലകളുടെ തന്നെ സിദ്ധാന്തവും ചരിത്രവും പ്രയോഗയും ലളിതമായി ചർച്ച ചെയ്യുന്നു. നാടകത്തെപ്പറ്റി ഗ്രന്ഥമെഴുതുന്ന പ്രായോഗിക നാടകക്കാരുടെ എണ്ണം തുലോം കുറവായ കേരളത്തിൽ ഇത്തരത്തിലുള്ള ചില പുസ്തക പ്രവേശങ്ങൾ പ്രതീക്ഷയ്ക്കു വക നല്കുന്നതാണ്.

വാക്കിന്റെ ശക്തിയെ വെളിവാക്കുന്ന ബൈബിളും നാടകശരീരം വാക്കധിഷ്ഠിതമാണെന്നു പറയുന്ന നാട്യശാസ്ത്രവും ഒരേദിശയിൽ ചിന്തിക്കുന്നു എന്ന അഭിപ്രായമാണ് 'നവീന നാടകചിന്തകൾ' മുന്നോട്ടു വയ്ക്കുന്നത്. ഇത്തരമൊരു ചർച്ച ഉരുത്തിരിച്ചെടുക്കാൻ ടി എം എബ്രഹാമിന്റെ രണ്ടാം പുസ്തകത്തിന് ഇതിനോടകം സാധിച്ചു.

നാടകവിചാരമാണ് ഈ പുസ്തകത്തിലെ ഒന്നാം ഭാഗം. ലോക നാടകത്തിന്റെ വിഹഗവീക്ഷണം. ഗ്രീക്ക് തിയേറ്റർ, ഗ്ലോബ് തിയേറ്റർ, എപ്പിക് നാടകവേദി, ക്രൂരതയുടെ നാടകവേദി എന്നിവയെല്ലാം ഉൾപ്പെടുന്നുണ്ടിതിൽ.

രംഗസംഭവങ്ങളിൽ അലിഞ്ഞില്ലാതാവുകയും വികാരാവേശത്താൽ വിമൂഢനാവുകയും ചെയ്യുന്ന പ്രേക്ഷകനെ, മാറ്റിനിർത്തി ചിന്തിപ്പിക്കാൻ ശീലിപ്പിച്ച ബർത്തോൾഡ് ബ്രഹത്തിന്റെ സിദ്ധാന്തം (അന്യവല്ക്കരണ സമ്പ്രദായം) നമ്മുടെ നാടകവേദിയിൽ ഏറെ പ്രയോഗിക്കാൻ ശ്രമിച്ചിട്ടുണ്ട്. ബ്രഹ്തിയൻ രംഗശാസ്ത്രം ഈ പുസ്തകം ചർച്ച ചെയ്യുന്നു. ഒപ്പം സാമുവൽ ബക്കറ്റിന്റെ നാടകങ്ങളും.

രചിതപാഠം രംഗപാഠമാവുന്നതും നാടകം സംവിധായകന്റെ കലയായി മാറിയതും എങ്ങനെയെന്ന് ടി എം എബ്രഹാം എഴുതുമ്പോൾ അദ്ദേഹത്തിന്റെ അനുഭവവെളിച്ചംകൂടി വായനക്കാരന് പകർന്നു കിട്ടുന്നുണ്ട്. *പെരുന്തച്ചൻ, നഷ്ടപ്പെട്ട ചിറകുകൾ, അത്ഭുതാങ്കണം, പ്രാവുകൾ ഇപ്പോൾ കരയുന്നില്ല, നിഴൽക്കൂടാരം, ഏകാകികളുടെ താഴ്വര* തുടങ്ങി മലയാള നാടകവേദിക്ക് അദ്ദേഹം നല്കിയ ഈടുറ്റ രചനകളുടെ സാക്ഷ്യത്തിൽ, കാര്യക്ഷമമായ ചിന്തകൾ മുന്നോട്ടുവയ്ക്കാൻ *നവീന നാടക ചിന്തകൾ*ക്കു സാധിക്കുന്നുണ്ട്. *ഈഡിപ്പസും, വെയിറ്റിങ് ഫോർ ഗോദോയും* സംവിധാനം ചെയ്തപ്പോൾ ഉണ്ടായിവന്ന ആധുനിക നാടക വീക്ഷണവും ഈ പുസ്തക രചനയിൽ അദ്ദേഹത്തിന് കരുത്തായിട്ടുണ്ട്. ആന്റോനിൻ ആർത്താരഡിനും ഗ്രോട്ടോവ്സ്കിക്കും പീറ്റർ ബ്രൂക്കിനും അഗസ്തോ ബോളിനും ഇപ്പുറം എന്തെന്നറിയാൻ ഈ പുസ്തകം പൂർണ്ണമായി ഉപകരിക്കില്ല എങ്കിലും, അന്വേഷണത്വരയുള്ള നാടകപ്രേമിക്ക് ഇത് പ്രയോജനപ്പെട്ടേക്കാം. രണ്ടായിരത്തിന്റെ നാടക ഭൂഖണ്ഡം പ്രതിപാദനത്തിൽ വന്നിട്ടേയില്ല. ഇന്ത്യയിൽ സജീവ നാടക പ്രവർത്തനം നടത്തുന്ന പുതിയവരെയും വിട്ടുകളഞ്ഞു.

രണ്ടാം ഭാഗം ഭാരതത്തിന്റെ നാടക പാരമ്പര്യ പഠനമാണ്. ബി വി കാരന്തും ഗിരീഷ് കർണ്ണാഡും ബാദൽ സർക്കാരും വിജയ് തെണ്ടുൽക്കറും കാവാലം നാരായണപ്പണിക്കരുമെല്ലാം പിൻതുടർന്ന ക്ലാസിക്കൽ നാടോടി പാരമ്പര്യ അരങ്ങു രീതികൾ വിശദമായി പറഞ്ഞിട്ടുണ്ട്. ഇന്ത്യയിൽ സംവിധാന രംഗത്തേക്ക് സ്ത്രീകളുടെ പ്രവേശനം പ്രതീക്ഷാനിർഭരമായ നാടക ബോധത്തെ സൃഷ്ടിക്കുമെന്നു ഗ്രന്ഥകാരൻ കുറിക്കുമ്പോഴും കേരളത്തിലെ പുതിയ രചിതാക്കളുടെയും സംവിധായകരുടെയും പേര് എടുത്തുപറയാൻ മടി കാണിച്ചിട്ടുണ്ട്. പുതിയവർ ഇല്ല എന്നുള്ള അഭിപ്രായമാണോ? അതോ പുതുനാമങ്ങൾ പറയേണ്ടെന്ന ചിന്തയാണോ എന്നുള്ള സംശയവും വന്നുപെടുന്നു.

മൂന്നാം ഭാഗം, കേരളത്തിന്റെ നവീന നാടക ചരിത്രവും ചിന്തകളും പങ്കുവയ്ക്കുന്നു.

മലയാള നാടകസാഹിത്യ ചരിത്രം ഇടയനാടകങ്ങളിൽനിന്നും ആരംഭിക്കേണ്ടതുണ്ടെന്നുള്ള കണ്ടെത്തൽ പുനഃപരിശോധിക്കപ്പെടണം. ചരിത്രത്തിന്റെ സൂക്ഷ്മ ചിന്തനം അനിവാര്യമായതിനാൽ ഈ വിഷയത്തിന്മേൽ കലാശാസ്ത്രജ്ഞരുടെ മതം കൂടി കണക്കിലെടുക്കേണ്ടതുണ്ട്. കേരളീയന്റെ തനതു രംഗകലകളുടെ രചിതപാഠങ്ങൾ കൂടി ഉൾപ്പെടുത്തി കണക്കെടുപ്പ് നടത്താതെ ഇത്തരം നിരീക്ഷണങ്ങൾ മുന്നോട്ട് വയ്ക്കുന്നത് അംഗീകരിക്കപ്പെടില്ല.

മുതുകുളം രാഘവൻപിള്ള, ടി എൻ ഗോപിനാഥൻ നായർ, ജഗതി എൻ കെ ആചാരി തുടങ്ങിയവരെ അക്കാദമിക് തലത്തിൽ ഉൾപ്പെടുത്താൻ വിമുഖത കാണിക്കുന്നവരുണ്ട്. ഇത്തരം പ്രതിഭാധനരെപ്പറ്റി വിശദമാക്കുന്ന നാടകചിന്ത പ്രശംസാർഹമാണ്. ജനപ്രിയ നാടകകൃത്തുക്കളായ തോപ്പിൽ ഭാസിയും പി ജെ ആന്റണിയും സമൂഹത്തിൽ സ്വാധീനശക്തിയായി ഉയർന്നു നിന്നിരുന്നു. പക്ഷേ പല അക്കാദമിസ്റ്റുകളും അതു ചൂണ്ടിക്കാണിക്കാൻ മടിക്കുന്നതായാണ് കണ്ടിട്ടുള്ളത്. പക്ഷേ, ഈ പുസ്തകത്തിൽ അവരെക്കുറിച്ച് കൂടുതലറിയാനുള്ള പ്രേരണ നല്കുന്നുണ്ട്. കെ ടി മുഹമ്മദിന്റെ രചനകൾ ഉത്തമമായ നാടകാവബോധത്തിന്റെ സന്തതികളാണെന്ന അഭിപ്രായം ടി എം എബ്രഹാമിനുണ്ട്. കെ ടിയുടെ കൃതികളിൽ കാണുന്ന മനുഷ്യസ്നേഹവും അസാധാരണമായ പ്രതിഭാസ്പർശനവുമാണ് ഇതിനു നിദാനം.

വിവിധ രചനാസങ്കേതങ്ങൾ അരങ്ങിലെത്തിച്ചിട്ടുള്ള നാടകകൃത്താണ് എൻ എൻ പിള്ള. അദ്ദേഹത്തിനെയും ഈ പുസ്തകം പുരസ്കരിച്ചിട്ടുണ്ട്. പി എം താജിന്റെ *കുടുക്കയും രാവുണ്ണി*യും പഠിക്കപ്പെടുന്നുണ്ട്.

കഴിഞ്ഞ നാല്പതിലേറെക്കൊല്ലമായി മലയാള നാടകവേദിയെ സമ്പുഷ്ടമാക്കുന്നതിൽ തന്റേതായ ആനന്ദം കണ്ടെത്തുന്ന ടി എം എബ്രഹാം ഗൗരവ നാടകവേദിയുടെ എക്കാലത്തെയും ചാലകശക്തിയാണ്. എഴുതിയ നാടകങ്ങൾ വലിയ സ്വീകാരം നേടിയവയാണ്.

കൊഴുത്ത കാളക്കുട്ടി, യയാതി, പ്രാവുകൾ ഇപ്പോൾ കരയുന്നില്ല എന്നീ നാടകങ്ങൾ എണ്ണമറ്റ അവതരണങ്ങൾ നേടിയ രചനകളാണ്. പുതു സംവിധായകർക്ക് പുതിയ വ്യാഖ്യാനങ്ങൾ ചമയ്ക്കാൻ ഇടം കൊടുക്കുന്ന സൃഷ്ടികൾ ഇദ്ദേഹത്തിൽനിന്നും ഉണ്ടായിട്ടുണ്ട്. സമാന്തര നാടകവേദിയിൽ ഇടപെടുമ്പോഴൊക്കെയും ഭാവിയുടെ നാടകക്കാലം വിശകലനം ചെയ്യുന്നതിൽ ഇടതടവില്ലാതെ പരിശ്രമിക്കുന്നുണ്ട് ഇദ്ദേഹം. ഭാരത് രംഗമഹോത്സവത്തിലും മറ്റും ടി എം എബ്രഹാം സംവിധാനം ചെയ്ത *മാധവി* ശ്രദ്ധനേടി. നാടക ക്യാമ്പുകളുടെ സംഘാടകൻ, നാടക പാഠശാലകളിലെ പ്രത്യേക ക്ഷണിതാവ്, വാഗ്മി എന്നീ നിലകളിലൊക്കെയും ടി എം എബ്രഹാം പ്രസക്തനാണ്.

അരങ്ങിന്റെ പുതിയ തലപ്പാവ്

ജനങ്ങൾ നാടകത്തിലേക്കു വരുന്നില്ല, എങ്കിൽ നാടകം ജനങ്ങൾക്കിടയിലേക്ക് സർവ്വശക്തിയും ഉപയോഗിച്ച് ഇറങ്ങിച്ചെല്ലണം. ആനന്ദപൂരണം മാത്രമാണ് തിയറ്റർ എന്ന സാമാന്യബോധത്തിന്റെ പ്രതിചിന്തനമാണിത്. ജനതയും സംസ്കാരവും കടുത്ത പൊതുപ്രശ്നങ്ങൾ നേരിടുന്ന ഏത് ഇടങ്ങളിലും ഇത്തരം നാടക പ്രവർത്തനങ്ങൾ അനിവാര്യമായി വന്നിട്ടുണ്ട്. തീവ്രവാദവും അരാജകത്വവും ഏകാധിപത്യവും കൊടികുത്തിയ നാടുകളുടെ ചരിത്രപാഠങ്ങളിൽ തിയറ്റർ മൂർച്ചയുള്ള ആയുധമായി പരിണമിച്ചിട്ടുണ്ട്. ആയുധമെടുത്ത് അടരാടിയവരും മണ്ണിൽ പണിയായുധങ്ങൾ കൊണ്ട് അന്നം വിളയിച്ചവരുമാണ് പഞ്ചാബികൾ. അതിർത്തിതിരിക്കലുകളും തീവ്രവാദത്തിന്റെ പരുക്കൻ തലേക്കെട്ടുകളും കൊണ്ട് ദുർഗ്ഗമങ്ങളാണ് പഞ്ചാബിന്റെ ഭൂതകാല കർമ്മകാണ്ഡം. നാടകമേഖലയുടെ സുവർണ്ണക്ഷേത്രങ്ങൾ പലപ്പോഴും കൊട്ടിയടയ്ക്കേണ്ടിവന്നിട്ടുണ്ട് ഇവിടത്തെ കലാകാരർക്ക്. ഇവയെ മറികടന്ന അത്യുഗ്രശബ്ദങ്ങളുമുണ്ട് ഐ സി നന്ദ, ഗുരുഷരൺ സിങ്, ബൽവന്ത് ഗാർഗി, ഉത്പൽ ദത്ത് എന്നിവരെപ്പോലെ. സാമൂഹിക പ്രതിസന്ധികളുടെ തീരാക്കഥകൾ ഇന്നും പഞ്ചാബിന്റെ നാടകവസന്തങ്ങളെ പരിമിതപ്പെടുത്തുന്നുണ്ട്, എങ്കിലും പാലിഭൂപേന്ദർ സിങ്ങിനെപ്പോലുള്ള അപൂർവ്വം ചിലരിലൂടെ അരങ്ങും ഭാഷയും ശക്തിയാർജ്ജിച്ചിട്ടുണ്ട്.

പഞ്ചാബ്, ഭൂശാസ്ത്രപരമായി വലിയ പ്രാധാന്യം അർഹിക്കുന്ന ഇന്ത്യൻ സംസ്ഥാനമാണ്. വിഭജനത്തിന്റെ വൻകിടങ്ങിനിപ്പുറവും അപ്പുറവും അകപ്പെട്ട മനുഷ്യരാശിയുണ്ടിവിടെ. മതങ്ങൾ മാർദ്ദവമില്ലാതെ വൈരം മിനുക്കിയ വാളേന്തി നരഹത്യ നടത്തുന്ന ഹിംസാത്മക യുഗങ്ങളിലൂടെ പോരാടിയും വിതുമ്പിയും കടന്നുപോയതാണ് പഞ്ചാബിലെ

മുൻതലമുറ. അവിടെനിന്നും പൊട്ടിപ്പുറപ്പെട്ട നാടകങ്ങളിൽ ദേശസ്നേഹത്തിന്റെ ഉദാത്ത മാതൃകകളുണ്ട്. പ്രത്യുല്പന്നമതികളായ നാടകക്കാരുടെ സത്യസന്ധതയുണ്ട്. ലോകം ഒറ്റമനസ്സോടെ ശാന്തി സ്വരൂപമാർന്ന് ആനന്ദമാഘോഷിക്കണമെന്ന മോഹങ്ങളുണ്ട്. പടവാൾ തലപ്പിലെ ചോരയാൽ എഴുതിയ കവിതകളുടെ കരുത്തുണ്ട്. നിശ്വാസത്തില്പോലും മനുഷ്യസ്നേഹത്തിന്റെ സുഗന്ധമുണ്ട്. രസനയിൽ തൊട്ടുവയ്ക്കുന്ന രുചികാംക്ഷയിൽ ഉഗ്രപ്രതാപത്തിന്റെ അഭിരുചികൾ നുണയാനുള്ള കൊതിയുണ്ട്. ഭക്ഷണപ്രിയതയുണ്ട്. കൃഷി പാരമ്പര്യത്തിന്റെ പച്ചച്ച സമൃദ്ധിയുണ്ട്. തോറ്റു കൊടുക്കില്ലെന്ന പ്രഖ്യാപനമുണ്ട്. പരിതപിച്ചിരിക്കാൻ നേരമില്ലാത്തവരായ കലാകാരരുണ്ട്. അവരുടെയൊക്കെ കൂട്ടത്തിൽ നിന്നും ഇന്ത്യൻ നാടകവേദിക്ക് ലഭിച്ച സർഗ്ഗാത്മക ധീരതയാണ് പാലിഭൂപേന്ദർ സിങ്.

പാലിഭൂപേന്ദർ സിങ്

പഞ്ചാബി തിയറ്റർ രംഗത്തെ നാലാം തലമുറക്കാരനാണ് നാടക രചിതാവും സംവിധായകനുമായ ഡോ. പാലിഭൂപേന്ദർ സിങ്. ഏതാണ്ട് നൂറ്റിയെട്ടുവർഷത്തെ ചരിത്രമേ പഞ്ചാബി തിയറ്ററിന് അവകാശപ്പെടാനുള്ളൂ, പാലി പറയുന്നു. വർത്തമാനകാല പഞ്ചാബി തിയറ്ററിന്റെ കരുത്തായ പാലിഭൂപേന്ദർ സിങ് മാതൃഭാഷയിൽ നാല്പതിലേറെ നാടകങ്ങൾ എഴുതി. ഇവയിൽ ചില നാടകങ്ങൾ ഹിന്ദിയിലേക്ക് മൊഴിമാറ്റി പ്രസിദ്ധിനേടി. ചില നാടകങ്ങൾ വിദേശങ്ങളിൽ മികച്ച പ്രതികരണം കൈവരിച്ചു. പ്രത്യേകിച്ചും കാനഡയിലെ നാടകയരങ്ങുകൾക്ക് പാലിഭൂപേന്ദർ സിങ് സുപരിചിതനാണ്. ഇദ്ദേഹത്തിന്റെ രചനയിലുള്ള മിക്ക നാടകങ്ങളും ഇന്ത്യൻ ജനസമൂഹത്തിന്റെ നേർക്കണ്ണാടിയാണ്. മനുഷ്യമനസ്സിന്റെ അതിരില്ലാ പ്രശ്നങ്ങൾ ചർച്ച ചെയ്യുന്ന ഇന്ത്യയിലെ മികച്ച നാടകങ്ങളുടെ പട്ടികയിൽ പാലിയുടെ കൃതികൾ ഉൾപ്പെടുത്താം. പ്രമേയങ്ങളുടെ വൈവിദ്ധ്യവും അത് അവതരിപ്പിക്കുന്നതിനു സ്വീകരിക്കുന്ന സങ്കേതങ്ങൾ ആവർത്തിക്കുന്നില്ല എന്നതും ഇദ്ദേഹത്തിന്റെ നാടകങ്ങളുടെ മികവാണ്. കുട്ടികളുടെ നാടകങ്ങളുടെ ശ്രേണിയിലും ഇദ്ദേഹത്തിന്റെ സംഭാവനകളും ശ്രദ്ധേയമാണ്. പഞ്ചാബിന്റെ കരുത്താർന്ന നാടകശബ്ദമാണ് ഇന്ന് പാലിഭൂപേന്ദർ സിങ്.

നോറാ റിച്ചാർഡ്സ് എന്ന ഐറിഷ് വനിതയാണ് പഞ്ചാബിൽ ഇന്നു കാണുന്ന നാടകവേദിയുടെ സ്ഥാപക. അമച്വർ നടിയെന്നൊക്കെയുള്ള വിശേഷണമാണ് നാടക ചരിത്രകാരന്മാർ ഇവർക്കു നല്കിയിട്ടുള്ളതെ

ങ്കിലും വലിയൊരു ഗൗരവനാടകദൗത്യത്തിന് ആദ്യം കൊടി പാറിച്ചത് നോറാ റിച്ചാർഡ്സ് ആണ്. നവതിയറ്റർ സംസ്കൃതിക്ക് വിത്തുപാകിയ ഇവർ 1911 ൽ പഞ്ചാബിൽ എത്തിച്ചേരുന്നതു മുതലാണ് അവിടുത്തെ നാടകമേഖല സ്ഥാപിതമാകുന്നത്. അതുവരെയും പഞ്ചാബികൾ ചില നർമ്മാവതരണങ്ങൾ കല്യാണസ്ഥലത്തോ പൊതുഇടങ്ങളിലോ കെട്ടി ക്കളിച്ചു പോന്നിരുന്നു. ലാഹോറിൽ ദയാൽ സിങ് കോളേജിൽ ഇംഗ്ലീഷ് അദ്ധ്യാപികയായാണ് നോറ റിച്ചാർഡ്സ് പഞ്ചാബിലെത്തുന്നത്. ഭർത്താവ് എഡ്വേർഡ് റിച്ചാർഡ്സ് ഐറിഷ് യൂണിറ്റേറിയൻ ഉദ്യോഗ സ്ഥനായിരുന്നു, ബ്രിട്ടീഷ് അധിനിവേശ പഞ്ചാബിലെ പ്രധാനി.

പഞ്ചാബി ഭാഷയിൽ നാടകരചനകൾ ഉടലെടുത്തു തുടങ്ങിയത് നോറ സംഘടിപ്പിച്ച നാടക രചനാമത്സരത്തോടെയാണ്. 1912 ൽ ആരംഭിച്ച നാടക രചനാമത്സരത്തിൽ ഐ സി നന്ദ *സുഹാഗ് അഥവാ ദുൽഹൻ* (Marriage) എന്ന പഞ്ചാബി നാടകമെഴുതി ഒന്നാമനായി. പഞ്ചാബി നാടകവേദിയുടെ പിതാവെന്ന് അറിയപ്പെടുന്ന ഈശ്വർ ചന്ദർ നന്ദ അഥവാ ഐ സി നന്ദ 'ബെബെ റാം ഭജനി', 'സുഭദ്ര', 'വർ ഘർ' അഥവാ 'ലില്ലി ഡ വിയ', 'ഷാമു ഷാ' തുടങ്ങി നിരവധി ഏകാങ്കങ്ങൾ എഴുതി. 1913 മുതൽ നോറയുടെ നേതൃത്വത്തിൽ ലാഹോർ യൂണിവേഴ്സിറ്റിയിൽ നാടകത്തിന്റെ വിവിധ പ്രയോഗവശങ്ങൾ ചർച്ച ചെയ്യുന്ന നിരവധി പഠനങ്ങളും അവതരണങ്ങളും സംഘടിപ്പിക്കപ്പെട്ടു.

പഞ്ചാബി നാഗരികതയുടെ ആരംഭകാലവും നാടകകാലവും ആരംഭം കുറിച്ചത് ഒരേ കാലഘട്ടത്തിലാണ് എന്നുപറയാം. പ്രധാ നമായും എട്ട് സവിശേഷതകൾ കൂടിച്ചേരുമ്പോഴാണ് യഥാർത്ഥ നാഗരികത രൂപപ്പെടുന്നത്. ആസൂത്രിത നഗരങ്ങൾ, സുസംഘടിതമായ ഭരണസംവിധാനം, ബഹുമതങ്ങൾ, വിദഗ്ദ്ധതൊഴിൽ, വ്യത്യസ്ത സാമൂഹ്യവിഭാഗങ്ങൾ, കലയും വാസ്തുവിദ്യയും, പൊതുമരാമത്ത്, സാഹിത്യം എന്നിവകളുടെ പഞ്ചാബി മുഖം വ്യക്തമാകുന്നത് ഈ കാല ഘട്ടത്തിലാണ്. വിദ്യാഭ്യാസം ഉൾപ്പെടെയുള്ള കാര്യങ്ങളെ ആശ്രയിച്ചും ബ്രിട്ടീഷ് സ്വാധീനമേഖലയായി പഞ്ചാബ് പരിവർത്തനപ്പെട്ടു. സാമൂഹിക പരിഷ്കരണം ലക്ഷ്യംവയ്ക്കുന്ന നാടകങ്ങളുടെ നാടായി പഞ്ചാബ് അറിയപ്പെടുന്നതിനുള്ള കാരണവും ഈ നഗരമദ്ധ്യവർഗ്ഗ സ്വഭാവം നിലനില്ക്കുന്നതിനാലാണ്.

ഐ സി നന്ദയിൽ ആരംഭിച്ച നാടക സാഹിത്യകാലം പ്രാദേശിക കാര്യങ്ങൾ ചർച്ച ചെയ്തുകൊണ്ടുള്ള നാടക രചനാരീതിയിൽനിന്നും വിശാല ആശയങ്ങളിലേക്ക് പിന്നീട് പടർന്നു കയറിയത് ഗുരുഷരൺ സിങ്ങിലൂടെയാണ്. ഗുരുഷരൺ സിങ് നാടകകൃത്തും പഞ്ചാബി തെരുവ് നാടകത്തിന്റെ വക്താവുമാണ്. 1964 ൽ അമൃത്സറിൽ ഇദ്ദേഹം 'നാടക കലാ കേന്ദ്രം' സ്ഥാപിച്ചു. ഇത് നിരവധി പഞ്ചാബി നാടകപ്രവർത്തക രുടെ നഴ്സറിയായി പിന്നീടു മാറി. അദ്ദേഹത്തിന്റെ തെരുവു നാടകങ്ങൾ ഒരു തലമുറയിലെ പ്രവർത്തകരെ പ്രചോദിപ്പിക്കുകയും പൊതുവിൽ

പഞ്ചാബി ഗ്രാമീണ സമൂഹങ്ങളെ സ്വാധീനിക്കുകയും ചെയ്തു. എൺപതുകളിൽ സിഖ്ഭീകരതയുടെ നാളുകളിൽ, തന്റെ ജീവനു ഭീഷണിയുണ്ടായിട്ടും നാടകപ്രവർത്തനം തുടർന്നു. നടൻ, എഴുത്തുകാരൻ, സംവിധായകൻ എന്നീ നിലകളിൽ പ്രവർത്തിച്ചുകൊണ്ട് സാമൂഹിക മാറ്റത്തിനും പൗരാവകാശങ്ങൾക്കുമായുള്ള നാടകവേദിയാണ് ഗുരുഷരൺ സിങ് ലക്ഷ്യമിട്ടത്. അമ്പതിലധികം നാടകങ്ങൾ അദ്ദേഹം എഴുതിയിട്ടുണ്ട്. അവയിൽ പ്രധാനപ്പെട്ട *വതോഹ്യ* (Ditch), *കുർസിവാലടെ മഞ്ജിവാല* (Chairman, Coatman) എന്നിവയാണ്. ആറു വാല്യങ്ങളിലായി ഇദ്ദേഹത്തിന്റെ കൃതികൾ ഇന്നു ലഭ്യമാണ്.

പഞ്ചാബിൽനിന്നും ലോകനാടകവേദിയിലേക്ക് ഉയർന്നുകേട്ട ശബ്ദമാണ് ബൽവന്ത്ഗാർഗ്ഗി. ഇംഗ്ലീഷ് സാഹിത്യം പഠിക്കുകയും വിദ്യാർത്ഥിയായിരിക്കെ നാടകവേദിയിൽ പ്രവേശിക്കുകയും ചെയ്ത ഗാർഗി 1964-66 കാലയളവിൽ അമേരിക്കയിൽ പോയി അഭിനയവും സംവിധാനവും പരിശീലിച്ചു. തിരികെ വന്ന് ചണ്ഡിഗഢിലെ പഞ്ചാബ് സർവ്വകലാശാലയിൽ ഇന്ത്യൻ തിയറ്റർ വകുപ്പിന്റെ ആദ്യത്തെ ഡയറക്ടറായി ചുമതലയേറ്റു. ഗാർഗി സിനിമയിലും ശ്രദ്ധവച്ചു. പഞ്ചാബി, ഹിന്ദി സീരിയലുകളിലും മറ്റും സജീവമായിരുന്നെങ്കിലും തിയറ്ററിനോടുള്ള പ്രതിപത്തി *ജാത്ര, റാംലീല* പോലുള്ള ഡോക്യുമെന്ററികൾ നിർമ്മിക്കുന്നതിലേക്ക് നയിച്ചു. തിയറ്ററിന്റെ ഗതിവിഗതികൾ നിയന്ത്രിക്കുന്ന കേന്ദ്രബിന്ദുവായി അദ്ദേഹം പരിണമിക്കുകയും ചെയ്തു.

ഗ്രാമീണ ജീവിതങ്ങളിലെ ദാരിദ്ര്യം, നിരക്ഷരത, അജ്ഞത, അന്ധവിശ്വാസം എന്നിവ തുടച്ചു നീക്കുന്നതിനായി ബൽവന്ത്ഗാർഗി യത്നിച്ചു. അതേസമയം കാവ്യാത്മകവും നാടകീയവുമായ ഘടകങ്ങൾ അരങ്ങിലേക്ക് സന്നിവേശിപ്പിക്കാൻ അദ്ദേഹം ശ്രമിച്ചു. ആദ്യ നാടകമായ *ലോഹക്കുട്ട് (Iron spear) മുതൽ കെസ്റോ (Casserole), കനക് ദി ബല്ലി (Ear burnt), സൊഹ്നിമഹിവാൾ (SohniMahiwal), സുൽത്താന റസിയ (Sultana Razia), സൗകാൻ (Soukan), മിർസാ സാഹിബാ (Mirza Sahiba), ധൂനി (Dhooni)* തുടങ്ങിയ നാടകങ്ങൾ വലിയ ചർച്ചയ്ക്കും സാമൂഹിക പരിവർത്തനങ്ങൾക്കും വഴിയൊരുക്കി. ഇദ്ദേഹം എഴുതിയ ആത്മകഥാക്കുറിപ്പുകളും ഫോക്തിയറ്റർ പഠനഗ്രന്ഥവും പുതിയ ചിന്താസരണിയിലേക്ക് പഞ്ചാബി നാടകവേദിയെ കൊണ്ടെത്തിച്ചു. ലോർക്കയുടെ കാവ്യനാടകം, അന്റോണിൻ അർത്താഡിന്റെ ക്രൂരതയുടെ നാടകവേദി, സംസ്കൃത ക്ലാസിക്കൽ തിയറ്റർ, ബ്രഹ്തിന്റെ എപ്പിക് തിയറ്റർ എന്നു വേണ്ട റിയലിസ്റ്റിക് മുതൽ മിത്തോപോയിക് (Mythopoeic) സങ്കേതത്തോളം യാത്ര ചെയ്തുകൊണ്ടുള്ള പരീക്ഷണങ്ങളായിരുന്നു ബെൽവന്ത്ഗാർഗിയുടെ പ്രത്യേകത.

ഗാർഗിയോടുള്ള ആദരവിനു സമാനമായ ഒരു പേരുകൂടി പറയേണ്ടതുണ്ട്. സുർജിത് സിങ് സേതി. അർത്താഡും യൂറോപ്യൻ അബ്സേർഡ് തിയേറ്ററും ഇദ്ദേഹത്തെയും സ്വാധീനിച്ചു. അദ്ദേഹത്തിന്റെ

പാർഡെ പിച്ചെ (Behind the Screen) എന്ന നാടകസമാഹാരം യഥാതഥ ശൈലിയിലൂടെ സമൂഹത്തിന്റെ തിന്മകളെ തുറന്നുകാട്ടുന്നതിൽ വിജയിച്ചു. *ചൽ ദേ ഫിർത്ത് ഭട്ട് (Status in Motion), പെബിൾ ബിച്ച് ടെലോംഗാച്ച (Pebble Beach and Lost Yearing)* തുടങ്ങിയ നാടകക്കൂട്ടുകൾ നവനാടകവഴിയുടെ വെളിച്ചംവീശി. ഇദ്ദേഹത്തിന്റെ *കഫിർ, സാം കച്ച്ഗരാ (Unbaked Pitcher) കിങ്, മിർസ ടെസപെറ (King, Hero and Snake Charmer)* തുടങ്ങിയ മുഴുനീളനാടകങ്ങളും ശ്രദ്ധേയമായി.

ഇങ്ങനെയുള്ള മഹാരഥന്മാരുടെ ജീവിതകാലത്തിനിടയിലാണ് പാലിഭൂപേന്ദർ സിങ്ങിന്റെ നാടകകാലം സമാരംഭിക്കുന്നത്. 1985 ൽ ആദ്യമായി നാടകവേദിയിൽ പ്രവേശിക്കുമ്പോൾ, തന്നെ പ്രചോദിപ്പിച്ച രചനകളും നാടകങ്ങളും നോറമുതൽ സേഥിവരെയുള്ളവരുടേതാണെന്ന് പാലി സാക്ഷ്യപ്പെടുത്തുന്നുണ്ട്. തീവ്രാശയ നാടകങ്ങളോടാണ് പാലിക്ക് ആഭിമുഖ്യം.

സ്റ്റേജ് ക്രാഫ്റ്റിലും ഡിസൈനിലുമൊക്കെ മുങ്ങി നീരാടുന്ന ദൃശ്യ വിസ്മയനാടകങ്ങൾ എന്തു സന്ദേശങ്ങളാണ് വഹിക്കുന്നത്? സാമൂഹിക പ്രശ്നങ്ങളെ ചർച്ച ചെയ്യുന്നതിനോ, വിമർശിക്കുന്നതിനോ, മറികടക്കുന്നതിനോ ഇത്തരം നാടകങ്ങൾക്കു സാധിക്കുന്നുണ്ടോ? ഇല്ല എന്നാണ് അഭിപ്രായം. നാടകം രചിക്കപ്പെടണം. നാളേക്കു കരുതാനൊരു കൃതി അവശേഷിക്കപ്പെടുമ്പോൾ അതിൽ ഒരു ദേശത്തിന്റെ ചരിത്ര പശ്ചാത്തലത്തോടൊപ്പം അവിടത്തെ ജീവിതങ്ങളും ഉള്ളടങ്ങിയിരിക്കും. വിഹ്വലതകളും വൈജാത്യങ്ങളും അടയാളപ്പെട്ടിരിക്കും. എക്കാലവും വായിക്കപ്പെടേണ്ടതും വ്യാഖ്യാനിക്കപ്പെടേണ്ടതുമായ നാടകശക്തി നിലനില്ക്കുന്ന ആഹ്വാന നാടകകൃതികൾ ആവശ്യമാണ്. അത്തരം നാടകങ്ങൾ എഴുതപ്പെടണം. തീവ്രനിലപാടുകളാണ് തന്റെ നാടകങ്ങളുടെ കരുത്ത് എന്നു പാലി വിശ്വസിക്കുന്നു. വിമർശനത്തിന്റെയും ഞെട്ടിക്കലിന്റെയും രചനാകൗശലമാണ് പാലിഭൂപേന്ദർ സിങ്ങിന്റെ നാടകശൈലി. വിട്ടുവീഴ്ചകളില്ലാതെ പ്രതികരിക്കുക... മനുഷ്യപക്ഷം ചേർന്നു നടക്കുക... ഇന്നത്തെ ഇന്ത്യയിൽ തീവ്രമായി പ്രതികരിക്കേണ്ടുന്ന മനുഷ്യധ്വംസനങ്ങളുണ്ട്, നിർദ്ദയതത്ത്വങ്ങളുടെ പരിശീലനങ്ങൾ നടക്കുന്നുണ്ട്, തീർത്തും അപകടകരമായ തലമുറയുടെ അസഹ്യ കാമനകളുണ്ട്, അസത്യങ്ങളുടെ കൂറ്റൻ പ്രചരണങ്ങളുണ്ട്. പ്രതികരിച്ചേ മതിയാവൂ.

സ്വകീയമായ വഴിതുറക്കലുകൾ ഗവേഷണ ശീലത്തിലൂടെ ഉണ്ടാക്കിയെടുത്തതാണെന്നു പാലി വിശദമാക്കുന്നു. *പഞ്ചാബി നാട്യശാസ്ത്ര*മെന്നൊരു (*Poetics of Punjab*) സുപ്രധാന രചനയിലൂടെ തന്റെ നാടക സാക്ഷ്യസത്യം പാലി പ്രസിദ്ധം ചെയ്തുകഴിഞ്ഞു. ഇബ്സനിസം ഇന്നും പടിയിറങ്ങിപ്പോകാതെ പഞ്ചാബി നാടകങ്ങളിൽ കസേര വലിച്ചിട്ട് അധീശത്വം നേടുന്നതിലും ഷേക്സ്പിയറിന്റെ ക്ലാസിക് രചനകളെ വികലമാക്കുന്നതിലും പാലിക്ക് എതിർപ്പുണ്ട്. വർത്തമാ

നകാല പഞ്ചാബി ജീവിതത്തിന്റെ പിടിപ്പുകേടുകളിൽ ആകുലനാണ് ഇദ്ദേഹം. പഞ്ചാബിൽ പുതിയ നാടക രചിതാക്കളില്ല, സംവിധായകരും ഇല്ല. നാടകാഭിനയത്തിൽ താല്പര്യമുള്ള യുവതലമുറയും കുറവാണ്. സിനിമയില്പോയി പ്രശസ്തിയും പണവുമുണ്ടാക്കുവാനോ കാനഡ പോലുള്ള രാജ്യങ്ങളിൽ കുടിയേറി സ്വതന്ത്രരാവാനോ ഇഷ്ടപ്പെടുന്ന വരാണ് അധികവും. മദ്യത്തിലും മയക്കുമരുന്നിലും കൊതിപെട്ട് നശിച്ചു പോകുന്ന തലമുറയും വളർന്നു വരുന്നുണ്ട്. ഇവിടെ കൃഷി ചെയ്യണമെ ങ്കിൽ അസാമിൽ നിന്നോ ബംഗാളിൽ നിന്നോ തൊഴിലാളികൾ വരണം. ഗ്രാമങ്ങൾ നഗരങ്ങളായി പരിണമിച്ചുകൊണ്ട് ആധുനിക ജീവിത സൗക ര്യങ്ങളെ വാരിപ്പുല്കുന്നു. വിവരസാങ്കേതിക വലകൊണ്ടു ബന്ധിതവും അത്യാധുനിക ധാരാളിത്ത ബാധയാൽ നവീകൃതവുമാണ് ഇവിടത്തെ ഗ്രാമങ്ങൾ പോലും. രാഷ്ട്രീയ കക്ഷിനേതാക്കൾ സ്വാർത്ഥരും അത്യാർ ത്തിയാൽ അന്ധരും വിവരദോഷികളുമായി ഭരണം കൈയാളുന്നു! പാലി പറയുന്നു.

തനിക്കു ശേഷം പ്രളയം എന്ന മട്ടിൽ എല്ലാവരും അറിവിന്റെ കുന്നി ടിച്ചും ലാളിത്യത്തിന്റെ പുഴ വറ്റിച്ചും മനുഷ്യത്വമില്ലാതെ മണ്ണുവാരുന്നു. മണ്ണിനോട് കൂറില്ലാതെ മനുഷ്യത്വം പടിയിറങ്ങിപ്പോയ കെട്ടകാലമാണിത്. അപ്പോൾ പിന്നെ നാടകം കാണാൻ ആളെവിടെ? കളിക്കാരെവിടെ? നാടകം ചെയ്യുന്നതെങ്ങനെ? പ്രതിഷേധത്തിന്റെ സ്വരമുയർത്തി മനസ്സു കലങ്ങി പഞ്ചാബിലിരുന്നുകൊണ്ട് പാലിഭൂപീന്ദർ സിങ് ഇങ്ങനെ യൊക്കെ ചിന്താകുലനാവുന്നുണ്ട്.

ഇന്തോ-പാക് വിഭജന കാലത്ത് ഇന്ത്യൻ പഞ്ചാബിലേക്ക് കുടി യേറുകയും ഫരീദ്കോട്ട് ജില്ലയിലെ ജെയ്റ്റോ എന്ന ചെറിയ ഗ്രാമത്തിൽ വിശാഖ സിങ്ങിന്റെയും ചന്ദ്രവാൾ കൗറിന്റെയും പുത്രനായി 1965 ജനു വരി മൂന്നിന് മുൾട്ടാനി കുടുംബത്തിലാണ് പാലിഭൂപേന്ദർ സിങ് ജനിച്ചത്. ജെയ്റ്റോയിലെ തന്നെ റോസ് മൗണ്ട് മോഡൽ സ്കൂളിൽ പ്രാഥമിക വിദ്യാഭ്യാസം പൂർത്തിയാക്കി ജെയ്റ്റോ ഗവൺമെന്റ് ഹൈസ്കൂളിൽ ചേർന്നു. പാലിഭൂപേന്ദർ സിങ് വളരെ ചെറുപ്പത്തിൽ തന്നെ എഴുതി ത്തുടങ്ങി. കഥകളും കവിതകളുമായിരുന്നു പ്രിയം. ബതിന്ദഡി എ വി കോളേജിലെ പ്രീഡിഗ്രിക്കാലം കഴിഞ്ഞ് ഫാർദിക്കോട്ട് ഗവൺമെന്റ് ബൻജിന്ദ്രകോളേജിൽ ബിരുദപഠനത്തിനു ചേരുന്നതോടെയാണ് നാടകം എന്ന ബൃഹത് കലയുമായി നേർബന്ധമുണ്ടായി വരുന്നത്. ആദ്യ നാടകം അവിടെ വച്ചു പിറന്നതാണ്.

പിന്നീട് ഒരു ഡസനിലേറെ നാടകങ്ങൾ അദ്ദേഹം എഴുതി. ബിരു ദാനന്തര ബിരുദം പട്യാലയിലെ പഞ്ചാബി യൂണിവേഴ്സിറ്റിയിൽ നിന്നു കരസ്ഥമാക്കി. പഞ്ചാബ് സർവ്വകലാശാലയുടെ തന്നെ ചണ്ഡിഗഢ് സെന്ററിൽനിന്നും എം ഫിൽ നേടി അവിടെത്തന്നെ പി എച്ച് ഡിക്ക് ചേർന്നു. 'പഞ്ചാബി നാടകങ്ങളിലെ കാവ്യാത്മകത' എന്ന വിശാല വിഷയത്തിൽ ഡോക്ടറേറ്റ് നേടി. 1991 ൽ ഒരു വർഷം ഫിറോസ്പൂർ

ആർ എസ് ഡി കോളേജിൽ അദ്ധ്യാപകനായി സേവനമനുഷ്ഠിച്ചു. ഇതേ കാലത്തിൽ സഹപാഠിയായിരുന്ന സന്ദീപ് കക്കറിനെ വിവാഹം കഴിച്ചു. പിന്നീട് നീണ്ട ഇരുപത്തിരണ്ടു വർഷങ്ങൾ മോഗയിലെ ഡി എം കോളേജിൽ അദ്ധ്യാപകനായിരുന്നു. ഇപ്പോൾ ചണ്ഡീഗഢിലെ പഞ്ചാബ് സർവ്വകലാശാല ആസ്ഥാനത്ത് നാടകകാര്യപ്രമുഖനും അദ്ധ്യാപകനുമായി സജീവമാണ്. നാടക മേഖലയിലെ മികവിനെയും സംഭാവനകളെയും പുരസ്കരിച്ച് പഞ്ചാബ് സർക്കാർ 2014 ൽ ഇദ്ദേഹത്തിന് 'ശിരോമണി നടക്കർ പുരസ്കാരം' നല്കി ആദരിച്ചിരുന്നു. പഞ്ചാബി സാഹിത് അക്കാദമി 'കാർത്താർ സിങ് ധരിവാൾ' പുരസ്കാരവും അമൃത്സറിലെ ഗുരു നാനാക് ദേവ് സർവ്വകലാശാല ഏർപ്പെടുത്തിയിട്ടുള്ള 'ഇശ്വർ ചന്ദർ നന്ദ' അവാർഡും ഇദ്ദേഹത്തിനു ലഭിച്ചിട്ടുണ്ട്.

ബിരുദം പൂർത്തിയാകുമ്പോഴേക്കും പാലിയുടെ പല കവിതകളും കഥകളും ആക്ഷേപ ഹാസ്യങ്ങളും മിക്കവാറും എല്ലാ പ്രമുഖ പഞ്ചാബി പത്രങ്ങളിലും മാസികകളിലും അച്ചടിച്ചുവന്നു. ബൻജിന്ദ്രകോളേജിലെ സുഹൃത്തുക്കളുടെ പ്രേരണയെത്തുടർന്ന് അദ്ദേഹം സാദത്ത് ഹസ്സൻ മാന്റോയുടെ 'ടോബടെക് സിങ്' എന്ന കഥ നാടകമാക്കി, അത് അതേ വർഷം തന്നെ കോളേജ് വേദിയിൽ അരങ്ങേറി. അടുത്തവർഷം അദ്ദേഹം തന്റെ ആദ്യത്തെ സ്വതന്ത്ര ഹ്രസ്വ ആക്ഷേപഹാസ്യ നാടകം *ഈസ് ചൗക്ക് ടു ഷെഹർ ഡിസ്ദ ഹായ് (You can see the ctiy from this crossing) എഴുതി സംവിധാനം ചെയ്തു. ജാദോൻ മേൻ സിർഫ് ഇക് ഔറത്ഹുണ്ടിഹാൻ (When I am just a Woman), മിട്ടിഡാ ബാവ (Clay toy), ലോക്നാടക് (Folk drama) ഇക്കുഡി സിന്ദഗി ഉദീക്ക് ദി ഹെയ് (A girl Waiting for the life)* തുടങ്ങിയ ഹ്രസ്വ നാടകങ്ങൾ അദ്ദേഹം എഴുതി. പെൺഭ്രൂണഹത്യ ഏറ്റവുമധികം നടക്കുന്ന പഞ്ചാബിൽ അതിനെപ്പറ്റി കുറിക്കാതെ ഇരിക്കുന്നതെങ്ങനെ എന്ന് പാലി ചോദിക്കുന്നു. പെണ്ണേ തിരുമനസ്സിന്റെ മൃഗീയതകൾ വിളിച്ചോതുന്ന *സിർജാന* (Creation) നാടകം പഞ്ചാബിന്റെ മണ്ണിൽ വർത്തമാനകാല തിയറ്ററിന്റെ പ്രതിബിംബമായി മാറി.

ഇന്ത്യയിൽ, പ്രത്യേകിച്ചും ഉത്തരേന്ത്യൻ സംസ്ഥാനങ്ങളിൽ പെൺകുട്ടികൾക്കു നേരെ നടക്കുന്ന ലൈംഗികാതിക്രമങ്ങളോടുള്ള വിയോജനക്കുറിപ്പുകളാണ് *ഇക്കുഡി സിന്ദ് ഗി ഉദീക് ഡി ഹൈ (A Girl is waiting for the life), ഖർ ഗും ഹൈ (The House is Missing)* എന്നീ നാടകങ്ങൾ. മുതിർന്നവരുടെ ആഗ്രഹങ്ങളെ കുട്ടികളിലടിച്ചേല്പിക്കുന്ന ഇന്ത്യൻ രീതിയെ പരിഹസിച്ചു കൊണ്ടെഴുതിയ 'They want something' നാടകവും പ്രശസ്തമാണ്.

പ്യാസ കാ (Thirtsy Crow) ദാഹാർത്തനായ കാക്ക പാലിയുടെ ശ്രദ്ധേയമായ ഒറ്റയാൾ നാടകമാണ്. കാക്ക ഈ നാടകത്തിൽ ശക്തമായ ബിംബമാണ്. ബുദ്ധിമാനായ കാക്ക ചെറിയ കല്ലുകൾ ശേഖരിച്ചു കുടം നിറച്ചതും വെള്ളം കുടിച്ചതുമൊക്കെ പഴങ്കഥയാണ്

എന്ന് പാലി തന്റെ രചനയിലൂടെ സ്ഥാപിക്കുന്നു. കുടത്തിൽ ജലം കുറഞ്ഞതിന്റെ കാരണമാണ് നമ്മൾ ആരായേണ്ടതെന്ന് അദ്ദേഹം നാടകത്തിലൂടെ സംവദിക്കുന്നു. സ്വാതന്ത്ര്യം കിട്ടി എഴുപതാണ്ടുകൾ പിന്നിടുമ്പോൾപ്പോലും വിദ്യാഭ്യാസ മേഖലയിലെ വീഴ്ചകളുടെ കാരണങ്ങളിലേക്ക് നമ്മൾ നോട്ടമെറിഞ്ഞിട്ടില്ല. ഒരു റിട്ടേർഡ് അദ്ധ്യാപകന്റെ ആത്മഗതമാണ് *പ്യാസ കാ.* അദ്ധ്യാപകനായിരുന്ന ഒരാളുടെ മകൻ ലഹരിക്കടിമയായി നശിക്കുന്നതിന്റെ കാരണമെന്താണ്? നമ്മിലെ ജാതി മത ചിന്തകൾക്ക് അറുതിവരാത്തതിന്റെ ഉൾക്കളി എന്താണ്? എന്നൊക്കെയുള്ള ചോദ്യമെറിഞ്ഞുകൊണ്ട് സമൂഹത്തിനെ ചിന്തിപ്പിക്കുന്നുണ്ട് ഈ നാടകം. സർട്ടിഫിക്കറ്റിന്റെ വിദ്യാഭ്യാസം നമ്മളെ മനുഷ്യരാക്കുന്നില്ലല്ലോ എന്ന വേദനയും അദ്ദേഹം പങ്കുവയ്ക്കുന്നുണ്ട്.

ലിറാൻ ദി ഗുഡി (പഴന്തുണിപ്പാവ) യഥാർത്ഥ സംഭവ കഥയെ അടിസ്ഥാനപ്പെടുത്തി എഴുതിയ ശക്തമായ നാടകമാണിത്. പാകിസ്ഥാനിയായ ഒരു യുവതിയെ ഭർത്താവ് വന്ധ്യയെന്ന് ആരോപിച്ച് അവഹേളിക്കുന്നു. അവൾ വീടുവിട്ടിറങ്ങി ഇന്ത്യയിലെത്തുന്നു. അവളെ ഒരു ഇന്ത്യൻ പൊലീസ് ഉദ്യോഗസ്ഥൻ ക്രൂരമായി ബലാത്സംഗം ചെയ്യുന്നു. ഗർഭിണിയായ അവൾ തിരികെ നാട്ടിലെത്തുവാൻ ശ്രമിക്കുന്നതും ഭർത്താവിനെ തന്റെ സ്ത്രീസത്വം വെളിപ്പെടുത്താൻ കരുത്തു കാണിക്കുന്നതുമാണ് പശ്ചാത്തലം. പാകിസ്ഥാനി പ്രസവിക്കുന്ന ഇന്ത്യൻ കുഞ്ഞിന്റെ രാഷ്ട്രീയ സാംഗത്യമാണ് വിഷയം. കഥ കേൾക്കുമ്പോൾ ഉൾക്കഥയുടെ കരുത്തു വെളിവാക്കുന്നില്ല എന്ന തോന്നലുണ്ടാക്കാമെങ്കിലും ചർച്ച ചെയ്യുന്ന വിഷയം തീവ്രമായതുകൊണ്ട് ഗംഭീരമായ സ്വീകാര്യതയാണ് ഈ നാടകം നേടിയത്.

രാമായണ കാവ്യത്തിന്റെ മറുവായനയിലൂടെ വിമർശാത്മക രചനയായ *ദില്ലി റോഡ്വൈ ഇക്ക്ഹഡ്സ (Accident by coming to Delhi Road), ഇക്ക്സപ്നേ ദാ രാജ്നീതിക് കത്താൽ (Political murder of dream), ഖാദ് (Add), താകേസനദ്രഹേ (This is to Certify), ആർ എസ് വി പി (RSVP), ഈഡിപ്പസ് (Oedipus), രാത്ത്ചന്ദ്നി (Full moon), മെയ്ൻ ഭഗത് സിങ് (I the Bhagath Singh), മുൾ ദി തീ വിൻ (The bride for the price), ടെററിസ്റ്റ് ദ പ്രേമിക (Terrorist darling), ഘർ ഘർ (Home is a game)* തുടങ്ങി ചെറുതും വലുതുമായ നാല്പതു നാടകങ്ങൾ. ഒക്കെയും പ്രശ്നനാടകങ്ങൾ. കരുത്തിന്റെ അരങ്ങുഭാഷ്യങ്ങളായി ഇവയെല്ലാം പഞ്ചാബിന്റെ മണ്ണിൽ നിന്നുകൊണ്ടുള്ള മാനുഷികമായ ആത്മനിരീക്ഷണങ്ങൾ. ഭഗത് സിങ്ങിനോടുള്ള കടുത്ത ആരാധനയാൽ രണ്ടു നാടകങ്ങൾ ഇദ്ദേഹം എഴുതിയിട്ടുണ്ട്.

ആദ്യകാലത്ത് രചിച്ചതും സംവിധാനം ചെയ്തതുമായ ഒന്നര ഡസനോളം നാടകങ്ങൾ അദ്ദേഹത്തിനു സ്വന്തം നാട്ടിൽ ബഹുമതികൾ നേടിക്കൊടുത്തു. അവയിൽ പലതും ചെറുതും ഹ്രസ്വവുമാണ്. അദ്ദേഹത്തിന്റെ സൃഷ്ടികൾ പഞ്ചാബി നാടകലോകത്ത് അലകൾ സൃഷ്ടിക്കുക

മാത്രമല്ല ഉത്തരേന്ത്യയിലെ മുഴുവൻ അക്കാദമിക് തിയേറ്റർ ഫെസ്റ്റിവലുകളിലും നവസംവേദനം സൃഷ്ടിക്കുകയും ചെയ്തു. തുടർന്ന്, പാലിതന്റെ മുഴുനീളനാടകമായ *ഘർഘർ* എഴുതി. ഡൽഹിയിൽ ഈ നാടകം അദ്ദേഹത്തിന്റെ തന്നെ സംവിധാനത്തിൽ അരങ്ങേറി. പഞ്ചാബിന് പുറത്ത് തന്റെ നാടകം അരങ്ങേറിയത് അദ്ദേഹം ഓർത്തെടുത്തു. ഇപ്പോൾ അദ്ദേഹത്തിന്റെ സൃഷ്ടിയുടെയും അവതരണത്തിന്റെയും ചക്രവാളത്തിന് വികാസം ലഭിച്ചിട്ടുണ്ട്. തുടർന്നുള്ള വർഷങ്ങളിലാണ് അദ്ദേഹം *ടെററിസ്റ്റ് ഡി പ്രേമിക, ഈഡിപ്പസ്, തുഹാനു കെഹ്ദരംഗ് പസന്ദ് ഹായ്* തുടങ്ങിയ നാടകങ്ങൾ രചിക്കുകയും ഉത്തരേന്ത്യൻ സംസ്ഥാനങ്ങളിൽ അരങ്ങുകൾ നേടി പ്രശസ്തനാവുകയും ചെയ്തു..

നവതരംഗ പഞ്ചാബി നാടകങ്ങൾ (New Wave Punjabi Drama) എന്ന പേരിൽ പ്രശസ്ത പഞ്ചാബി നാടകക്കാരൻ ആദംജിത്ത് എഡിറ്റ് ചെയ്ത് 2014 ൽ പ്രസിദ്ധം ചെയ്ത പുസ്തകത്തിൽ പാലിയുടെ ഏറ്റവും ചർച്ചചെയ്യപ്പെട്ട *ടെററിസ്റ്റ് ദി പ്രേമിക (A Terrorist Darling)* എന്ന നാടകം പ്രാധാന്യത്തോടെ ഇംഗ്ലീഷിലേക്ക് മൊഴിമാറ്റി അച്ചടിച്ചു വന്നു.

മഞ്ഞുമൂടിയ താഴ്വരകളിലൊരു ബംഗ്ലാവിലാണ് കഥ നടക്കുന്നത്. അവിടെ താമസിക്കുന്ന ദമ്പതികളുടെ ഒരു കുടുംബത്തിലേക്ക് തീവ്രവാദികളിൽ ഒരാൾ കടന്നുവരുന്നു. ഏറ്റവും തീവ്രവും സത്യസന്ധവുമായി തന്റെ ഭർത്താവിനെ പ്രണയിക്കുകയും കുടുംബജീവിതം നയിക്കുകയും ചെയ്തിരുന്ന അനീറ്റ എന്ന സ്ത്രീയും തന്റെ ഭർത്താവിനെ കൊല്ലാനെത്തുന്ന തീവ്രവാദിയും തമ്മിൽ നാടകീയമായി ഏറ്റുമുട്ടുന്നു. സംഘർഷഭരിതമാണ് നാടകം. ഭർത്താവിനെ കൊല്ലുന്നതിനു മുൻപ് തന്നെ കൊല്ലണമെന്ന് ആക്രോശിച്ചുകൊണ്ട് അനീറ്റ തീവ്രവാദിയെ തടയുമ്പോൾ അറിയാനിടവരുന്ന ഒരു സത്യം അവളെ വല്ലാതെ തകർത്തു കളയുന്നു. തീവ്രവാദിയുടെ പ്രണയിനി തന്റെ ഭർത്താവിനാൽ ബലാത്സംഗം ചെയ്ത് കൊല്ലപ്പെട്ടതാണെന്നും അയാൾ തീവ്രവാദിയാകാനുണ്ടായ സാഹചര്യം അതാണ് എന്നുമുള്ള സത്യം അവളറിയുന്നു. വിശ്വസിക്കാനോ ഉൾക്കൊള്ളാനോ ആവാത്ത ആ സത്യം അവളിലെ സ്ത്രീത്വത്തെ, സ്വത്വത്തെ വല്ലാതെ മഥിക്കുകയും അവൾ വിഹ്വലയാവുകയും ചെയ്യുന്നു. ആ സ്ത്രീ അകപ്പെടുന്ന ഭീതിദമായ അവസ്ഥയ്ക്കൊടുവിൽ അവൾ തന്നെ ഭർത്താവിനെ കൊന്നുകളയുന്നു. തീവ്രവാദിയുമായി പ്രണയത്തിലാകുന്ന അവൾ കുടുംബം, ജീവിത പങ്കാളി ഇവയുടെ യഥാർത്ഥ അർത്ഥവും ആനന്ദവുമൊക്കെ തിരിച്ചറിയുന്നു. ലവ് ടു ഹേറ്റ് എന്നത് അതിതീവ്രമായി ഈ നാടകം പങ്കുവയ്ക്കുന്നുണ്ട്. എന്താണ് തീവ്രവാദം? എന്താണ് പ്രണയം? ഒരാൾ തീവ്രവാദിയെന്നു മുദ്രകുത്തുന്നതെപ്പോഴാണ്? മനഃപൂർവ്വമായെങ്കിലും തന്റെ സ്വകാര്യ പകയ്ക്കറുതിവരുത്താൻ ഒരാൾ തീവ്രവാദിയുടെ വേഷമണിയുന്ന സ്ഥിതി വരാറുണ്ടോ? നിരവധി ചോദ്യങ്ങൾ നിരത്തി നാടകം ചർച്ച ചെയ്യപ്പെട്ടു.

ഈ പുസ്തകത്തിലെ ആമുഖക്കുറിപ്പിൽ എഡിറ്റർ ഇങ്ങനെ എഴുതുന്നു.

> Pali Bhupinder is One of the leading and promising Punjabi Play wrights. The youngest established dramatist as he is, Pali has been able to make a definite mark both as a play wright of a contemporary generation and a man with radical social ideas. The crispness in dialogues and the most dramatic situations in plots give him an edge over others and make his action riveting. He has an unparalleled grip over his audience and also power to challenge established values.

പഞ്ചാബി നാടകകൃത്തുക്കളായ ആറ് പേരുടെ നാടകങ്ങളാണ് ഈ പുസ്തകത്തിൽ ഉൾപ്പെടുത്തിയിട്ടുള്ളത്. പഞ്ചാബി നാടകകൃത്തുക്കളുടെ കാമ്പും കനലുമായ രചനകളാണ് അവയെല്ലാം. ഇന്ത്യയിലുടനീളം കൊണ്ടാടപ്പെട്ട നാടകങ്ങളുടെ പട്ടികയിലൊന്നും ഈ നാടകങ്ങൾ പ്രതിപാദിച്ചിട്ടില്ല. കാഴ്ചയ്ക്കും (ഡിസൈൻ ഓറിയന്റഡ് പ്ലേ) പരീക്ഷണങ്ങൾക്കും കേൾവിപ്പെട്ട നൂതന നാടകക്കാർക്ക് കൃതി അവശ്യമില്ലല്ലോ? പാലി ചോദിക്കുന്നു. നാളത്തെ തലമുറയ്ക്ക് എന്തു സന്ദേശമാണ് നമ്മൾ കൊടുത്തുവയ്ക്കാൻ പോകുന്നത്? ദൃശ്യാത്മകത നാടകത്തിൽ വേണം എന്നാൽ ഉൾക്കാമ്പിൽ നാടകം വഹിക്കേണ്ടുന്ന ആശയഭാരം ഇല്ലാതെ വന്നാൽ നാടകീയ കലകൊണ്ട് എന്തു നേട്ടം? പരീക്ഷണങ്ങളുടെ രാസവസ്തുക്കളിൽ രസങ്ങൾ ഉൾച്ചേർത്തുകൊണ്ട് ആശയത്തിനെ ജനസമൂഹത്തിലേക്ക് തുറന്നു വിടുകയാണ് വേണ്ടത്. പലരും ക്ലവർ പ്ലേ മേക്കേഴ്സും ഊതപ്പൊന്തികളുമാണ്. നവസംവിധായർക്ക് കൃതി ഒരു പ്രശ്നമല്ല.

പ്രമേയ സ്വീകരണത്തിൽ പാലിഭൂപേന്ദർ സിങ് കാണിക്കുന്ന പ്രതിബദ്ധത നമ്മൾ കാണാതെ പോകരുത്. സാമൂഹിക പരിവർത്തനത്തിന് വിഘാതം നില്ക്കുന്ന നെറികേടുകൾക്ക് എതിരെ പടനയിക്കുന്ന നാടകങ്ങൾ ഇന്ത്യയിൽ ഇനിയും പിറക്കേണ്ടതുണ്ട്. അത്തരം സാമൂഹിക പ്രശ്നങ്ങൾ ഇന്ത്യയിൽ ഉടലെടുത്തു കഴിഞ്ഞു. അല്ലെങ്കിൽ ഇന്ത്യ ഭൂമിശാസ്ത്രപരമായി ഒന്നായിരിക്കെത്തന്നെ പലതായി വിഭജിക്കപ്പെടും. മനുഷ്യർ ഭിന്നിച്ചുകഴിഞ്ഞാൽ ജീവിതം അസ്വസ്ഥമാവും.

പശ്ചാത്യ നാടക ശീലങ്ങളുടെ തനിപ്പകർപ്പുകൾ കഴിഞ്ഞ നൂറ്റാണ്ടിൽ പഞ്ചാബിൽ നിരവധിയുണ്ടായി. അതേസമയം ഭാരതീയ പാരമ്പര്യാധിഷ്ഠിത നാടകങ്ങളും സംഭവിച്ചിട്ടുണ്ട്. നാടോടിയും ക്ലാസിക്കലുമായ തിയറ്റർ സംസ്കാരങ്ങൾ പരീക്ഷിക്കപ്പെട്ടിട്ടുണ്ട്. കേരളത്തിലെന്ന പോലെ പഞ്ചാബിലും പാഴ്സി നാടകങ്ങളുടെ സ്വാധീനമുണ്ടായിരുന്നു. അതിന്റെ അവശേഷിപ്പുകൾ ഇന്നും നിലനില്ക്കുന്നുണ്ട്.

പഞ്ചാബിൽ ഇപ്റ്റയുടെ പ്രവർത്തനം അറുപതുകളിൽ സജീവമായിരുന്നു. വലിയ ജനകീയ മുന്നേറ്റങ്ങൾ ആഹ്വാനം ചെയ്തുകൊണ്ടുള്ള പ്രവർത്തനങ്ങളായിരുന്നു അതിൽ പലതും. അതു ക്ഷയിച്ചു പോയി. എന്നാൽ ഐറിഷ് നാടക നിർമ്മിതിയുടെ ശൈലിയിൽ നിന്ന് പിന്നോട്ട് പോകാൻ ഇവിടത്തെ നാടകക്കാർ ഒരുക്കമല്ല എന്നതാണ് നാടക പഠിതാക്കളുടെ ആക്ഷേപം. സ്ട്രിങ് ബർഗിന്റെ നാടകങ്ങളും പഞ്ചാബികളാൽ പരിലാളിക്കപ്പെട്ടിട്ടുണ്ട്. ലോകനാടകവേദിയിൽ ഇന്നോളമുണ്ടായിട്ടുള്ള പല സങ്കേതങ്ങളും കുറഞ്ഞ അളവിലെങ്കിലും പഞ്ചാബി നാടകങ്ങളിൽ പ്രയോഗിക്കപ്പെട്ടിട്ടുണ്ട്. പരീക്ഷണങ്ങൾ നാടകങ്ങളെ പരിരക്ഷിക്കുന്നുണ്ടോ എന്ന ചോദ്യം അവശേഷിപ്പിച്ചു കൊണ്ട് ഭൂതകാലത്തിൽനിന്നും ഭാവിയുടെ പുത്തൻ ഗാഥകളിലേക്ക് പഞ്ചാബിന്റെ നാടകവും പാലിയെപ്പോലുള്ളവരിലൂടെ വളർച്ച കാംക്ഷിക്കുകയാണ്.

മുതിർന്നതലമുറയിൽ സി ഡി സിദ്ദു, അജ്മർ ഔലഖ്, ആദംജിത്ത് എന്നിവർ സ്വശൈലികൾ കണ്ടെത്തി നാടകങ്ങൾ ചെയ്തിട്ടുണ്ട്. ഇതിൽ സിദ്ദു ഇപ്പോൾ ജീവിച്ചിരിപ്പില്ല. ദേവേന്ദർ ദമാൻ, സ്വരാജ് ബിർ, ജഗദീഷ് സച്ച്ദേവ, നിർമ്മൽ ജൗറാ തുടങ്ങിയവർ സ്മരണീയമായ സംഭാവനകൾ ചെയ്തവരാണ്. ഇന്ത്യാ-പാകിസ്ഥാൻ വിഭജനത്തിന്റെ ഫലങ്ങൾ നേരിട്ടനുഭവിച്ച ഇവരുടെ നാടകങ്ങളും കൃതികളും ആദരിക്കപ്പെടുന്നുണ്ട്. യുവാക്കളുടെ ഇടയിൽ സ്വാധീനശക്തിയായി ഇവർ അണിനിരന്നിട്ടുണ്ട്.

അന്താരാഷ്ട്ര തലത്തിലേക്ക് പഞ്ചാബികളുടെ നാടകമനസ്സ് എത്തിച്ചത് നീലം മാൻസിങ്ങും സുർജിത്ത്പട്ടാറുമാണ്. നീലം മാൻസിങ്ങാവട്ടെ ഗിരീഷ് കർണ്ണാടിന്റെ *നാഗമണ്ഡല*യും മറ്റും പഞ്ചാബിയിലേക്ക് മൊഴിമാറ്റം വരുത്തി അവതരിപ്പിച്ചു. സുർജിത്ത് പട്ടാർ ഗൗരവതരമായ നാടകങ്ങൾ മൂല്യാധിഷ്ഠിതമായി അരങ്ങത്തു പ്രതിഫലിപ്പിച്ചു. പഞ്ചാബിൽ നിന്നുള്ള ഹിന്ദി നാടക രചിതാക്കളുടെ പട്ടികയും ചെറുതല്ല. ഉപേന്ദ്രനാഥ് ആഷ്ക്, ഭിഷാം സാഹ്നി, മോഹൻ രാകേഷ്, നരേന്ദ്രമോഹൻ, സ്വദേഷ് ദീപക് എന്നിവർ ഇതിൽ ചിലരാണ്. ഷീലാഭട്ടിയ, തേരാ സിങ് ഛരാൻ, ജഗദീഷ് ഫെരിയാദി, ജോഗീന്ദർ ബഹ്റല എന്നിവർ പഞ്ചാബി ഭാഷയിൽ നാടകങ്ങൾ എഴുതിയ കാനഡക്കാരുടെയും പാകിസ്ഥാനികളുടെയും പ്രതിനിധികളായി അറിയപ്പെടുന്നുണ്ട്.

നന്ദ മുതൽ പാലി വരെയുള്ള പഞ്ചാബി നാടകക്കാരുടെ പട്ടിക സമൃദ്ധമാണ്. മലയാളികൾക്ക് തീരെ പരിചയമില്ലാത്ത എന്നാൽ ഇന്ത്യൻ നാടകവേദിക്ക് മുതൽക്കൂട്ടായ പ്രതിഭത്തിളക്കങ്ങൾ പഞ്ചാബിൽനിന്നും ഉയിർകൊണ്ടിട്ടുണ്ട്. പ്രധാനമായും നാടകരചിതാക്കൾ. ഗുരുഷരൺ സിങ്ങിന്റെ കളരിയിൽനിന്നും പിറന്നവരാണ് ഹർപാൽ ധിവാനയും കേവൽ ധലിവാളും സംഗീത ഗുപ്തയുമൊക്കെ. ഡോ. സാഹിബ് സിങ്ങാണ് ഇതിൽ പ്രമുഖൻ. ഇവരിലൂടെ സമാന്തര നാടകവേദി ബഹുദൂരം മുന്നോട്ടുപോയിട്ടുണ്ട്. നവീന പഞ്ചാബി നാടകങ്ങളുടെ ഫാക്ടറി

യാണ് അമൃത്സർ. പുതിയ നാടകങ്ങൾ എഴുതി സംവിധാനം ചെയ്ത് ടിക്കറ്റ് വച്ചുള്ള അവതരണങ്ങൾ അവിടെ സംഘടിപ്പിക്കുന്നുണ്ട്. എന്നാൽ പാലിക്കു ശേഷം ഒരു ശൂന്യകാലത്തിന്റെ വരവിനെ അവിടത്തെ നാടക പ്രേമികൾ ഭയപ്പെടുന്നുമുണ്ട്. പീത്ത്മോഹിന്ദർ സേഘോൻ, ജഗദേവ് ധില്ലൺ, ഡോ. സാഹിബ് സിംഗ്, കുൽവീർ മാലിക്ക് എന്നിവരാണ് പുത്തൻ പരീക്ഷണങ്ങളുടെ പഞ്ചാബി പ്രതിനിധികൾ.

വലിയൊരു സമയമെടുത്ത് പഠിക്കുകയും വിശകലനം ചെയ്യുകയും അരങ്ങേറ്റുകയും ചെയ്യേണ്ടുന്ന പാലിയുടെ നാടകങ്ങളെ മുഴുവനായും പരിചയപ്പെടുത്താൻ വിസ്തരഭയം അനുവദിക്കുന്നില്ല. ഇന്ത്യൻ സാഹചര്യത്തിൽ നിലനില്ക്കുന്ന ഒരുപാടു മലീമസതകൾക്കും അസഹിഷ്ണുതകൾക്കും ഇടയിൽ നിന്നുകൊണ്ടാണ് ഇങ്ങനെയൊരാൾ നാടകം പടവാളാക്കി പൊരുതുന്നത്. തീവ്രാശയങ്ങളുടെ പശ്ചാത്തലത്തിലേക്കു നയിക്കത്തക്ക അനുഭവങ്ങൾ പാലിഭൂപേന്ദർ സിങ്ങിനെ പിന്തുടരുന്നതായിക്കൂടി നമ്മൾ വീക്ഷിക്കേണ്ടതുണ്ട്. പ്രസാദാത്മകമായ മലയാള നാടക ഭൂമികയോട് ആരാധനയുള്ളയാളാണ് താനെന്ന് അദ്ദേഹം പറഞ്ഞു. കഥകളിയും കൂടിയാട്ടവുംപോലുള്ള രംഗകലകളുടെ ഈറ്റില്ലമായ കേരളത്തിൽ വരാൻ താൻ കൊതിക്കുന്നുണ്ട്. നാടകങ്ങൾ മൊഴിമാറ്റം ചെയ്ത് കളിക്കാനുള്ള സാദ്ധ്യതകൾ കണ്ടെത്തണം. സാംസ്കാരികമായ കൊടുക്കൽ വാങ്ങലുകൾ എല്ലാ സംസ്ഥാനങ്ങൾ തമ്മിലും നടക്കേണ്ടതുണ്ട്. അവയൊക്കെ സാദ്ധ്യമാകുകയും നാടകക്കാരുടെ ജീവിതവും വീക്ഷണവും ശരിയായ രീതിയിൽ വിപുലപ്പെടുകയുമാണ് ഇന്നിന്റെ ആവശ്യം.

നാടകസഞ്ചാരി

ദേശാന്തരങ്ങളിലുള്ള വിവിധ തരം നാടകാവതരണ സമ്പ്രദായങ്ങളെ പരിചയപ്പെട്ടാൽ അതിശയങ്ങളുടെ അപാരമായ ഇടങ്ങൾ നമുക്ക് ദർശിക്കാനാവും. ജപ്പാനും ചൈനയും യൂറോപ്പും അമേരിക്കയും കൊറിയയും എന്തിന് വളരെ ചെറിയ രാജ്യങ്ങൾ പോലും ബൃഹത്തായ അരങ്ങനുഭവങ്ങളുടെ കലവറയാണ്. മഹത്തായ ചില നാട്ടറിവുകൾ പോലും ചില അരങ്ങു ചന്തങ്ങളെ കാട്ടിത്തരുന്നുണ്ട്. ഒരിക്കൽ വിഖ്യാത ചലച്ചിത്രകാരൻ കുമാർ സാഹ്നിയുമൊത്തുള്ള യാത്രയിൽ അദ്ദേഹം ഹോഴ്സ് തിയറ്ററിനെപ്പറ്റി വാചാലനായത് ഓർക്കുന്നു. കുതിരകൾ അഭിനേതാക്കളാകുന്ന രംഗാവതരണമാണിതെന്ന് അദ്ദേഹം അടിവരയിട്ടു. അന്യരാജ്യങ്ങളിലും അവരുടെ സംസ്കാരങ്ങളിലും ഏതേതെല്ലാം വിധത്തിലുള്ള നാടകരൂപങ്ങളുണ്ടെന്ന് അത്ഭുതം കൂറി.

കുമാർ സാഹ്നി

യാത്രകളും വായനയും നിരന്തരം വേണ്ടിവരുന്ന, ഇത്തരം അറിവന്വേഷണത്തിന് ആവേശം കാണിക്കുന്ന വിരലിലെണ്ണാവുന്ന ചിലർ ഇന്ത്യയിൽ ഉണ്ട്.

നാളെയുടെ നാടകക്കരുത്തായി വരും തലമുറയ്ക്കു വേണ്ടി ചിലത് ഇവർക്ക് ചെയ്യാൻ സാധിക്കും. മലയാള നാടക വേദിയിൽ പ്രവർത്തിക്കുന്ന പലരും ഈ അതിശയങ്ങളെ പരിചയപ്പെടാൻ അവസരം കിട്ടാത്തവരാണ്. സാദ്ധ്യതകളുള്ള എന്നാൽ അവസരത്തിനു മിനക്കെടാത്തവരുമുണ്ട്. താന്താങ്ങളുടെ ചുറ്റുവട്ടങ്ങളെ ഒറ്റച്ചൂട്ടുവെട്ടത്തിൽ കാണാൻ ശ്രമിക്കുമ്പോൾ കാഴ്ചയ്ക്ക് പരിമിതികൾ വരും. പരന്ന കാഴ്ചയാണ് ഈ ആഗോള വീക്ഷണത്തിന് ആവശ്യം. വിവിധ ശൈലികളെ പരിചയപ്പെട്ടവർ അടയാളപ്പെട്ടിട്ടുണ്ട്. ശൈലീഭേദങ്ങൾ പലത് പരിചയപ്പെടുമ്പോൾ അതിനെ അനുകരിക്കാതെ സർഗ്ഗാത്മകമായ ഉണർച്ച പ്രദാനം ചെയ്യാൻ സാധിച്ചവരും നമുക്കിടയിലുണ്ട്. അവരിൽ അന്താരാഷ്ട്ര തലത്തിൽ തന്റെ പഠനപാടവവും സർഗ്ഗാത്മകമികവും അടയാളപ്പെടുത്തിക്കൊണ്ടിരിക്കുന്ന ഡോ. ചവാൻ പ്രമോദിന്റെ പ്രവർത്തനങ്ങൾ കൂടുതൽ ചർച്ചകൾ ആവശ്യപ്പെടുന്നുണ്ട്.

കേന്ദ്ര സംഗീത നാടക അക്കാദമിയുടെ ഇക്കഴിഞ്ഞവർഷത്തെ ഉസ്താദ് ബിസ്മില്ലാഖാൻ പുരസ്കാരം ചവാൻ പ്രമോദിനു ലഭിച്ചിരുന്നു. 2013 മുതൽ ഇദ്ദേഹം ബറോഡയിലെ മഹാരാജാ സയാജിറാവു യൂണിവേഴ്സിറ്റിയിൽ ഡ്രാമാറ്റിക്സ് വിഭാഗം പ്രൊഫസറുമാണ്. ഒപ്പം നാടകങ്ങൾ സംവിധാനം ചെയ്ത് മെറ്റയിലും മറ്റും പുരസ്കൃതനുമായി. പഠനാർത്ഥമുള്ള യാത്രകൾക്കായി ഇദ്ദേഹം കേരളത്തിലും വന്നിട്ടുണ്ട്. സൗത്ത് കൊറിയ, ജപ്പാൻ, ചൈന എന്നീ രാജ്യങ്ങളില്പോയി അവിടത്തെ സംസ്കാരത്തിൽ അന്തർലീനമായിരിക്കുന്ന രംഗസംബന്ധിയായ ചില പ്രത്യേക വിഷയങ്ങൾ ഫെലോഷിപ്പോടെ പഠിച്ചു.

രണ്ടായിരത്തിപ്പന്ത്രണ്ടിലാണെന്നാണ് ഓർമ്മ. വർഷാരംഭത്തിൽ കാവാലം നാരായണപ്പണിക്കരുടെ സോപാനത്തിൽ വച്ചാണ് ചവാനെ പരിചയപ്പെടുന്നത്. കാവാലത്തിനോട് ഒപ്പം സഞ്ചരിച്ച് അദ്ദേഹത്തിന്റെ നാടകങ്ങളിൽ ഗവേഷണം നടത്തിയ ചവാൻ അത്ഭുതാവേശത്തോടെയാണ് കേരളീയ രംഗകലകളെ സമീപിച്ചിരുന്നത്. കാവാലത്തിൽനിന്നും നാട്യശാസ്ത്രത്തിൽ (Training of Natyashatsra) ഗവേഷണപ്രബന്ധം തയ്യാറാക്കി. കാവാലത്തിന്റെ നാടകങ്ങളിലെ രസവിചാരം എന്ന വിഷയം ദേശീയ തലത്തിൽ എത്തിക്കുന്നതിൽ പ്രമോദ് വിജയിച്ചു. ഭാരതീയ നാടകവേദിയെ വിശകലനം ചെയ്തുകൊണ്ട് വിശേഷിച്ചും സംസ്കൃത നാടകവേദിയെ പഠിക്കുകയായിരുന്നു പ്രമോദ്. സംസ്കൃത നാടകാവതരണ സമ്പ്രദായം, അഭിനയം, അരങ്ങു സംവിധാനം, നടപരിശീലനതത്ത്വങ്ങൾ ഇവയൊക്കെ ചവാന്റെ ഗവേഷണ വിഷയങ്ങളായിരുന്നു. (Sanskrit Theatre - Production/ Direction Process, Acting Methodology / Actor's Training of Indian / Sanskrit Theatre). കഠിനാദ്ധ്വാനവും

ക്ഷമയും വേണ്ടുന്ന ക്ലാസിക്കൽ പാരമ്പര്യാന്വേഷണം തപസ്സുപോലെ ഏറ്റെടുത്തു മുന്നേറുകയായിരുന്നു ഇദ്ദേഹം. കാവാലത്തിന്റെ കാഴ്ച പ്പാടിൽ തനതു കേരളീയ നാടകാന്വേഷണം കൂടിയാട്ടത്തിലും കഥക ളിയിലും നമ്മുടെ നാടോടി വിജ്ഞാനീയത്തിലും എക്കാലവും നില നിന്നിരുന്നതിനാൽ ചവാന്റെ അന്വേഷണങ്ങൾക്ക് ശക്തമായ ഉറവിട മായി.

കാവാലത്തെപ്പോലെ തന്നെ ഇന്ത്യൻ തിയറ്ററിന്റെ വേരന്വേഷണ ത്തിൽ നൂതനവും സ്വകീയവുമായ വഴി തുറന്ന രത്തൻ തിയ്യവും പ്രമോദ് ചവാന്റെ അന്വേഷണങ്ങൾക്ക് ദിശ നല്കിയിട്ടുണ്ട്. രണ്ടു മഹാരഥ ന്മാരുടെ അറിവും വാത്സല്യവും ആവോളം ലഭിച്ചതിനാൽ ഭാരതീയ നാടകവേദിയിലെ വികാസപരിണാമങ്ങളുമായി അടുത്തിടപഴകാൻ ഇദ്ദേഹത്തിനു സാധിച്ചു. ഏഷ്യയിലാകെ വ്യാപിച്ചുകിടക്കുന്ന അരങ്ങു രീതികളിൽ ആകൃഷ്ടനാവാനുണ്ടായ കാരണവും ഈ രണ്ടു പേരു മാണെന്ന് ചവാൻ സാക്ഷ്യപ്പെടുത്തുന്നു. കൊറിയൻ പരമ്പരാഗത തിയ റ്റർ സമ്പ്രദായങ്ങളെ പരിചയപ്പെടാനും ഇന്ത്യൻ കൊറിയൻ തിയറ്റ റുകളുടെ സമാനതകളെ തൊട്ടറിയാനും സാധിച്ചതുകൊണ്ട് ആഗോളീ കരണത്തിന്റെ കാലത്തും ക്ലാസിക്കൽ തിയറ്ററിന്റെ സാംഗത്യം തിരിച്ച റിയാൻ ചവാന് സാധിച്ചിട്ടുണ്ട്. കൊറിയൻ ഹവേമാസ്ക്ക് ഡാൻസ് തിയ റ്ററിലാണ് ചവാൻ പ്രമോദ് തന്റെ ശ്രദ്ധ ആദ്യം കേന്ദ്രീകരിച്ചത്. പിന്നീട് ജാപ്പനീസ് നോ തിയറ്ററിന്റെ പതികാല രീതികളെയും.

'ജീവിതം എവിടെയുണ്ടോ അവിടെ കലയുണ്ടാകും അനുഷ്ഠാനം എവിടെയുണ്ടോ അവിടെ നാടകമുണ്ടാവും' എന്ന വീക്ഷണം ഇദ്ദേഹ ത്തിൽ ഇപ്പോൾ രൂഢമൂലമായിട്ടുണ്ട്. ഇരുപതു വർഷംകഴിഞ്ഞാൽ ഇന്ത്യൻ തിയറ്ററിന്റെ നിലനില്പിൽ ആശങ്കപ്പെടുന്നവരോട് ചവാൻ പറ യുന്നതും ഇതു തന്നെയാണ്. ശരീര സംബന്ധിയായ പ്രയോഗങ്ങളിൽ ആധുനികനായ മനുഷ്യന് വളരെ മാറ്റം വന്നിട്ടുണ്ട്. നടപ്പിൽ ഇരിപ്പിൽ കഴിപ്പിൽ എന്നുവേണ്ട ചിന്താപരമായും ഉത്തരാധുനികകാല മനുഷ്യന് പരിവർത്തനം വന്നിട്ടുണ്ട്. അനിമൽ എനർജിയാണ് നടനെ നിലനിർ ത്തുന്നത്, ചവാൻ പറയുന്നു.

മൃഗനടകളിൽനിന്നും അവൻ വിമുക്തനായത് പല ക്ലാസിക്കൽ തിയറ്റർ രൂപങ്ങളുടെയും ഭാവിയെ അപായപ്പെടുത്തുന്നുണ്ട്. എന്നാൽ നടനിഷ്ഠമായ നാടകങ്ങൾ ഉണ്ടാവാൻ ഊർജ്ജമാവുന്നത് പ്രകൃത്യാ ലുള്ള മാനവ ശീലങ്ങളിൽനിന്നു തന്നെയാണ് - പ്രമോദ് ചവാൻ പറ യുന്നു.

ജപ്പാനും ചൈനയും കൊറിയയും ഇന്ത്യയുടേതിനു സമാനമായ ബോഡി തിയറ്റർ ശൈലി തന്നെയാണ് സ്വീകരിച്ചിരിക്കുന്നത്. അതിൽ

അത്ഭുതപ്പെടാനില്ല. ഇഴമുറിയാത്ത ബന്ധം ഇവിടങ്ങളിലെ കലകൾക്ക് നാട്യശാസ്ത്രവുമായി ഉണ്ട്. സ്ഥലത്തിനെയും കാലത്തിനെയും ഉപയോഗിക്കുന്നതിലെ സമാനതകൾ അത്ഭുതാവഹമാണ്. നടനാണ് മുഖ്യം. നടനെ പരിശീലിപ്പിക്കുന്ന രീതികളും വിഭിന്നമല്ല. ശരീരത്തിൽനിന്നും മനസ്സിലേക്കെന്ന സാമാന്യ നാട്യ സമ്പ്രദായം ഇവിടങ്ങളിൽ ഒന്നുപോലെയാണ്. ഇവയൊക്കെ സംരക്ഷിച്ചുകൊണ്ട് മുന്നേറുകയെന്നതാണ് ഇന്നിന്റെ വെല്ലുവിളി.

പാരമ്പര്യ നാട്ടുവഴക്കങ്ങൾ സംരക്ഷിക്കുന്നതിൽ നമ്മൾ കൂടുതൽ ശ്രദ്ധാലുക്കളാവേണ്ടതുണ്ട്. കൊറിയയിൽ ഇന്നും ആചാരപരമായ നൃത്ത നാടകങ്ങളിലെ വേഷങ്ങൾ അവതരിപ്പിക്കാൻ ആവശ്യമായ സ്റ്റോക്ക് കഥാപാത്രങ്ങളെ മാസ്കുകൾ പ്രതിനിധീകരിക്കുന്നു. ദക്ഷിണ കൊറിയയിലെ നോർത്ത് ജിയോങ്സാങ് പ്രവിശ്യയിലെ ഹവേഫോക്ക് വില്ലേജിലും ബിയോങ്സാൻ വില്ലേജിലുമാണ് മാസ്കുകൾ ഉത്ഭവിച്ചത് എന്നു കരുതപ്പെടുന്നുണ്ട്. ദക്ഷിണ കൊറിയയുടെ നിധികളിലൊന്നാണ് ഈ മാസ്കുകൾ എന്ന് ഇവിടെയുള്ളവർ പറയുന്നു. കൊറിയയിലെ ദേശീയ മ്യൂസിയത്തിൽ ഇത് പ്രദർശിപ്പിച്ചിട്ടുണ്ട്.. ആഴ്ചതോറും ഇവിടെ ഈ സമ്പ്രദായത്തിലെ നൃത്തനാടകങ്ങൾ അവതരിപ്പിക്കുന്നു. എല്ലാ ഒക്ടോബറിലും ആൻഡോങ് സിറ്റി അന്താരാഷ്ട്ര മാസ്ക് ഡാൻസ്ഫെസ്റ്റിവൽ സംഘടിപ്പിക്കുന്നുമുണ്ട്.

പാരമ്പര്യകലകളെ സംരക്ഷിക്കുന്നതിൽ ഗുജറാത്തികൾ തീരെ താല്പര്യമില്ലാത്തവരാണ് എന്നാണ് താൻ മനസ്സിലാക്കുന്നതെന്നു പ്രമോദ് ചവാൻ പറയുന്നു. ഇതിനു പിന്നിലുള്ള കാരണങ്ങൾ പരിശോധിക്കുമ്പോൾ സാമ്പത്തികമായി ഉന്നതാവസ്ഥയിലുള്ള സംസ്ഥാനമാണ് ഗുജറാത്ത്. ഇവിടെ ഭൂരിഭാഗം ജനങ്ങളും വ്യാപാരവും വ്യവസായവുമായി ബന്ധപ്പെട്ടു പ്രവർത്തിക്കുന്നവരാണ്. പണമാണു മുഖ്യമെന്നു വരുമ്പോൾ യഥാർത്ഥ കലകളെ സംരക്ഷിക്കേണ്ടതിന്റെ ആവശ്യകത നമ്മൾ മറക്കും. ലോകത്തിലെ ഒന്നാംകിട സാമ്പത്തിക ശക്തിയായ അമേരിക്കയോടാണ് യുവതയ്ക്കും ആഭിമുഖ്യം. സാമ്പത്തിക അധീശത്വം താൻ ജീവിക്കുന്ന ബറോഡയെയും മാറ്റിമറിച്ചിട്ടുണ്ട്. ഭവായ് എന്ന ശക്തമായ രംഗരൂപം ഇല്ലാതായിക്കൊണ്ടിരിക്കുകയാണ്. ഇത് സംരക്ഷിക്കേണ്ടതുണ്ടെന്ന പൊതുബോധം ഇനിവേണം ഉടലെടുക്കാൻ.

ഒരു നാടിന്റെ സാംസ്കാരിക സ്വത്തും സാംസ്കാരിക ആരോഗ്യവും നിലനിർത്തുന്നതിൽ ഇന്ത്യ ഇനിയും ഉണരേണ്ടതുണ്ട്. പ്രമോദ് ഇത്തരം ചില പരിശ്രമങ്ങൾ ഗുജറാത്തിൽ ആരംഭിച്ചുകഴിഞ്ഞു. തീരെ നിലവാരമില്ലാത്ത തനി യഥാതഥ വാക്കുനാടകങ്ങളിൽ കുടുങ്ങി ഒടുങ്ങുകയാണ് ഗുജറാത്തി നാടകലോകം. പരീക്ഷണങ്ങൾ തുടങ്ങിയിട്ടേയുള്ളൂ. ലോക

കാവാലത്തിന്റെ നാടകത്തിൽനിന്നും ഒരു ദൃശ്യം

നാടകവേദിയെ പരിചയപ്പെട്ടു തുടങ്ങിയിട്ടേയുള്ളൂ ഗുജറാത്തിലെ നാടക പ്രവർത്തകർ. പാശ്ചാത്യ രാജ്യങ്ങളുമായുള്ള അടുപ്പം സമ്പത്തുമായി മാത്രം ബന്ധപ്പെട്ട് ഒതുങ്ങിക്കിടക്കുകയാണ്. നാടകവും സിനിമയും രണ്ടു തരം ഭാവുകത്വങ്ങളെ മുൻനിർത്തി രൂപപ്പെടേണ്ടതാണെന്ന കാര്യം തെളിഞ്ഞു വന്നിട്ടില്ല. മുംബൈയുമായി അടുപ്പമുള്ള ഭൂപ്രകൃതി സകലതിനെയും സാങ്കേതികമാക്കിത്തീർത്തിട്ടുമുണ്ട്. സാദാ മനുഷ്യരുടെ വേരന്വേഷണത്തിനെ സാരമായി ഇതു ബാധിക്കുന്നു എന്നതാണ് സത്യം.

കാവാലവും രത്തൻ തയ്യവും മുന്നോട്ടുവച്ച ദാർശനിക സൗന്ദര്യ ബോധങ്ങൾ ഗുജറാത്തിന്റെ പരിധിയിലേക്ക് വന്നു തുടങ്ങിയിട്ടില്ല. കാവാലമെന്ന മഹത്‌വ്യക്തി കൃതിയെ ആശ്രയിച്ചുകൊണ്ട് പരമ്പരാഗത അഭിനയ സമ്പ്രദായങ്ങളെ പരിപാലിക്കുന്നതിൽ ശ്രദ്ധവച്ചു. അതിന്റെ ദാർശനീയമായ ഔന്നത്യം കമനീയമാണ്. അതേസമയം സൗന്ദര്യാത്മകമായ കാഴ്ചയുടെ അരങ്ങുവിരുന്നായി രത്തൻ തിയ്യത്തിന്റെ നാടകങ്ങൾ പ്രേക്ഷകരെ സ്വാധീനിക്കുന്നു. ഈ രണ്ടു വഴികളും കലർന്ന് ഒന്നാവുന്ന നാടക ശൈലി ഉത്തരാധുനിക മനുഷ്യന്റെ മനസ്സിനെ സ്വാധീനിക്കാൻ പ്രാപ്തമായിരിക്കും എന്നതിൽ സംശയമില്ല. അറിവും അഴകും ആസ്വാദനവും സമ്മേളിക്കുന്ന രംഗശീലങ്ങളിലേക്കാണ് പ്രമോദ് ചവാൻ ചുവടുവയ്ക്കുന്നത്.

ചവാൻ സംവിധാനംചെയ്ത മിക്ക നാടകങ്ങളും ദേശീയ അന്തർദ്ദേശീയ ശ്രദ്ധ നേടി മുന്നേറുകയാണ്. മുംബൈ സർവ്വകലാശാലയുടെ വസന്ത് നാടോത്സവ്, ഗോവൻ നാടകോത്സവം, കേന്ദ്ര സംഗീത നാടക അക്കാദമിയുടെ മ്യൂസിക്, ഡാൻസ്, ഡ്രാമഫെസ്റ്റിവൽ, മണിപ്പൂർ നാടക

മേള, ഉദയ്പ്പൂർ ഭാരതീയ ലോക് കലാമണ്ഡൽ തിയറ്റർ ഫെസ്റ്റിവൽ, ബറോഡ മഞ്ച് പർവ്വ്നാഷണൽ തിയറ്റർ ഫെസ്റ്റിവൽ, സൗത്ത് കൊറിയയിൽ സംഘടിപ്പിക്കുന്ന ആൻഡോങ് അന്തർദ്ദേശീയ മാസ്ക് നാടകോത്സവം എന്നിവയിൽ ഇതിനോടകം പ്രമോദിന്റെ നാടകങ്ങൾ ശ്രദ്ധേയമായിക്കഴിഞ്ഞു.

ഇരുപത്തിയൊന്നു വർഷത്തെ നാടക പ്രവർത്തനത്തിൽ നാഴികക്കല്ലുകളായി പതിനെട്ടു മുഴുനീളനാടകങ്ങൾ ഇദ്ദേഹം സംവിധാനം ചെയ്തു. ഇക്കഴിഞ്ഞവർഷം ഗുജറാത്തി ഭാഷയിൽ ധരംവീർ ഭാരതിയുടെ *അന്ധായുഗ്* നാടകം സംവിധാനം ചെയ്തു. ഇതിനാണ് മഹീന്ദ്ര പുരസ്കാരം ലഭിച്ചത്. ഹിന്ദിയിലും സംസ്കൃതത്തിലും ഭട്ടനാരായണന്റെ *വേണീസംഹാരം* നാടകം ചെയ്തു. മോഹൻ രാകേഷിന്റെ *ആഷാഡ് കീ ഏക് ദിൻ*, ഭവഭൂതിയുടെ *ഉത്തരരാമചരിതം*, കാളിദാസന്റെ *വിക്രമോർവ്വശീയം*, ഗിരീഷ് കർണ്ണാടിന്റെ *ഹയവദന*, ടാഗോറിന്റെ *ഡാക്ക് ഘർ*, ബാദൽ സർക്കാറിന്റെ ജുലൂസ്, സാമുവൽ ബക്കറ്റിന്റെ *വെയിറ്റിങ് ഫോർ ഗോദോ* എന്നിവയെക്കൂടാതെ ചില ഡിവൈസ്ഡ്പ്ലേകളും പ്രമോദ് ചവാൻ സൃഷ്ടിച്ചിട്ടുണ്ട്. ബ്രഹ്തിന്റെ ആന്റിഗണിയും കാഫ്കയുടെ മെറ്റമോർഫിസിസും സംയോജിപ്പിച്ചുള്ള അവതരണം അക്കാദമികമായി അംഗീകരിക്കപ്പെട്ടിട്ടുണ്ട്.

ഇന്ത്യയിലെ പ്രധാന തിയറ്റർ ഫെസ്റ്റിവലുകളിലെല്ലാം പ്രമോദ് ചവാന്റെ നാടകങ്ങൾ അവതരിപ്പിച്ചു. അപേക്ഷ നല്കി കാത്തിരുന്ന് തെരഞ്ഞെടുക്കപ്പെട്ടാൽ മാത്രം അവതരണ ഭാഗ്യം സിദ്ധിക്കുന്ന കേരളത്തിന്റെ ഇറ്റ്ഫോക്കിൽ പ്രമോദ് ചവാന്റെ നാടകം അവതരിപ്പിച്ചിട്ടില്ല, ഗവേഷണ കുതുകികളായ ഇത്തരം സർഗ്ഗധനരെ പരീക്ഷയ്ക്ക് വിധേയമാക്കാതെ ക്ഷണിച്ചു കൊണ്ടുവന്ന് സമാദരിക്കണം എന്ന് കാവാലം പറഞ്ഞത് ഓർത്തുപോകുന്നു. കലാകാരൻ സർക്കാർ നിശ്ചയിക്കുന്ന ഒരു അളവുകോലിലേക്ക് എത്തിപ്പെട്ട് ഉണ്ടാക്കിയെടുക്കേണ്ടതാണ് ഫെസ്റ്റിവൽ വേദികൾ എന്ന രീതി മാറേണ്ടത് അത്യാവശ്യമാണ്. രാജ്യത്തുള്ള സജീവ കലാകാരരെ കണ്ടെത്തി പുരസ്കരിക്കേണ്ടത് ഭരണ സംവിധാനത്തിന്റെ ഉത്തരവാദിത്വമാണ്.

ഇന്നത്തെ രാഷ്ട്രീയവും കലയും തമ്മിൽ ഒരിക്കലും ഒത്തു പോകുന്നില്ല എന്ന അഭിപ്രായമാണ് പ്രമോദ് ചവാനുള്ളത്. കനപ്പെട്ട നാടകങ്ങൾ ചെയ്യുന്നതുപോലെ തന്നെ പ്രമോദിന്റെ ഗൗരവ ശ്രദ്ധയുള്ള മേഖലയാണ് ഗ്രന്ഥരചനയും. നാടക സംബന്ധിയായ പുസ്തകങ്ങൾ എഴുതി പ്രസിദ്ധം ചെയ്യുക ചവാൻ വലിയ നിഷ്ഠയായി ഏറ്റെടുത്തിരിക്കുന്നു. താൻ പഠിച്ച കാര്യങ്ങൾ, അറിഞ്ഞ സത്യങ്ങൾ, പരിചയപ്പെട്ട നാടകരീതികൾ, ആൾക്കാർ ഒക്കെയും ആ രചനകളില്പെടും.

കാവാലത്തിന്റെ സർഗ്ഗലോകത്തിനെ പരിചയപ്പെടുത്തിക്കൊണ്ട് ചവാൻ പ്രമോദ് എഴുതിയ പുസ്തകം കേരളീയന്റെ തനിനാടകക്കാരന്റെ അടയാളപ്പെടുത്തലാണ്. *രംഗ്സപ്തക്ക്* എന്ന പേരിൽ (An Anthology of Kavalam N. Panikkar) കാവാലത്തിന്റെ നാടകങ്ങൾ ഹിന്ദിയിലേക്ക് പരിഭാഷപ്പെടുത്തിയതും പ്രമോദാണ്. കൂടിയാട്ടം, യക്ഷഗാനം, തെയ്യം, നാട്യഗൃഹനിർമ്മിതി തുടങ്ങി ലഘുലേഖകൾ യു ജി സിക്കു വേണ്ടി തയ്യാറാക്കാൻ സാധിച്ചതിൽ ചാരിതാർത്ഥ്യമുണ്ടെന്ന് പ്രമോദ് പറയുമ്പോൾ ഇന്ത്യയിലെ വ്യത്യസ്തമായ നാടകരൂപങ്ങളെ കഥകളി, കളരി, തെയ്യം, മുടിയേറ്റ് എന്നീ കേരളീയ കലകളുമായി താരതമ്യം ചെയ്തു പഠിക്കാൻ കലാമണ്ഡലത്തിൽ ചെലവഴിച്ച നാളുകൾ ആസ്വാദ്യകരമായിരുന്നു എന്നുകൂടി സാക്ഷ്യപ്പെടുത്തുന്നു. കേരളവുമായി തനിക്കുള്ള ബന്ധം ദൃഢമാണ്. കലകളുടെ കലവറയാണ് കേരളം. അതുകൊണ്ട് കേരളം പുതിയ രംഗരൂപനാടകങ്ങൾ ഉണ്ടാകാൻ സാദ്ധ്യതയുള്ള ഇടമാണ്. ആസാമിനും മണിപ്പൂരിനും സാദ്ധ്യതകളുള്ളതുപോലെ കർണ്ണാടകവും തനിക്ക് പ്രിയമുള്ളതാണ്. കർണ്ണാടകയിലെ ഹെഗ്ഡെയിലുള്ള ഇഡഗുഞ്ചി യക്ഷഗാന മണ്ഡലിയുമായി തനിക്കുള്ള അടുപ്പം ശക്തമാണ്. ‘അരങ്ങു ഭാഷാ പ്രയോഗവും ഭാഷയും യക്ഷഗാനത്തിൽ’ എന്ന വിഷയത്തിൽ നടത്തിയ പഠനങ്ങൾ വലിയ ഉൾക്കാഴ്ചയാണ് സമ്മാനിച്ചത്.

പാശ്ചാത്യ നാടക ലോകത്തെ പഠനവിധേയമാക്കണം എന്നൊരാശയം ഇപ്പോൾ ഉദിച്ചു വന്നതിന്റെ ഭാഗമായി അമേരിക്കയിലേക്ക് പോകാൻ തയ്യാറെടുക്കുകയാണ് പ്രമോദ് ചവാൻ. അവിടത്തെ ബ്രോഡ്‌വേ തിയറ്റർ, സ്റ്റുഡിയോ തിയറ്റർ, പരീക്ഷണ നാടകവേദി ഇവയെല്ലാം തന്നെ നേരിൽ കണ്ടു പഠിക്കേണ്ടതുണ്ട്. പുതിയ നാടകം ഇബ്സന്റെ *ഡോൾസ് ഹൗസും രാമായണവും* സംയോജിപ്പിച്ചുകൊണ്ട് *ഡോൾ സീത* തയ്യാറായി വരികയാണ്. ഇന്ത്യൻ സാഹചര്യത്തിൽ പാവയാക്കപ്പെടുന്ന സ്ത്രീത്വത്തിനെക്കുറിച്ചുള്ള ചിന്തയാണ് ഇത്തരത്തിലൊരു രംഗവ്യാഖ്യയ്ക്ക് തന്നെ പ്രേരിപ്പിക്കുന്നത്. സതിപോലുള്ള അനാചാരങ്ങൾ തിരിച്ചു കൊണ്ടുവരികയല്ല വേണ്ടത് സ്ത്രീ തന്നെ സതിയായിരിക്കുന്നു എന്ന വീക്ഷണമാണ് തനിക്കുള്ളത്. അവൾ ജീവിക്കുന്ന ഓരോ നിമിഷത്തിലും അവൾ വെന്തുരുകുന്ന തീയിലാണെന്നതല്ലേ സത്യം.

നിരവധി നാടുകളിൽ ചെന്നെത്തി നിരവധി ഗുരുക്കന്മാരിൽനിന്നും പഠിക്കാൻ കഴിയുക, അത് അത്രയും തീവ്രമായി തന്റെ നാടക ജീവിതത്തിൽ പകർന്നുവച്ച് ക്രിയാത്മകനായി ജീവിക്കുക... തനിക്കറിവുള്ളതും അറിയാനുള്ളതും തുലനം ചെയ്തുകൊണ്ട് സഞ്ചരിക്കുക. തനിക്കു മുൻപിൽ നാടകമന്വേഷിച്ച് വന്നിരിക്കുന്ന രംഗകലാപഠിതാക്കളെ ‘ലോകനാടക സാമ്രാജ്യം’ ഏഷ്യാറ്റിക്കായി തികച്ചും ഭാരതീയമായി

പരിചയപ്പെടുത്താൻ പാകപ്പെടുക ഇതെല്ലാം തന്നെ അത്ഭുത കർമ്മങ്ങളാണ്. കാവാലത്തിനെയും രത്തൻ തിയ്യത്തിനെയും ഇത്രമേൽ സർഗ്ഗാത്മകമായി ഉൾക്കൊണ്ടുകൊണ്ട് മറ്റൊരു നവദൃശ്യകലാപ്പെരുമയ്ക്ക് നായകനായി പ്രമോദ് ഇന്ത്യൻ നാടകവേദിയിൽ വളരുകയാണ്. ആധുനിക ഗുജറാത്തി നാടകങ്ങളുടെ പിതാവായും പാരമ്പര്യ രംഗകലാലോകത്തിന്റെ നവമുഖമായും പ്രമോദ് അടയാളപ്പെട്ടു കഴിഞ്ഞിരിക്കുന്നു.

പ്രൊഫഷണൽ നാടകങ്ങൾ

"എന്നാലും ഒരു സങ്കടം ബാക്കി നില്ക്കുന്നു, നാടകക്കാരിൽ ഏറെപ്പേരും ദാരിദ്ര്യത്തിലാണ്. പ്ലേഗും പ്രളയവുമൊക്കെ പലപ്പോഴും അവരുടെ ജീവിതത്തെ ദുരിതക്കടലിലേക്ക് തള്ളിവിടുന്നു. ഞങ്ങൾ നാടകക്കാർക്ക് സംരക്ഷണവും മാന്യമായ സാമൂഹ്യപദവിയും അനുവദിച്ചു തരണം. നാടകാന്ത്യം ദാരിദ്ര്യമാണ് പലർക്കും."

ഒഥല്ലോ നാടകാവതരണം കണ്ടതിനു ശേഷം തന്നെ അഭിനന്ദിക്കാനെത്തിയ എലിസബത്ത് രാജ്ഞിയോട് വില്യം ഷേക്സ്പിയർ ഇങ്ങനെ പറയുകയാണ്. പതിനാറാം നൂറ്റാണ്ടിൽ ലണ്ടനിൽ സംഭവിച്ച കാര്യങ്ങളെ സാദ്ധ്യതാ നിയമങ്ങളുടെ പിൻബലത്തോടെ നാടകമാക്കിയിരിക്കുന്നു *ഇതിഹാസം* എന്ന നാടകത്തിന്റെ സ്രഷ്ടാക്കൾ.

പ്രൊഫഷണൽ എന്നു വിളിക്കുന്ന കച്ചവട നാടകത്തിന്റെ വിപണി സാദ്ധ്യത മുന്നിൽക്കണ്ട് ഗിമ്മിക്കുകളും പൊടിക്കൈകളും വെറുതേ പ്രയോഗിക്കുന്നു എന്നതിലുപരിഗൗരവമേറിയ ഒരു വർക്കിന് അശോക് - ശശി കൂട്ടുകെട്ട് മുതിർന്നിരിക്കുന്നു. വിപണിപക്ഷ നാടകവേദിയുടെ പരിമിതികളും സാദ്ധ്യതകളും നന്നായറിയാവുന്ന ഇവർ സൗപർണ്ണിക തിയറ്റേഴ്സിനു വേണ്ടി ശില്പഭദ്രമായി ഉണ്ടാക്കിയെടുത്തിരിക്കുന്ന പുതിയ നാടകമാണ് *ഇതിഹാസം*. വില്യം ഷേക്സ്പിയർ എന്ന വിശ്വനാടക മൂർത്തിയുടെ ജീവിതരേഖകൾ ഭാവന ചാലിച്ച് ഓർമ്മപ്പെടുത്താൻ ശ്രമിക്കുകയാണ് ഈ നാടകം.

ഇംഗ്ലീഷ് വിദ്യാഭ്യാസം വ്യാപകമായതുമുതൽ മലയാളികൾ നെഞ്ചേറ്റിയ ഷേക്സ്പിയർ എന്ന മനുഷ്യകഥാനുഗായിയുടെ ജീവിതകഥ കൗതുകം ചോരാതെ അവതരിപ്പിക്കാൻ അശോക് - ശശിമാർ യത്നിച്ചിട്ടുണ്ട്. സൗപർണ്ണിക തിയറ്റേഴ്സ് മുൻപും വ്യത്യസ്തതയുള്ള ചില നാടകങ്ങൾ ചെയ്തിട്ടുണ്ടെങ്കിലും *ഇതിഹാസം*

അവയിൽ നിന്നൊക്കെ വിഭിന്നമായ മറ്റൊരു ദൗത്യം കൂടി ഏറ്റെടുത്തിട്ടുണ്ട്. നാടകക്കാരുടെ ജീവിതം എക്കാലത്തും ദുഷ്കരമാണെന്നും അരങ്ങിനേക്കാൾ സങ്കീർണ്ണമായ സമസ്യകളിലൂടെയാണ് അതു കടന്നുപോകുന്നതെന്നും ധ്വനിപ്പിക്കുന്നുണ്ട്.

'All the world's a stage, and all the men and women merely players: they have their exits and their entrances; and one man in his time plays many parts' എന്നെഴുതിയ മഹാനായ ഒരു നാടകക്കാരന്റെ അജ്ഞാതമായ ജീവിതം അന്വേഷിച്ചു പോയി നാടകമാക്കുന്നത് കാറും കോളും നിറഞ്ഞ കടലിൽ കളിയോടമിറക്കുന്നതു പോലെയാണ്. വിമർശനങ്ങളുടെ ചെറിയ തിരമാലകൾ പോലും വഞ്ചി ഉലച്ചേക്കാം. മലയാള പ്രൊഫഷണൽ നാടകത്തിന്റെ ചരിത്രവും അപചയവും കൂട്ടിമുട്ടിയ ദശാസന്ധിയിലാണ് ഈ നാടകം അരങ്ങിലെത്തുന്നത്. ഇംഗ്ലണ്ടിൽ നാടകത്തിനു മേൽവിലാസം ഉണ്ടാക്കിക്കൊടുത്ത ചരിത്രപുരുഷനിലൂടെ ജനകീയ നാടകവേദിയെ തിരിച്ചുപിടിക്കാനുള്ള ഉദ്യമം കൂടിയാണിതെന്നു വിലയിരുത്താം.

ഷേക്സ്പിയർ

'Some are born great, some achieve greatness, and some have greatness thrust upon them.' (ചിലർ വലിയവരായേ പിറവിപ്പെടുന്നു, ചിലർ വലിപ്പം സ്വായത്തമാക്കുന്നു, ചിലരുടെ മഹത്വം അവരുടെമേൽ ചാർത്തിവയ്ക്കപ്പെടുന്നതാകുന്നു)

ആത്മനിരീക്ഷണപടുവായ ഒരാൾ വളരെ ചെറിയവനായി ജനിച്ച് നാടകത്തിന്റെ ആഗോള ഭൂമികയിൽ ചിരകാല സമ്മതങ്ങളായ നാടകങ്ങളുടെ സ്രഷ്ടാവായിത്തീർന്ന സംഭവബഹുലമായ ജീവിത ചിത്രണമാണ് *ഇതിഹാസം* മുന്നോട്ടുവയ്ക്കുന്നത്. ഷേക്സ്പിയറെ പഠിക്കുന്ന വിദ്യാർത്ഥികൾക്ക് അന്വേഷണത്തിനുള്ള പ്രാഥമിക പരിശോധനാ പരിസരമായും അദ്ദേഹത്തെ വായിച്ചവർക്ക് നിരൂപണസാമഗ്രിയായും സാദാപ്രേക്ഷകന് ആസ്വാദനത്തിനുള്ള ദൃശ്യ സാക്ഷാൽക്കാരമായുമൊക്കെ ഈ നാടകത്തെ കണ്ടെടുക്കാം. അതു തന്നെയാണീ നാടകത്തിന്റെ പ്രത്യേകതയും.

1564 ഏപ്രിൽ 26 മുതൽ 1616 ഏപ്രിൽ 23 വരെയാണ് ഷേക്സ്പിയറിന്റെ ജീവിതകാലം. അമൂല്യങ്ങളായ 38 നാടകങ്ങൾ, 154 ഗീതങ്ങൾ,

വളരെ കുറച്ചു കാവ്യങ്ങൾ, 52 വർഷത്തിനിടയ്ക്ക് അദ്ദേഹം രചിച്ചത് ലോകസാഹിത്യത്തിനു മുതൽക്കൂട്ടായിത്തീർന്ന കനപ്പെട്ട കൃതികളാണ്. ഇംഗ്ലണ്ടിന്റെ സാംസ്കാരിക ചിഹ്നമായ ഷേക്സ്പിയർ ലോകോത്തരമായി മാനിക്കപ്പെടുന്നുണ്ട്.

എന്നാൽ ഇദ്ദേഹത്തിന്റെ ജീവിതമുഹൂർത്തങ്ങൾ തിരക്കിപ്പോയവർ ഇന്ത്യയിൽ കുറവാണ്. നാടകരൂപത്തിൽ അവതരിപ്പിച്ചവർ നന്നേ വിരളം.

സ്നിറ്റർഫീൽഡിൽ ജോൺ ഷേക്സ്പിയറിന്റെയും മേരി ആർഡന്റെയും മകനായി ജനിച്ച ഷേക്സ്പിയറിന്റെ ചെറുപ്പകാലത്തെക്കുറിച്ച് ജ്ഞാതമായ രേഖകളില്ല. കൈയുറനിർമ്മാതാവും ആൽഡർമാനുമായിരുന്നു ജോൺ ഷേക്സ്പിയറെന്നും ജോൺ - മേരിമാർക്ക് പിറന്ന എട്ടു കുട്ടികളിൽ മൂന്നു പേരാണ് ദീർഘകാലം ജീവിച്ചിരുന്നതെന്നും അതിൽ മൂത്തവനാണ് വില്യമെന്നും കരുതപ്പെടുന്നു. കൃത്യമായ പുരാരേഖകളൊന്നും ലഭ്യമല്ലാതിരിക്കുകയും ഷേക്സ്പിയർ വിശ്വപ്രസിദ്ധനാവുകയും ചെയ്തപ്പോൾ പ്രചാരത്തിൽ വന്ന നിരവധി വാമൊഴിക്കഥകളുടെ ആകത്തുകയാണ് നിലവിലുള്ളത്. എലിസബത്തൻ സാമ്രാജ്യത്തിൽ ഏറെ ആരാധകരുണ്ടായിരുന്ന ഷേക്സ്പിയർ, പക്ഷേ, മരണാനന്തരം പത്തൊൻപതാം നൂറ്റാണ്ടിലാണ് പ്രശസ്തിയുടെ കൊടുമുടി കയറിയത്.

തന്നേക്കാൾ എട്ടു വയസ്സു മുതിർന്ന ആൻ എന്ന സ്ത്രീയെ ഷേക്സ്പിയർ പതിനെട്ടാം വയസ്സിൽ വിവാഹം കഴിച്ചുവെന്നും അവർക്ക് ആറുമാസത്തിനു ശേഷം സൂസന്ന എന്ന പുത്രി ജനിച്ചു എന്നുമൊക്കെയുള്ള വിവരങ്ങൾക്ക് രേഖയുണ്ട്. ഇരട്ടക്കുട്ടികളാണ് പിന്നീടുണ്ടായത്. ഹാംനെറ്റും ജൂഡിറ്റും. ഇതിൽ ഹാംനെറ്റ് പതിനൊന്നു വയസ്സുവരെ മാത്രമേ ജീവിച്ചിരുന്നുള്ളൂ. ഭദ്രാസനം വെളിപ്പെടുത്തുന്ന രേഖകളാണിതെല്ലാം. ജീവിച്ചിരുന്നപ്പോൾ പലതരം വിവാദങ്ങളുടെയും വിഷാദങ്ങളുടെയും കൂട്ടുകാരനായിരുന്നു വില്യമെന്ന് അനുമാനിക്കാം. അദ്ദേഹത്തെ അപമാനിക്കുന്നതരത്തിൽ ഒരിടത്തും ഒരു ആക്ഷേപവും വായിച്ചു കണ്ടിട്ടില്ല. എന്നാൽ ഷേക്സ്പിയർ കൃതികളെപ്പറ്റി ബെർണാഡ് ഷാ വളരെ മോശമായി പറഞ്ഞിട്ടുമുണ്ട്.

ഷേക്സ്പിയർ എവിടെയായിരുന്നു എന്നു വ്യക്തതയില്ലാത്ത ആറേഴു വർഷങ്ങൾ ലോസ്റ്റ്ഇയേഴ്സ് എന്നു പ്രസിദ്ധമാണ്. ഈ നഷ്ടപ്പെട്ട വർഷങ്ങൾ നിഗൂഢവിജ്ഞാനത്തിന്റെ പാതയിൽ സഞ്ചരിച്ചുകൊണ്ട് 'ബോധോദയം' നേടിയെടുത്ത കാലയളവാണെന്നുമൊക്കെ പലരും പറഞ്ഞുവച്ചിട്ടുണ്ട്. മാനുകളെ വേട്ടയാടിയതിനു ശിക്ഷിക്കപ്പെട്ടുവെന്നും ശിക്ഷയിൽനിന്ന് രക്ഷപ്പെടുവാൻ ജന്മനാടുവിട്ട് പലായനം ചെയ്തു എന്നുമൊക്കെയുള്ള അനുമാനങ്ങൾ ഒരു വശത്ത് ഇദ്ദേഹത്തെപ്പറ്റി പ്രചരിച്ചപ്പോൾ ലണ്ടനിലെ നാടകക്കമ്പനി മുതലാളിമാരുടെ കുതിരയെ മേയ്ക്കുന്ന തൊഴിൽ ചെയ്തിരുന്നു എന്നു ചില പുരാരേഖക്കാർ പറയുന്നു. ഷേക്സ്പിയർ ഒരു സ്കൂൾ അദ്ധ്യാപകനായിരുന്നു

ഷേക്സ്പിയർ ഗ്ലോബ് തിയേറ്റർ

എന്ന നിരീക്ഷണവും ശക്തമാണ്. ഇത്തരത്തിൽ കേട്ടുകേൾവികളല്ലാതെ ആധികാരികമായ തെളിവുകൾ ഒന്നുംതന്നെ ലഭ്യമല്ല.

രചിച്ച നാടകങ്ങളുടെയും കൃതികളുടെയും പശ്ചാത്തലങ്ങളിലൂടെ സഞ്ചരിച്ചാൽത്തന്നെ ഒന്നാന്തരം നാടക നിർമ്മിതിക്ക് സാദ്ധ്യത അവശേഷിപ്പിച്ചവരാണ് ഷേക്സ്പിയറും കാളിദാസനും മേയർ ഹോൾഡും മലയാളത്തിന്റെ സ്വന്തം കവികളായ കുഞ്ചൻ നമ്പ്യാരും ഉണ്ണായിവാര്യരുമൊക്കെ. ഇവരുടെ ജീവിതത്തിലെ നാടകീയതകൾ അന്വേഷിച്ചു പോയി നാടകരചന നടത്തിയവരും കുറവല്ല. ഇതിൽ വളരെ പ്രശസ്തമായ രചന മോഹൻ രാകേഷിന്റെ *ആഷാഡ് ഏക് ദിൻ* എന്ന നാടകമാണ്. കാളിദാസന്റെ ജീവിതമാണത്. ആ നിലവാരത്തിലേക്കും ശ്രേണിയിലേക്കും *ഇതിഹാസം* ഉൾപ്പെട്ടു വരാൻ സാദ്ധ്യതയില്ലാതെ പോകുന്നത് പ്രൊഫഷണൽ നാടകസങ്കേതത്തിന്റെ രചനാരീതി ആശ്രയിക്കുന്നതു കൊണ്ടു മാത്രമാണ്. എന്നാലും കലാത്മകമായ ഔന്നത്യത്തിലെത്താൻ പരിമിതികൾ ഒരുപാടുള്ള പ്രൊഫഷണൽ നാടകവേദിയിലേക്ക് ഷേക്സ്പിയറെപ്പോലുള്ള ഒരു നാടകപ്പെരുംകവിയുടെ ജീവിതം പകർന്നുവയ്ക്കാൻ ശ്രമിച്ചിരിക്കുന്നു എന്നതു ശ്ലാഘനീയമാണ്. നാടകത്തിന്റെ രചനാശരീരം ഭംഗിയുള്ളതാണ്. എഡിറ്റിങ്ങിനു മനസ്സുവച്ചാൽ ഈ ഇടക്കാലത്തുണ്ടായ നാടകങ്ങളിൽ മികച്ച രചനയാണ് ഇതിഹാസം.

അവതരണത്തിന്റെ കാര്യത്തിൽ ചില പുതുമകൾ കൊണ്ടുവരാൻ സംവിധായകൻ ബോധപൂർവ്വം ശ്രമിച്ചിട്ടുണ്ട്. പ്രൊസീനിയം തിയറ്ററിന്റെ അടച്ചറയിൽനിന്നും കുതറി മുന്നിലേക്ക് താല്ക്കാലിക തലം നിർമ്മിച്ച് സാങ്കേതികമായി ആപ്രോൺ കൂടി അരങ്ങായി ഉപയോഗിച്ചിട്ടുണ്ട്. രംഗാവിഷ്കാരത്തിലെ സ്ഥലനിർമ്മിതിക്ക് ആർട്ടിസ്റ്റ് സുജാതന്റെ കൈയടക്കക്കരുത്തുണ്ട്. പ്രകാശവിതാനത്തിന്റെ കാര്യത്തിൽ എന്നും ദുർബ്ബലമായ ചുരുക്കം ഉപകരണങ്ങളെ ആശ്രയിക്കുന്ന കച്ചവട നാടക

വേദി ഈ നാടകത്തിനും പരിമിതികൾ വരുത്തിയിട്ടുണ്ട്. അതേസമയം ഉള്ള സൗകര്യങ്ങൾ നന്നായി ഉപയോഗപ്പെടുത്തിയിട്ടുണ്ട്. നാടകം കണ്ടു കൊണ്ടിരിക്കെ വേദി കുറേക്കൂടി വിശാലമായിരുന്നെങ്കിലെന്ന് ആഗ്ര ഹിച്ചു പോവും. പ്രകാശവിന്യാസത്തിന് അത്യാധുനിക ഉപകരണങ്ങൾ കൂടി ഇവർക്ക് ലഭ്യമായിരുന്നെങ്കിൽ എന്നൊക്കെ ചിന്തിക്കും. നാടകം കൂടുതൽ മികച്ചതാവാൻ, ഗ്ലോബ് തിയറ്ററിന്റെയൊക്കെ പശ്ചാത്തലവും പഴയ ഇംഗ്ലീഷ് മോഡൽ കെട്ടിടങ്ങളുടെ ശില്പചാതുരിയും അനുഭവ വേദ്യമാക്കാൻ, കഥാപരിസരം യഥാതഥമാക്കാൻ ഇത്തരം സൗകര്യങ്ങൾ ഉപകരിക്കും.

നാടകം ആരംഭിക്കുന്നത് ഷേക്സ്പിയറുടെ നാടകങ്ങളിലെ ക്ലൗൺ (കോമാളി) എന്ന കഥാപാത്രത്തിന്റെ നറേഷനോടുകൂടിയാണ്. ഈ വിഷ്കംഭദശ കഴിഞ്ഞാൽ കോടതിയും അവിടെ നടക്കുന്ന ഒരു കേസിന്റെ വിസ്താരവുമാണ്. വാദം നടക്കുന്ന കോടതിയിൽ വില്യം ഷേക്സ്പിയർ പ്രതിയായി പ്രത്യക്ഷപ്പെടുന്നു. *മർച്ചന്റ് ഓഫ് വെനീസ്, മാക്ബത്ത്, ടെമ്പസ്റ്റ്, റോമിയോ ആന്റ് ജൂലിയറ്റ്* തുടങ്ങിയ നാടക ങ്ങളുടെ സ്മൃതി സുഗന്ധങ്ങൾ നാടകത്തിൽ അങ്ങോളമിങ്ങോളം അനുഭവപ്പെടും. തുടക്കം മുതൽ ഒടുക്കം വരെ ജിജ്ഞാസ നിലനിർ ത്തുന്ന രീതി നാടകത്തിന് ഉപകാരപ്പെട്ടിട്ടുണ്ട്.

കോടതി, ഷേക്സ്പിയറുടെ വീട്, ബർണ്ണാവനത്തിനെ അനുസ്മ രിപ്പിക്കുന്ന പിശാചിനികളുടെ സംഗമസ്ഥലി, ദുർമ്മന്ത്രവാദി വിഹരി ക്കുന്ന അജ്ഞാത കേന്ദ്രം, റിഹേഴ്സൽ വേദി, ഗ്ലോബ് തിയറ്ററിനുൾവശം, ഗ്ലോബിന്റെ വിദൂര പശ്ചാത്തലം, നാടകശാല തുടങ്ങി സ്ഥലങ്ങളിലൂടെ ഷേക്സ്പിയറിന്റെ കാലം വേദിയിൽ ഇതൾ വിരിഞ്ഞു വരുന്നു. സംവിധായകൻ സൂക്ഷ്മാർത്ഥത്തിൽ ചില ഗൗരവ നാടക സങ്കേതങ്ങൾ പരീക്ഷിക്കാൻ മുതിർന്നിരിക്കുന്നത് ശ്ലാഘനീയമാണ്.

അഭിനേതാക്കളുടെ കാര്യത്തിൽ കൂടുതൽ കണിശത വരുത്തേണ്ട തുണ്ട്. സംഭാഷണങ്ങളിലെ കൃത്രിമത്വം ചില സന്ദർഭങ്ങളെ അരോചക മാക്കുന്നുണ്ട്. മനോഹരവും സന്ദർഭോചിതവുമായി എഴുതപ്പെട്ടിരിക്കുന്ന സംഭാഷണങ്ങൾ ലക്ഷ്യം തെറ്റി വീഴുന്ന വിക്ഷേപണങ്ങൾ പോലെ അനുഭവപ്പെടുന്നുണ്ട്. ഒരു നടി/നടൻ തന്നെ ഒന്നിലധികം കഥാപാത്ര ങ്ങളായി അരങ്ങത്തു വരുമ്പോൾ പാത്ര വൈവിദ്ധ്യത്തിനു വേണ്ടി ആശ്രയിക്കുന്ന ബാഹ്യാഭിനയരീതികൾ യാന്ത്രികമായി പോയിട്ടുണ്ട്. പ്രായം ചെന്നവരെല്ലാം കൂനുള്ളവരാണെന്നും രാജാക്കന്മാരെല്ലാം നെഞ്ചുന്തിനടക്കുന്നവരാണെന്നുമുള്ള പരിമിത ഭാവനയാണ് പ്രൊഫ ഷണൽ നാടക രംഗത്തെ അഭിനേതാക്കളെ ഭരിക്കുന്നത്, അതിഭാവു കത്വവും. പ്രതിഭയുടെ ഉറയിൽ പരിശീലനത്തിന്റെ വാൾ കരുതിയാലേ കഥാപാത്ര നിർമ്മിതി എന്ന യുദ്ധം ജയിക്കാൻ അഭിനേതാക്കൾക്ക് സാധിക്കൂ. അതിന് അപവാദമായ ഒരു നടൻ ഈ നാടകത്തിൽ പ്രേക്ഷക പ്രശംസ നേടാനിടയുണ്ട്. കോമാളിയേയും മന്ത്രവാദിയേയുമൊക്കെ അവതരിപ്പിച്ച ആ നടൻ, പരിമിതികളെ മറികടക്കാൻ പ്രയത്നിച്ച്

വിജയിക്കുന്നുണ്ട്. ഷേക്സ്പിയർ പലപ്പോഴും വികാരാധീനനായി പെരുമാറുന്ന, ആർത്തലച്ചു കരയുന്ന ഒരാളായാണ് നാടകത്തിൽ അനുഭവപ്പെടുന്നത്. ഇമ്പമേറിയ ശബ്ദവും ഷേക്സ്പിയറുടെ ഛായാസാമ്യവും ഈ കഥാപാത്രം അവതരിപ്പിക്കുന്ന നടനെ സഹായിക്കുന്നുണ്ട്. ആംഗിക, വാചിക, സാത്വിക, ആഹാര്യ കാര്യങ്ങളിൽ നാടകകൃതി മുന്നോട്ടുവയ്ക്കുന്ന തലത്തിലുള്ള പ്രതിപാത്രം ഭാഷണഭേദമെന്ന തത്ത്വവും ത്രിമാനവിശകലനവും ഇനിയും പാത്രനിർമ്മിതിയിൽ ഉൾച്ചേരേണ്ടതുണ്ട്. കൂടുതൽ വേദികൾ ലഭ്യമാകുന്ന മുറയ്ക്ക് ഇതിനു പരിഹാരമുണ്ടായി വന്നേക്കാം. വിവിധ സങ്കേതങ്ങളെ പരിചയപ്പെടാനുള്ള അവസരമോ വേണ്ടതരത്തിലുള്ള അഭിനയ പരിശീലനമോ കൈവരിക്കാൻ കേരളത്തിലെ നടീനടന്മാർക്ക് അവസരം ലഭിക്കാതെ പോവുന്നതുകൊണ്ടുള്ള സാങ്കേതിക പ്രശ്നം ഈ നാടകത്തിന്റെയും സങ്കടമാണ്.

കാലികപ്രസക്തവും സ്ത്രീപക്ഷവുമായ കൂട്ടിച്ചേർക്കലുകൾ നാടകത്തിൽ വരുത്തിയിരിക്കുന്നത് ഉചിതമായി. ഷേക്സ്പിയറിന്റെ കാമുകി സങ്കല്പസൃഷ്ടിയാണ്. സ്മര്യപുരുഷന്റെ ആരാധികയായി, നാടകത്തിലെ നടിയായി, കാമുകിയായി ഈ കഥാപാത്രം മാറുന്നു. ഷേക്സ്പിയറിന്റെ കാലത്ത് നാടകങ്ങളിൽ സ്ത്രീവേഷങ്ങൾ അവതരിപ്പിച്ചിരുന്നത് യുവാക്കളാണ്. ചരിത്രത്തിൽ ആദ്യമായി ഒരു സ്ത്രീ വേദി ധന്യമാക്കുന്ന മനോഹര നിമിഷം ഈ നാടകത്തിലുണ്ട്. നാടകത്തിൽ ഒരു പെൺകുട്ടി വേഷമിട്ടത് വിവാദമാക്കി ഷേക്സ്പിയറെ അവഹേളിക്കാൻ എതിരാളികൾ ശ്രമിക്കുന്നതും അവർ രാജ്ഞിക്കു മുൻപിൽ പരാജയപ്പെട്ടു പോകുന്നതുമായുള്ള ഭാവന കൗതുകമുള്ളതാണ്, കാതലുള്ളതും. സ്ത്രീവിരുദ്ധ നിലപാടുകളുടെ കൂത്തരങ്ങായി പൊതുവിടങ്ങൾ ആക്ഷേപച്ചരക്കിറക്കി ആനന്ദിക്കുന്ന നമ്മുടെ ശീലത്തെ ഈ മുഹൂർത്തം വിമർശന വിഷയമാക്കുന്നുണ്ട്. സാക്ഷാത്ക്കാര സ്വാതന്ത്ര്യത്തിലെ വർണ്ണവെറികൾക്ക് ജീവിച്ചിരുന്ന കാലത്ത് ഷേക്സ്പിയറെപ്പോലെ ഒരാൾ ഇരയായിട്ടുണ്ടോ എന്നറിയില്ല. എങ്കിലും കറുത്തവനായ ഒഥല്ലോയുടെ അവതരണത്തിൽ കുബുദ്ധികൾ വർണ്ണവിചാരം നടത്തുന്ന സന്ദർഭവും വർത്തമാനകാല പ്രസക്തമാണ്. ചുരുക്കത്തിൽ ഫിക്ഷനും ഹിസ്റ്ററിയും കാലോചിതമായി ഇഴചേർന്ന് ഇതൾ വിരിയുന്ന ഉത്സവനാടകമാണ് *ഇതിഹാസം*.

അശോക് - ശശിമാർ കഴിഞ്ഞ 25 വർഷമായി നാടകരംഗത്തു സജീവമാണ്. സംഘാടനമികവും ഭാവനാലാളിത്യവും അദ്ധ്വാനവും മുതൽക്കൂട്ടാക്കി ഇവർ അണിയിച്ചൊരുക്കിയ നാടകങ്ങളെല്ലാം പ്രദർശനവിജയം നേടിയ ചരിത്രമാണുള്ളത്. പ്രൊഫ. എസ് രാമാനുജത്തിന്റെ കളരിയിൽ ശുദ്ധനാടകമന്വേഷിക്കാൻ അവസരം കിട്ടിയവരാണ് ഇരുവരും. ഇത്തവണത്തെ കേരള സംഗീത നാടക അക്കാദമിയുടെ സംസ്ഥാന നാടക പുരസ്കാരം ശശി സിതാര നേടിയിരുന്നു. അമേച്ചർ എന്നു വിളിക്കുന്ന അന്വേഷണ നാടകങ്ങളിൽ നിന്നാരംഭിച്ച നാടക

ജീവിതം ഗൗരവതരമായ നാടക ബോധത്തിന് വഴിവച്ചിട്ടുള്ളതുകൊണ്ട് പ്രൊഫഷണൽ സങ്കേതങ്ങൾ ഇവർ നിഷ്പ്രയാസം കൈകാര്യം ചെയ്യുന്നത് ഗംഭീരമായാണ്. സെറ്റ്, ലൈറ്റ്, മേക്കപ്പ്, കോസ്റ്റ്യൂംസ്, പ്രോപ്പർട്ടീസ് ഇതിലെല്ലാം അശോക് - ശശിമാർ തികഞ്ഞ മിതത്വം പാലിച്ചിട്ടുള്ളത് മറ്റു നാടകക്കാർക്കു കൂടി പ്രചോദനമാവണം. എന്തെങ്കിലും വാരിത്തേച്ച് വല്ലതുമെടുത്തണിഞ്ഞ്, വായിൽ തോന്നുന്നത് വിളിച്ചു പറയുന്ന കർമ്മകുശലതയില്ലാത്ത നാടകങ്ങളുടെ ഇടയിൽ *ഇതിഹാസം* നാടകമൊരുക്കിയവർക്ക് തല ഉയർത്തിനില്ക്കാം. പ്രൊഫഷണൽ നാടക രംഗത്ത് കഴിഞ്ഞ പത്തു വർഷങ്ങൾക്കിടയിലുണ്ടായ വേറിട്ട സംരംഭമാണ് *ഇതിഹാസം*.

വിളിപ്പേരുകൊണ്ട് പ്രൊഫഷണലായ നമ്മുടെ ജനകീയ നാടകവേദിയുടെ ചരിത്രം തേടിയാൽ തമിഴ് പാഴ്സി നാടകങ്ങളെ പിൻപറ്റിക്കൊണ്ട് 1903 ൽ കേരളത്തിലേക്ക് കുടിയേറി വന്ന സംഗീത നാടകങ്ങളിൽ എത്തിച്ചേരാം. അവിടെ സംഗീതം, സാഹിത്യം, നൃത്തം, അഭിനയം ഇവയെയൊക്കെ നിഷ്കളങ്കമായി സമീപിച്ച സർഗ്ഗധനരായ ഒരുപറ്റം കലാകാരുടെ സാന്നിദ്ധ്യമറിയാൻ സാധിക്കും. കഥ ശ്രീരാമനെക്കുറിച്ചാവുമ്പോഴും അവതരണ ഗാനം ഗാന്ധിസ്തുതിയായിരിക്കും. എങ്കിലും അവർ സംഗീതത്തിൽ ജ്ഞാനമുള്ളവരായിരുന്നു. സംഭാഷണങ്ങൾ സാഹിത്യസംഭാവന എന്ന തലത്തിൽക്കൂടി വിലയിരുത്തത്തക്ക നിലവാരം ഉൾക്കൊണ്ടിരുന്നു. അഭിനേതാക്കൾ ഗായകരും മൈക്കില്ലാതെ പതിനായിരക്കണക്കിന് പ്രേക്ഷകർക്കു ഒന്നിച്ചിരുന്നു കാണാനും കേൾക്കാനും പാകത്തിൽ മനസ്സും ശരീരവും ശാരീരവും പ്രയോഗിച്ചിരുന്നവരായിരുന്നു. വാസ്തവ വിശേഷമായി കൊട്ടാരവും കാടും വീടും പിൻവേദിയിൽ വരച്ച് കെട്ടിത്തൂക്കി സ്ഥലബോധത്തെ ചിട്ടപ്പെടുത്തിയിരുന്നെങ്കിലും സത്യസന്ധതയുടെ വെളിച്ചം ആ നിറങ്ങളിൽ പതിയാൻ അനുവദിച്ചിരുന്നു. പെട്രോമാക്സ് വെട്ടം സത്യത്തിനെ തുറന്നു കാട്ടാനുള്ള സൂര്യ വെട്ടമായിരുന്നു.

വിക്ടോറിയൻ ശൈലിയൊക്കെ അനുകരിച്ച് അരങ്ങും അണിയറയും ഉരുവം കൊണ്ടെങ്കിലും കേരളീയ പ്രൊഫഷണൽ നാടക ചരിത്രം ആരംഭിക്കുന്നത് *സദാരാമ* നാടകത്തിൽനിന്നാണെന്ന് നാടക പണ്ഡിതർ അഭിപ്രായപ്പെടുന്നു. പുരാണ ചരിത്ര പശ്ചാത്തലത്തിൽ മെനഞ്ഞെടുക്കുന്ന നൃത്ത സംഗീത നാടകങ്ങളുടെ കാലമാണ് പത്തൊൻപതും ഇരുപതും നൂറ്റാണ്ടുകളിൽ മലയാളി കണ്ടത്. സംഗീതം ആവശ്യത്തിനും അനാവശ്യത്തിനും ഉപയോഗിച്ചിരുന്ന നാടക രീതി തിക്കുറിശ്ശി സുകുമാരൻ നായർ എന്ന പ്രതിഭയുടെ ഇടപെടലോടെയാണ് സംഭാഷണത്തിലേക്ക് വഴിമാറിയത്. 1945 ൽ *സ്ത്രീ* എന്ന നാടകത്തിലൂടെ തിക്കുറിശ്ശി ഈ നാടകവേദിക്ക് പുതിയ അവതരണതലം സമ്മാനിച്ചു.

അതോടെ തമിഴ് സെറ്റ് നാടകങ്ങൾ ഇല്ലാതെയായിത്തുടങ്ങി. അവയൊന്നും സംരക്ഷിക്കപ്പെടാതെ പോകുന്നത് നഷ്ടമാണെന്ന് പോലും

റോമിയോ ജൂലിയറ്റ്

നമ്മൾ അന്നു ചിന്തിച്ചില്ല. തിരുവട്ടാർ നാരായണപിള്ള, സി പി അച്യുത മേനോൻ, ചാത്തുക്കുട്ടി മന്നാടിയാർ തുടങ്ങിയവർ കേരളത്തിൽ നാടക കമ്പനികൾ ഉണ്ടാക്കുകയും *ശാകുന്തളം, ദേവയാനി ചരിതം, കുചേല ഗോപാലം, പാക്കനാർ ചരിതം* തുടങ്ങിയ സംഗീതനാടകങ്ങൾ പ്രൊഫ ഷണൽ നാടകമായി അവതരിപ്പിക്കുകയും ചെയ്തു. സംഗീത നാടക ങ്ങളുടെ അവതരണത്തിൽ പി എസ് വി നാട്യ സംഘമുൾപ്പെടെ തെക്കൻ വടക്കൻ മേഖലയിൽ വമ്പൻ സംഘങ്ങൾ ഉടലെടുത്തതും സജീവമാ യതും ചരിത്രമാണ്. വിദ്വാൻ പി കേളുനായരും മറ്റും ഈ മേഖലയിൽ ആത്മാർത്ഥമായി ഇടപെട്ടു.

വിക്ടോറിയൻ പാഴ്സിവിത്തുകൾ കുഴിച്ചിട്ട് ദക്ഷിണേന്ത്യയിൽ വിള വെടുത്ത ഈ നാടക അവതരണരീതിയുടെ അവശേഷിപ്പുതൈയിൽ ഒരൊറ്റയെണ്ണം പോലും നമുക്കിന്നു ലഭ്യമല്ല. സംഗീത നാടകങ്ങളെത്തു ടർന്ന വർത്തമാനകാലമനുഷ്യന്റെ ജീവിതങ്ങളിലൂടെയുള്ള സാമൂഹിക നാടകങ്ങൾ മലയാളത്തിൽ ഉണ്ടായി വന്നു. അതോടെ സാങ്കേതികമായി ചില കാൽവയ്പ്പുകളുടെ കാലം ആരംഭിക്കുകയായി. അഭിനയശൈലി യിൽ യാഥാർത്ഥ്യബോധത്തിന്റെ ഉണ്മ തേടി ചിലർ ശ്രമങ്ങൾ നടത്തി. പ്രകാശവിതാനമേഖലയിൽ ഇലക്ട്രിസിറ്റിയുടെ കടന്നു വരവോടെ കുതിപ്പ് ദൃശ്യമായി. അരങ്ങു സജ്ജീകരണത്തിൽ സിനിമാസങ്കേതങ്ങൾ പരക്കെ ഉപയോഗിച്ചുതുടങ്ങി. മേയ്ക്കപ്പിലും വസ്ത്രധാരണത്തിലു മൊക്കെ ചില മോടികൾ വന്നുകൂടി. സംവിധായകൻ എന്ന സംജ്ഞ

മുൻപെങ്ങുമില്ലാത്ത വിധം പ്രസക്തമായി. ഇതൊക്കെ മാത്രമാണ് പ്രൊഫഷണൽ സമീപനത്തിനുള്ള മാർഗ്ഗരേഖയെന്നും നമ്മൾ മനസ്സിലാക്കി വച്ചു.

കെ പി എ സി ജനമനസ്സിൽ മാറ്റത്തിന്റെ കാറ്റുവിതച്ചുകൊണ്ട് വിപ്ലവത്തിലൂടെ നവോത്ഥാനത്തിന്റെ ചെങ്കൊടി പറത്തി കമ്യൂണിസ്റ്റ് ആശയങ്ങളും മാനവിക മൂല്യങ്ങളും പ്രസരണം ചെയ്തു. അടിമുടി മാറിയ സാമൂഹിക നാടകമാനം അതോടെ മലയാള നാട്ടിൽ വേരോടി. അൻപതുകളിൽ ഉയിരുവച്ച കെ പി എ സി പ്രസ്ഥാനം അദ്ധ്വാനിക്കുന്നവന്റെയും ഭാരം ചുമക്കുന്നവന്റെയും കഥകൾ നാടകമാക്കി ജനകീയമായി. ജനാർദ്ദനക്കുറുപ്പ്, എൻ രാജഗോപാലൻ ദ്വയങ്ങൾ *എന്റെ മകനാണ് ശരി* നാടകം അരങ്ങേറ്റി. തോപ്പിൽ ഭാസിയുടെ കമനീയയുഗം ആരംഭിക്കുന്നത് 1951 മുതലാണ്. *നിങ്ങളെന്നെ കമ്യൂണിസ്റ്റാക്കി, സർവ്വേക്കല്ല്, ശുദ്ധികലശം, പുതിയ ആകാശം പുതിയ ഭൂമി, ശരശയ്യ, യുദ്ധകാണ്ഡം, മുടിയനായ പുത്രൻ, അശ്വമേധം, മൂലധനം* തുടങ്ങിയ ശക്തമായ നാടകങ്ങൾ ജനങ്ങളുടെ ചിന്താരീതിയെ മാറ്റിമറിച്ചു.

തോപ്പിൽ ഭാസിയെക്കൂടാതെ പൊൻകുന്നംവർക്കി, കണിയാപുരം രാമചന്ദ്രൻ, വൈക്കം ചന്ദ്രശേഖരൻ നായർ, എ എൻ ഗണേഷ്, എൻ എൻ പിള്ള, ശ്രീമൂലനഗരം വിജയൻ, എസ് എൽ പുരം സദാനന്ദൻ, പി എസ് കുമാർ, എൻ കൃഷ്ണപിള്ള, കെ ടി മുഹമ്മദ്, തിക്കോടിയൻ വരെയുള്ളവർ കെ പി എ സിയുടെ രാഷ്ട്രീയവും സാമൂഹികവുമായ കാഴ്ചപ്പാടുകളെ പോഷിപ്പിച്ചുകൊണ്ട് നാടകങ്ങൾ എഴുതി. ഈ കാലയളവിനു ശേഷമുണ്ടായ നാടകങ്ങളിൽ ഇന്നലെകളിലെ ആകാശവും ദ്രാവിഡ വൃത്തവും മറ്റൊരു ഭാവുകത്വം കൂടി കൈവരിച്ചു. സംസ്ഥാന ദേശീയ പുരസ്കാരങ്ങൾ ഈ നാടകങ്ങൾ വാരിക്കൂട്ടി. ജനസമ്മതിയും ശ്രദ്ധേയമായിരുന്നു. സ്കൂൾ ഓഫ് ഡ്രാമയിൽനിന്നൊക്കെ പരിചയത്തിലായ ശൈലികളെ ഉൾക്കൊണ്ടുകൊണ്ട് പ്രമോദ് പയ്യന്നൂർ കെ പി എ സിയെ ഒരുക്കിയിറക്കി. പി കെ വിയിലൂടെയും ഒ എൻ വിയിലൂടെയും പ്രമോദിനു ലഭ്യമായ പ്രോത്സാഹനം വളരെയധികം ഗുണംചെയ്തു. രാഷ്ട്രീയവും സാമൂഹികവുമായ മറ്റൊരു ഭാവുകത്വം ആവശ്യപ്പെടുന്ന ഈ പ്രത്യേക കാലഘട്ടത്തിൽ കെ പി എ എസിക്ക് കൂടുതൽ ഉത്തരവാദിത്വമുണ്ട്. തിരികെ പിടിക്കേണ്ട ജനമനസ്സുകളെപ്പറ്റി ഓർക്കേണ്ടതുണ്ട്. കെ പി എ സിക്കു വേണ്ടി അഹോരാത്രം പ്രവർത്തിച്ച നാടകക്കാരുടെ വിയർപ്പിനെ വിസ്മരിക്കാതെ പ്രമോദും മറ്റും കൊണ്ടുവന്ന നിലവാരം നിലനിർത്തേണ്ടതുണ്ട്.

ഉത്തരകേരളത്തിൽ കോഴിക്കോട് കേന്ദ്രകലാസമിതി, സംഗമം തിയേറ്റേഴ്സ് എന്നിവയ്ക്കുവേണ്ടി കെ ടി മുഹമ്മദ് എഴുതിയ *സൃഷ്ടി, സ്ഥിതി, സംഹാരം, സമന്വയം* തുടങ്ങിയ നാടകങ്ങൾ ഏറെ ശ്രദ്ധേയമായി. കെ പി എ സിക്കുവേണ്ടി അദ്ദേഹം എഴുതി സംവിധാനം ചെയ്ത *സൂത്രധാരൻ* പ്രൊഫഷണൽ നാടകരംഗത്തെ മാറ്റിമറിക്കുന്ന പുതുവീക്ഷണശ്രമമായിരുന്നു. കെ ടിയുടെ സംഭാവനകൾ കൂടുതൽ അക്കാ

ദമികമായി പഠിക്കാൻ കൂടി മികവുള്ളതാണ്. എൻ എൻ പിള്ളയാവട്ടെ പ്രോജ്ജ്വലമായ തന്റെ ശൈലിയിലൂടെ ഒറ്റയാനായി ജ്വലിച്ചു തന്നെ നിന്നു.

മുകളിൽ പറഞ്ഞ സമിതികളുടെ ജനുസ്സിൽ ചങ്ങനാശ്ശേരി ഗീഥാ, കലിംഗതിയറ്റർ, സൂര്യസോമ, എന്നിങ്ങനെയുള്ള നിരവധി നാടകട്രൂപ്പുകൾ ഉണ്ടായി വന്നു. ഇവരും മികവുറ്റ നാടകങ്ങൾ പലപ്പോഴായി പ്രേക്ഷകർക്കു സമ്മാനിച്ചു.

വർഷത്തിൽ ഇരുപതു നാടകങ്ങൾ എഴുതുന്നവരും സവിശേഷമായ ഒരു ബോധവുമില്ലാതെ സംവിധായകനെന്നും സംഘാടകനെന്നും പേരുവയ്ക്കുന്ന ചിലരും ഇടപെട്ട് ഈ മേഖലയുടെ ഗൗരവം ഇകഴ്ത്തി കളഞ്ഞിട്ടുണ്ട്. എങ്കിലും ആശാവഹമായ ചില ചിതറിയ വെളിച്ചങ്ങൾ കെടിക്കു ശേഷവും സാമൂഹിക നാടക മേഖലയിൽ ഉണ്ടായിട്ടുണ്ട്. ചില സമിതികൾ അഭിമാനാർഹമായ സ്ഥാനം കൈയടക്കി ചില അത്ഭുതങ്ങൾ കാട്ടി. കാളിദാസ കലാകേന്ദ്രമാണ് അതിൽ ഒന്നാം കസേരയ്ക്ക് അർഹരെന്നു പലതുകൊണ്ടും തെളിയിച്ചു. *ഡോക്ടർ* നാടകത്തോടെ ഒ മാധവൻ തുടങ്ങിവച്ച ട്രെൻഡ് അദ്ദേഹത്തിന്റെ മരണംവരെയും ചലനാത്മകമായിരുന്നു. പിന്നീട് കാളിദാസ കലാകേന്ദ്രം മുന്നോട്ടുവച്ച രീതിശാസ്ത്രം *റെയിൻബോ* നാടകത്തിലൂടെ മറ്റൊരു പന്ഥാവിലൂടെ ചരിച്ചു തുടങ്ങി. ഇന്നിപ്പോൾ നവീനത കാംക്ഷിച്ചുകൊണ്ട് അക്ഷീണം നാടകരംഗത്തിലിടപെടുന്ന സന്ധ്യയും എ ഇ രാജേന്ദ്രനും കാളിദാസ കലാകേന്ദ്രത്തിലൂടെ ചങ്ങമ്പുഴയുടെ രമണൻ, ഷേക്സ്പിയറിന്റെ *മക്ബത്ത്*, ആശാന്റെ *കരുണ*, ബ്രെട്ടോൾഡ് ബ്രഹ്ത്തിന്റെ *കൊക്കേഷ്യൻ ചോക്ക് സർക്കിൾ* (അമ്മ) എന്നിങ്ങനെ ധീരമായ ചില നാടകപരീക്ഷണങ്ങൾ കൂടി നടത്തുന്നു. സ്കൂൾ ഓഫ് ഡ്രാമയിൽ പഠിച്ചിറങ്ങിയ സന്ധ്യയും നാഷണൽ സ്കൂൾ ഓഫ് ഡ്രാമയിലൂടെ അൽക്കാസിയനായ രാജേന്ദ്രനും ഇതിലുമധികം സജീവമാവാൻ സാധിക്കും. പ്രൊഫഷണലിസം എന്തെന്ന് പരിശീലിച്ചവർ കൂടിയാണ് ഇവർ.

ഈ മേഖലയെ ഇന്നു സമീപിക്കുന്ന പലരും പ്രൊഫഷണൽ നാടകവേദിയിൽ പ്രൊഫഷണലിസം കൂടി ഉണ്ടായി വരാൻ ആഗ്രഹിക്കുന്നുണ്ട്. ആനുകാലിക പ്രാധാന്യമുള്ള വിഷയങ്ങൾ തെരഞ്ഞെടുത്ത് ചരിത്രത്തെയും മാനവികതയെയും ഭാഷാതീതമായും ഭാവനാവാസനയോടെയും കോർത്തിണക്കിയുള്ള നാടകങ്ങൾ ഉണ്ടായിവരണം. നല്ല നാടകങ്ങളുടെ പട്ടികയിൽ പഴയ സമിതികളുടെ പേരുകൾ മാത്രം രേഖപ്പെടുത്തി വയ്ക്കേണ്ടുന്ന ഗതികേട് ഈ മേഖലയ്ക്ക് വന്നിട്ടില്ല. അക്ഷരാഭ്യാസമുള്ള വായനയുള്ള, നിരീക്ഷണ പാടവമുള്ള നിരവധി രചിതാക്കളും സംവിധായകരും സർഗ്ഗശീലരായ നിരവധി അഭിനേതാക്കളും ഉണ്ടായിട്ടുണ്ട്. ഇന്നുമുണ്ട്. ഇവരെക്കുറിച്ചൊക്കെ ചർച്ചചെയ്യേണ്ടതുണ്ട്. പേരുകൾ എടുത്തു പറയാനാവാത്ത വിധം സംഖ്യാപരമാണത്. കടൽ പോലെ കലാകാരരും യശഃപ്രാർത്ഥികളും ഇവിടങ്ങളിൽ ഇന്നും സജീവമാണ്. ചരിത്രം കുറിക്കാൻ സാധിക്കുന്നവർ ഇവരിൽ എത്ര

പേർ എന്ന ചോദ്യം അവശേഷിക്കുന്നു. ആരോഗ്യകരമല്ലാത്ത മത്സരം ഒഴിവാക്കി ഉള്ളിൽ വിനയത്തിന്റെയും ജിജ്ഞാസയുടെയും വെളിച്ചം വീശിയാൽ കാര്യങ്ങൾ എളുപ്പമാവും. സത്യസന്ധമായ ജനപക്ഷനാടകങ്ങൾക്ക് യവനിക ഉയർത്താൻ ശ്രമിക്കുകയാണ് പ്രൊഫഷണൽ നാടക മേഖല ചെയ്യേണ്ടത്. ഇങ്ങനെയെല്ലാം ആശയപരമായ ഉണർവ്വിന് ആഹ്വാനം നല്കുമ്പോഴും നാടക കലാകാരരുടെ ജീവിതപരിസരം ദരിദ്രമാണ്. ജീവിക്കാനുള്ള വരുമാനം ഇവിടെ നിന്നു കിട്ടുന്നുണ്ടോ? ഷേക്സ്പിയർ രാജ്ഞിയോട് പറഞ്ഞതു പോലെ... 'പലരും നാടകാനന്തരം ദാരിദ്ര്യത്തിലാണ്.'

●

www.ingramcontent.com/pod-product-compliance
Lightning Source LLC
LaVergne TN
LVHW100835051026
849519LV00006B/2304
* 9 7 8 9 3 9 0 3 0 1 5 2 2 *